ഡ്രൈവിങ് മാന്വൽ

Malayalam
DRIVING MANUAL
by
K.S. Ranaprathapan

First Published : November 1985
Revised Fifteenth Edition : May 2024

Resetting at
SIL-DTP Section

Printed at
Vijnanamudranam Press
Thiruvananthapuram - 695 003

Published by
The State Institute of Languages, Kerala
Thiruvananthapuram - 695 003

SIL 5449
Price Rs.170/-
ISBN 978-93-6100-826-9

Published by the State Institute of Languages, Kerala, Thiruvananthapuram, under the centrally sponsored scheme for production of text books and literature in regional languages, at the University level, sponsored by the Government of India, Ministry of Human Resource Development (Department of Culture), New Delhi

ഇന്നസെന്റ്, ആലീസ്, സോണറ്റ്, രശ്മി, ഇന്നസെന്റ് സോണറ്റ്, അന്ന സോണറ്റ്

സ്റ്റാനിസിലാവോസ്, ഇന്നസെന്റ്, സിന്ധി, ഡോ. വെസ്‌ലി, ജ്യേഷ്ഠൻ ഡോ. കുര്യാക്കോസ്, ഡോ. ഡാനി, ആനി സ്റ്റാനിസിലാവോസ്, ആലീസ് ഇന്നസെന്റ്, മിസ്സിസ് കുര്യാക്കോസ്, ഡോ. ബ്രീസി.

ആലീസ് ഇന്നസെന്റ്, ഇന്നസെന്റ്, ആലീസ് വെൽസ്, അഡ്വ. വെൽസ്, സ്റ്റാനിസിലാവോസ്, ആനി സ്റ്റാനിസിലാവോസ്, ലീനാ ഡേവിഡ്, പൗളിൻ സണ്ണി, സെലിൻ വർഗീസ്, ലിൻഡ ജോസഫ്

ഹോളിവുഡിൽ ചാർലി ചാപ്ലിന്റെ വേഷം ധരിച്ച നടനൊപ്പം ഇന്നസെന്റ്, ആലീസ് ഇന്നസെന്റ്, സോണറ്റ്

ശങ്കരാടിയോടൊപ്പം

ജഗതി ശ്രീകുമാറിനൊപ്പം

സത്യൻ അന്തിക്കാടിനൊപ്പം

മോഹൻലാലിനും മുകേഷിനുമൊപ്പം

മമ്മൂട്ടിയ്ക്കൊപ്പം

ജയറാമിനൊപ്പം

ദിലീപിനൊപ്പം

ഡ്രൈവിങ് മാന്വൽ

കെ. എസ്. റാണാപ്രതാപൻ

കേരള ഭാഷാ ഇൻസ്റ്റിറ്റ്യൂട്ട്
തിരുവനന്തപുരം

General Editor	Dr. Sathian M.
Editor	Vidya S.
Cover	Narayana Bhattathiri

ജനറൽ എഡിറ്റർ	ഡോ. സത്യൻ എം.
എഡിറ്റർ	വിദ്യ എസ്.
കവർ	നാരായണ ഭട്ടതിരി

ആമുഖം

ഒരു മോട്ടോർ വാഹനം നിയമാനുസൃതവും സുരക്ഷിതവും പ്രായോഗികവുമായി റോഡിലൂടെ ഓടിക്കാൻ പഠിപ്പിക്കുകയെന്നതാണ് ഡ്രൈവിങ് പഠനത്തിലൂടെ ലക്ഷ്യമിടുന്നത്. ഡ്രൈവിങ് പഠിക്കുമ്പോൾ സൗകര്യത്തിനുവേണ്ടി തെറ്റായ പല രീതികളും സ്വീകരിക്കുക സ്വാഭാവികമാണ്. ആ തെറ്റുകൾ തുടക്കത്തിലെ മനസ്സിലാക്കിയില്ലെങ്കിൽ ഒരിക്കലും തിരുത്തപ്പെടാതെ ജീവിതകാലം മുഴുവൻ അവ ആവർത്തിച്ചുകൊണ്ടിരിക്കും. കൂടാതെ, വാഹനം നിയന്ത്രണവിധേയമായി ഉപയോഗിക്കുക എന്നതിലുപരി റോഡ് നിയമങ്ങളെയും ഡ്രൈവിങ് ചട്ടങ്ങളെയും ശാസ്ത്രീയമായി അടുത്തറിയുകയെന്നതും റോഡപകടങ്ങൾ ഒഴിവാക്കുകയെന്നതും സുരക്ഷിതമായ ഡ്രൈവിങ്ങിനെ കുറ്റമറ്റതാക്കും. അതുകൊണ്ട് ഡ്രൈവിങ് പഠിക്കുമ്പോൾ ഒരു വിദഗ്ധന്റെ നിർദേശത്തിനു പുറമേ നിലവാരമുള്ള ഒരു പുസ്തകത്തിന്റെ സഹായവും അനിവാര്യമാണ്. ഇവിടെയാണ് ശ്രീ കെ.എസ്. റാണാപ്രതാപൻ രചിച്ച 'ഡ്രൈവിങ് മാന്വൽ' എന്ന പുസ്തകത്തിന്റെ പ്രസക്തി. കാർ ഡ്രൈവിങ്, ഗിയർ, ബ്രേക്ക്, ക്ലച്ച് തുടങ്ങിയ ഘടകങ്ങൾ, എൻജിന്റെ പ്രവർത്തനവും മെക്കാനിസവും, ഡ്രൈവിങ് ചട്ടങ്ങൾ, സുരക്ഷിതമായി വണ്ടി ഓടിക്കുന്നതിനുള്ള നിർദേശങ്ങൾ തുടങ്ങി ലേണേഴ്സ് ഡ്രൈവിങ് ലൈസൻസ് ലഭിക്കാനുള്ള ചോദ്യോത്തരങ്ങൾവരെ ഈ പുസ്തകത്തിൽ ഉൾപ്പെടുത്തിയിട്ടുണ്ട്.

ഡ്രൈവിങ് രംഗത്തുവരുത്തിയിട്ടുള്ള മാറ്റങ്ങളെ ഉൾക്കൊണ്ടുകൊണ്ട് കാലാനുസൃതമായി പരിഷ്കരിച്ചാണ് ഡ്രൈവിങ് മാന്വലിന്റെ പതിനഞ്ചാം പതിപ്പ് കേരള ഭാഷാ ഇൻസ്റ്റിറ്റ്യൂട്ട് ഇപ്പോൾ പ്രസിദ്ധീകരിക്കുന്നത്. സംസ്ഥാനത്തെ ഡ്രൈവിങ് പരിശീലന കേന്ദ്രങ്ങൾ പരിശീലനത്തിനായി ഈ പുസ്തകം ഉപയോഗിക്കുന്നുണ്ട്. ഡ്രൈവിങ് രംഗത്തേക്ക് പുതുതായി കടന്നു വരുന്നവർക്കും ഓട്ടോമൊബൈൽ മെക്കാനിക്കുകൾക്കും ഐ.ടി.ഐ., പോളിടെക്നിക് വിദ്യാർഥികൾക്കും ഈ പുസ്തകം ഏറെ പ്രയോജനപ്പെടുമെന്ന് കരുതുന്നു.

കേരള ഭാഷാ ഇൻസ്റ്റിറ്റ്യൂട്ട്
മേയ് 2024

ഡോ. സത്യൻ എം.
വിദ്യ എസ്.

അഞ്ചാം പതിപ്പിന്റെ ആമുഖം

മോട്ടോർ വാഹനങ്ങൾ ഓടിക്കുന്നതിനെക്കുറിച്ച് പ്രതിപാദിക്കുന്ന ഒരു പുസ്തകമാണ് *ഡ്രൈവിങ് മാന്വൽ.* ഡ്രൈവിങ് ചട്ടങ്ങളെക്കുറിച്ചും ഇതിൽ വിവരിക്കുന്നുണ്ട്. ഒരു സാധാരണ ഡ്രൈവിങ് മാന്വലിൽനിന്നും വ്യത്യസ്തമായി മോട്ടോർ വാഹനങ്ങളുടെ മെക്കാനിസത്തെക്കുറിച്ചും സാധാരണ ഉണ്ടാകാറുള്ള തകരാറുകൾ, അവയുടെ കാരണങ്ങൾ, അവയ്ക്കുള്ള പ്രതിവിധി എന്നിവയെക്കുറിച്ചും ഇതിൽ വിശദീകരിക്കുന്നുണ്ട്.

ഇപ്പോൾ പ്രസിദ്ധീകരിക്കുന്ന പതിപ്പിൽ കൂടുതൽ വിവരങ്ങൾ ചേർത്തിട്ടുണ്ട്. ഡ്രൈവിങ് ലൈസൻസിനു പഠിക്കേണ്ട വിഷയങ്ങളുടെ പൂർണമായ സിലബസ്, ലേണേഴ്സ് ഡ്രൈവിങ് ലൈസൻസിനുള്ള നൂറു ചോദ്യങ്ങളും അവയുടെ ഉത്തരങ്ങളും ചേർത്തിട്ടുണ്ട്.

ഇതെഴുതിയിരിക്കുന്നത് പ്രശസ്ത ശാസ്ത്രസാഹിത്യകാരനും ആകാശവാണി തിരുവനന്തപുരം നിലയത്തിലെ പ്രോഗ്രാം എക്സിക്യൂട്ടീവുമായ ശ്രീ കെ.എസ്. റാണാപ്രതാപനാണ്. ഞങ്ങൾ നേരത്തേ പ്രസിദ്ധീകരിച്ചിട്ടുള്ള 'ഓട്ടോമൊബൈൽ മെക്കാനിക്' എന്ന പുസ്തകം വിവർത്തനം ചെയ്തതും ശ്രീ റാണാപ്രതാപനാണ്.

കേരള ഭാഷാ ഇൻസ്റ്റിറ്റ്യൂട്ട്
തിരുവനന്തപുരം
ജൂൺ 2000

ഡോ. എം.ആർ. തമ്പാൻ
വി. ശ്രീകുമാർ

ഉള്ളടക്കം

1. മോട്ടോർകാർ ഡ്രൈവിങ്

നടക്കാൻ പഠിക്കുന്നതുപോലെ സ്വാഭാവികമായ ഒന്നായി മാറിയിരിക്കുന്നു വികസിതരാജ്യങ്ങളിൽ ഡ്രൈവിങ് പരിശീലനം. മോട്ടോർ വാഹനങ്ങൾ ഓടിക്കാൻ അറിയാത്തവർ പറക്കാനാവാത്ത പക്ഷിയെപ്പോലെ, തുഴയാനറിയാത്ത മീനിനെപ്പോലെ അവിടെ തീർത്തും ഒറ്റപ്പെട്ടുപോവുന്നു. നമ്മുടെ നാട്ടിലും സാഹചര്യങ്ങൾ മാറിക്കൊണ്ടിരിക്കയാണ്. ഇവിടെയും ഡ്രൈവിങ് അറിയാതെവയ്യെന്ന സ്ഥിതി വൈകാതെ ഉണ്ടാവും. പരിശീലിച്ചാൽ ആർക്കും ഭംഗിയായി മോട്ടോർ വാഹനങ്ങൾ ഓടിക്കാൻ കഴിയും. പ്രായം അതിനൊരു പ്രശ്നമല്ല. ശാരീരിക വൈകല്യങ്ങൾ ഇല്ലാതിരുന്നാൽ മാത്രം മതി.

ഡ്രൈവിങ് പഠിക്കുമ്പോൾ സൗകര്യത്തിനുവേണ്ടി തെറ്റായ പല രീതികളും സ്വീകരിക്കുക സ്വാഭാവികമാണ്. ആ തെറ്റുകൾ തുടക്കത്തിലേ മനസ്സിലാക്കിയില്ലെങ്കിൽ ഒരിക്കലും തിരുത്തപ്പെടാതെ ജീവിതകാലം മുഴുവൻ ആവർത്തിച്ചുകൊണ്ടിരിക്കും. അതുകൊണ്ട് ഡ്രൈവിങ് പഠിക്കുമ്പോൾ ഒരു വിദഗ്ധന്റെ നിർദേശമോ നിലവാരമുള്ള ഒരു പുസ്തകത്തിന്റെ സഹായമോ അനിവാര്യമാണ്.

എന്താണ് കുറ്റമറ്റ ഡ്രൈവിങ്? അനായാസമായി, സുരക്ഷിതമായി, നിയമാനുസൃതമായി മാത്രം വാഹനം ഓടിക്കൽ. ഈ മൂന്നു കാര്യങ്ങളിലും, തികച്ചും പൂർണത ഉണ്ടായെന്നുവരില്ല. എങ്കിലും ശ്രമിച്ചാൽ ഈ മൂന്നു കാര്യങ്ങളും ഏറെക്കുറെ കുറ്റമറ്റതാക്കാൻ കഴിയും.

'നന്നായി' വണ്ടി ഓടിക്കുക എന്നാൽ എന്താണ്? ട്രാഫിക് എത്ര തിരക്കു പിടിച്ചതായാലും, റോഡിന്റെ അവസ്ഥ എത്ര മോശമായിരുന്നാലും കാറിനകത്തിരിക്കുന്നവർ അത് അറിയാതിരിക്കും വിധം ഓടിക്കുക. വാഹനവും ഡ്രൈവറും തമ്മിലുള്ള ബന്ധം എല്ലായ്പ്പോഴും ആയാസരഹിതവും സമഞ്ജസവും ആയി നിലനിർത്താൻ കഴിഞ്ഞാലേ ഇത് സാധിക്കൂ. വഴിയാത്രക്കാരും മറ്റ് വാഹനക്കാരും എന്തു ചെയ്യുന്നു എന്നും, അടുത്തതായി അവർ എന്തു ചെയ്യാൻ ഉദ്ദേശിക്കുന്നു എന്നും മനസ്സിലാക്കലും, ഡ്രൈവറുടെ ഇംഗിതത്തെ അവരെ യഥാസമയം ബോധ്യപ്പെടുത്തലുമാണ് സുര

ക്ഷിതത്വത്തിൽ ഏറ്റവും പ്രധാനം. മിക്ക അപകടങ്ങൾക്കും കാരണം ഡ്രൈവർ തന്റെ ഉദ്ദേശ്യം, താൻ അടുത്തതായി ചെയ്യാൻ പോകുന്ന കാര്യം, മറ്റുള്ളവരെ വേണ്ടവിധം മനസ്സിലാക്കിക്കുന്നതിൽ പരാജയപ്പെടുന്നു എന്ന താണ്. ഇടത്തോട്ട് വാഹനം തിരിക്കാൻ പോകുന്നു എന്നുള്ള സിഗ്നൽ വ്യക്തമായി കാണിച്ചില്ലെങ്കിൽ വാഹനം വലത്തോട്ടാണോ തിരിയാൻ പോകുന്നത്, അല്ലെങ്കിൽ കടന്നുപൊയ്ക്കൊള്ളാനുള്ള നിർദേശമാണോ അത് എന്നിങ്ങനെ സംശയത്തിന് ഇടവരുന്നു. മറ്റ് വാഹനക്കാർ തെറ്റിദ്ധരിക്കാൻ ഇത് ഇടയാക്കുന്നു. എല്ലാത്തിനും പുറമേ, കാറിന്റെ കാര്യക്ഷമതയും, ഡ്രൈവറുടെ ശാരീരികമായ ഉന്മേഷവും ആയാസരഹിതമായ ഇരിപ്പും സുരക്ഷിതമായി വണ്ടിയോടിക്കുന്നതിൽ പ്രധാനമാണ്.

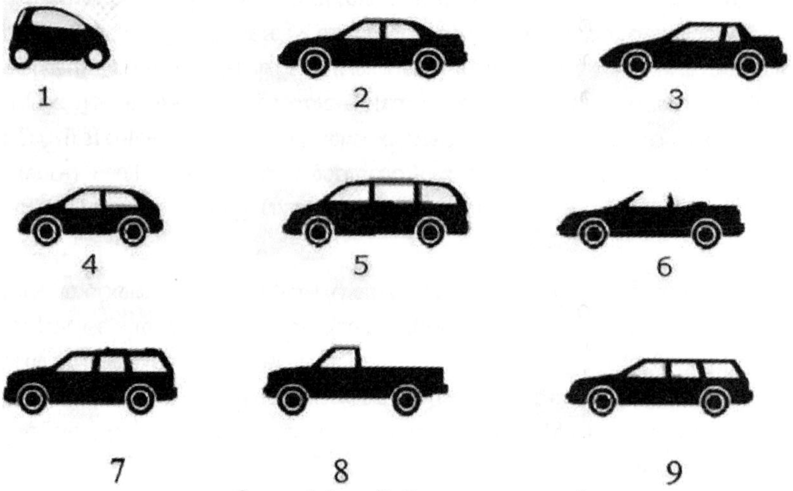

ചിത്രം –1.1 : വിവിധതരം കാറുകൾ

1. മൈക്രോകാർ/മിനികാർ	2.സെഡാൻ	4. ഹാഷ്ബാക്ക് കാർ
3. കൂപ്പെ	5. വാൻ	6. കൺവെർട്ടിബിൾ
7,9.സ്റ്റേഷൻ വാഗൺ	8.ട്രക്ക്	

1. മോട്ടോർകാർ

പെട്രോളോ ഡീസലോ ഗ്യാസോ ആണ് മോട്ടോർകാർ അടക്കം ഇന്നുള്ള മിക്ക വാഹനങ്ങളിലും ഇന്ധനമായി ഉപയോഗിക്കുന്നത്. എന്താണീ ഇന്ധനം? രാസഊർജം ഉൾക്കൊള്ളുന്ന ഒരു വസ്തുവാണ് ഇന്ധനം. നാം ഉപയോഗിക്കുന്ന കാറുകളിലും മറ്റ് വാഹനങ്ങളിലും ഏതെങ്കിലും ഒരു ഇന്ധനം ഉപയോഗിക്കാതെ ഓടിക്കാൻ നിവൃത്തിയില്ല എന്നു നമുക്കറിയാം. ഇന്ധനത്തിലടങ്ങിയിരിക്കുന്ന രാസഊർജത്തെ എൻജിന്റെ സഹായത്തോടെ യാന്ത്രിക ഊർജമാക്കി മാറ്റുകയാണ് ചെയ്യുന്നത്.

പെട്രോളും, ഗ്യാസും ഇന്ധനമായി ഉപയോഗിക്കുന്ന എൻജിനുകളെ പെട്രോൾ എൻജിൻ എന്നും ഡീസൽ ഇന്ധനമായി ഉപയോഗിക്കുന്ന എൻജിനുകളെ ഡീസൽ എൻജിൻ എന്നും പറയുന്നു. ഈ രണ്ട് തരം എൻജിനുകൾക്കും അടിസ്ഥാനപരമായ വ്യത്യാസങ്ങളുണ്ട്.

മോട്ടോർകാറിൽ പെട്രോൾ നിറയ്ക്കുന്നു. ഈ പെട്രോൾ കാർബറേറ്റർ എന്ന ഉപകരണത്തിൽവച്ച് ആവശ്യമായ വായുവുമായി കലർത്തപ്പെടുന്നു. ഇങ്ങനെ പാകം ചെയ്യപ്പെടുന്ന പെട്രോൾ-വായുമിശ്രം കാറിന്റെ എൻജിനിലെ സിലിണ്ടറിലേക്ക് പ്രവേശിക്കപ്പെടും. ഈ മിശ്രം പിസ്റ്റണിന്റെ ചലനഫലമായി ഉയർന്ന മർദത്തിന് വിധേയമാകുന്നു. ആ സമയത്ത് സ്പാർക്ക് പ്ലഗ്ഗിന്റെ സഹായത്താൽ ഈ മിശ്രത്തെ ജ്വലിപ്പിക്കുന്നു. ഉയർന്ന മർദത്തിൽ പെട്രോൾ വായുമിശ്രിതം കത്തുമ്പോൾ ഉണ്ടാകുന്ന സ്ഫോടനത്തിന്റെ ഫലമായി അമർന്നു നിന്നിരുന്ന പിസ്റ്റൺ പുറകോട്ട് തള്ളപ്പെടുന്നു. ഈ സ്ഫോടനം ആവർത്തിച്ചുകൊണ്ടിരുന്നാൽ പിസ്റ്റൺ മുന്നോട്ടും പുറകോട്ടും ചലിച്ചുകൊണ്ടിരിക്കും. പിസ്റ്റണിന്റെ മുന്നോട്ടും പുറകോട്ടുമുള്ള ഈ ചലനം, ക്രാങ്ക്ഷാഫ്റ്റ്, (തയ്യൽയന്ത്രത്തിന്റെ മുന്നോട്ടും പുറകോട്ടുമുള്ള ചലനത്തെ കറക്കമാക്കുന്നതുപോലെ) കറക്കമാക്കി മാറ്റുന്നു. അങ്ങനെ പെട്രോളിൽ അടങ്ങിയിരിക്കുന്ന രാസഊർജത്തെ യാന്ത്രിക ഊർജമാക്കി മാറ്റപ്പെടുന്നു.

എൻജിന്റെ പ്രവർത്തനത്തിന് ഇന്ധനം അനിവാര്യമാണെന്ന് കണ്ടു. എന്നാൽ ഇന്ധനം മാത്രം മതിയോ എൻജിൻ പ്രവർത്തിപ്പിക്കാൻ? പോരാ. ഇന്ധനം സിലണ്ടറിനകത്തുവച്ച് നിരന്തരം ജ്വലിപ്പിച്ചുകൊണ്ടിരുന്നാൽ ഉയർന്ന താപമുണ്ടാകും. ഇങ്ങനെ ഉണ്ടാവുന്ന താപത്തെ നിയന്ത്രിച്ചില്ലെങ്കിൽ എൻജിൻ ചുട്ടുപഴുക്കാനും തൽഫലമായി പിസ്റ്റണുകളും സിലിണ്ടറുകളും വികസിക്കുവാനും, ഒരുപക്ഷെ, ഉരുകുവാനും ഇടയാകും. അതുകൊണ്ട് സ്ഫോടനഫലമായുണ്ടാവുന്ന താപത്തെ നിയന്ത്രിച്ചേ ഒക്കൂ. അതിനുള്ളതാണ് കൂളിങ്സിസ്റ്റം (എൻജിനെ തണുപ്പിക്കുവാനുള്ള സംവിധാനം). എൻജിന്റെ മുന്നിൽ വച്ചിരിക്കുന്ന റേഡിയേറ്ററിലെ വെള്ളം അല്ലെങ്കിൽ പ്രത്യേക ദ്രാവകം എൻജിനകത്ത് ചുട്ടുപഴുക്കുന്ന ഭാഗങ്ങളുടെ ഭിത്തികളിലൂടെ കടത്തിവിട്ട് ചൂടിനെ കുറയ്ക്കാം. പക്ഷേ കുറച്ചുകഴിഞ്ഞാൽ റേഡിയേറ്ററിൽ വച്ചിരിക്കുന്ന വെള്ളവും ചൂടാവില്ലേ? അപ്പോൾ ആ വെള്ളത്തെയും തണുപ്പിക്കേണ്ടിയിരിക്കുന്നു. അതിനാണ് റേഡിയേറ്റർ. വാഹനം ഓടുമ്പോൾ വന്നടിക്കുന്ന കാറ്റും എൻജിനിൽ ഘടിപ്പിച്ചിരിക്കുന്നതോ പ്രത്യേകം ബാറ്ററിയിൽ പ്രവർത്തിക്കുന്നതോ ആയ ഫാനും റേഡിയേറ്ററിലെ വെള്ളത്തെ തണുപ്പിച്ചുകൊണ്ടിരിക്കും. റേഡിയേറ്ററിന്റെ അടിവശത്തുള്ള തണുത്ത വെള്ളത്തെ വീണ്ടും വാട്ടർ പമ്പ് എൻജിന്റെ ഭിത്തികളിലേക്ക് കടത്തിവിടും. അങ്ങനെ കമ്പസ്റ്റ്യൻ മൂലമുണ്ടാകുന്ന ചൂട് നിയന്ത്രിക്കപ്പെടുന്നു.

മേലോട്ടും താഴോട്ടും സിലിണ്ടർഭിത്തികളിൽ ഉരഞ്ഞുകൊണ്ട് പിസ്റ്റൺ അതിവേഗത്തിൽ പ്രവർത്തിക്കുമ്പോൾ സ്വാഭാവികമായും ഉരയുന്ന ഭാഗം ചൂടുപിടിക്കുന്നതിനും അതിന്റെ ഫലമായി തേയ്മാനമുണ്ടാകുവാനും തുടങ്ങും. എൻജിന്റെ ചലിക്കുന്ന എല്ലാ ഭാഗങ്ങളെ സംബന്ധിച്ചിടത്തോളവും ഇത് ശരിയാണ്. ഇതൊഴിവാക്കാൻ എൻജിന്റെ കറങ്ങുന്ന ഭാഗങ്ങളിലൂടെയെല്ലാം ലൂബ്രിക്കേറ്റിങ് ഓയിൽ ഒഴുക്കുന്നു. എൻജിന്റെ അടിഭാഗത്തായി വച്ചിരിക്കുന്ന എണ്ണത്തളികയിൽനിന്ന്, ഓയിൽ പമ്പ്, ഘർഷണമുണ്ടാവുന്ന ഇടങ്ങളിലെല്ലാം ഓയിൽ എത്തിക്കുന്നു. ഇതാണ് ലൂബ്രിക്കേഷൻ സിസ്റ്റം.

പെട്രോളിനെ കാർബറേറ്റർ വായുവുമായി കലർത്തുന്നുവെന്നും സിലിണ്ടറിനകത്ത് ഈ മിശ്രത്തെ സ്പാർക് പ്ലഗ്ഗ് ജ്വലിപ്പിക്കുന്നുവെന്നും പറഞ്ഞു. സ്പാർക് പ്ലഗ്ഗ് ജ്വലിക്കുന്നതെങ്ങനെയാണ്? കറന്റ് ഉപയോഗിച്ച്. ഇതിനുവേണ്ട കറന്റ് കാറിലെ ബാറ്ററി നൽകുന്നു. ഇതുകൊണ്ട് മാത്രമായില്ല, കാറിലെ ബാറ്ററിയുടെ ഉപയോഗം. സ്റ്റാർട്ടിങ് മോട്ടോർ തിരിക്കുന്നതിനും ഹെഡ് ലൈറ്റ് മുതലായവ പ്രകാശിപ്പിക്കുന്നതിനും വൈപ്പർ ചലിപ്പിക്കുന്നതിനും എല്ലാം കറന്റ് ആവശ്യമാണ്. ഈ പറഞ്ഞ കാര്യങ്ങൾക്കെല്ലാം വേണ്ട കറന്റ് ബാറ്ററിയിൽനിന്നും നിരന്തരം എടുത്തുകൊണ്ടിരുന്നാൽ ബാറ്ററി ഡിസ്ചാർജാവും. അപ്പോൾ, ബാറ്ററി വീണ്ടും ചാർജ് ചെയ്യപ്പെടണം. അതിനുള്ളതാണ് ഡൈനമോ. കറങ്ങിക്കൊണ്ടിരിക്കുമ്പോൾ ഡൈനമോ കറന്റ് ഉൽപ്പാദിപ്പിക്കും. എൻജിൻ പ്രവർത്തിക്കുമ്പോൾ ഡൈനമോയും കറങ്ങും. അങ്ങനെ എൻജിൻ പ്രവർത്തിക്കുമ്പോഴെല്ലാം ബാറ്ററി ചാർജ് ചെയ്യപ്പെടുകയും ചെയ്യുന്നു. ബാറ്ററി 12 വോൾട്ട് കറന്റാണ് നൽകുന്നത്. സിലിണ്ടറിനകത്തെ പെട്രോൾ വായുമിശ്രം ജ്വലിപ്പിക്കത്തക്കവിധം സ്പാർക്, പ്ലഗ്ഗിലുണ്ടാവണമെങ്കിൽ 14,000 മുതൽ 30,000 വരെ വോൾട്ടത ആവശ്യമാണ്. ഇത്രയും ഉന്നതമായ വോൾട്ടത ഉണ്ടാക്കാനുള്ള സംവിധാനമാണ് ഇഗ്നീഷൻ കോയിൽ.

ഒരു സ്വിച്ച് തിരിക്കുമ്പോൾ കാർ സ്റ്റാർട്ടാവുന്നതായാണ് നാം കാണുന്നത്. ബാറ്ററിയിൽനിന്ന് ഇഗ്നീഷൻ കോയിലിലൂടെ സ്പാർക്ക് പ്ലഗ്ഗിലേക്ക് കറണ്ട് കടത്തിവിടുകയാണ് ഈ സ്വിച്ചിടൽ കൊണ്ട് നിർവഹിക്കുന്നത്. പക്ഷേ, സ്പാർക്ക് പ്ലഗ്ഗ് ജ്വലിപ്പിക്കുന്നതുകൊണ്ടു മാത്രം കാർ സ്റ്റാർട്ടാവുമെന്നു കരുതേണ്ട. സ്പാർക്ക് പ്ലഗ്ഗ് ജ്വലിപ്പിക്കുന്നതോടൊപ്പം സിലിണ്ടറിനകത്ത് നല്ല മർദമുണ്ടായിരിക്കയും വേണം. അതായത് സിലിണ്ടറിനകത്ത് പ്രവേശിക്കുന്ന പെട്രോൾ വായുമിശ്രം ആ പിസ്റ്റനെ കംപ്രസ് ചെയ്യണം. അതിനായി എൻജിൻ പ്രവർത്തിക്കുന്നതിനു മുമ്പുതന്നെ പിസ്റ്റനെ ചലിപ്പിക്കണം. അതിനുള്ളതാണ് സ്റ്റാർട്ടിങ് മോട്ടോർ. ബാറ്ററിയിലെ കറണ്ടുകൊണ്ട് സ്റ്റാർട്ടിങ് മോട്ടോർ പ്രവർത്തിക്കും. ഇഗ്നീഷൻ ഒരിക്കൽ ആരംഭിച്ചു കഴിഞ്ഞാൽ അതൊരു ശൃംഖലയായി തുടർന്നുകൊള്ളും.

ഡീസൽ എൻജിനുകളിൽ കാർബറേറ്ററും സ്പാർക്ക് പ്ലഗ്ഗും ഇല്ല. ഡീസൽ, സിലിണ്ടറുകളിലേക്ക് ഇൻജക്റ്റ് ചെയ്യപ്പെടുകയും പിസ്റ്റൺ മർദം മൂലം സ്പാർക്ക് പ്ലഗ്ഗില്ലാതെ സ്വയം ജ്വലിക്കപ്പെടുകയുമാണ് ചെയ്യുന്നത്. ഡീസൽ എഞ്ചിനിലെന്നപോലെ പെട്രോൾ എഞ്ചിനുകളിലും ഫ്യൂൽ ഇൻ ജക്ഷൻ സംവിധാനം ഉപയോഗിക്കുന്നുണ്ട്. ഇതിനെ മൾട്ടി പോയിന്റ് ഫ്യൂൽ ഇൻജക്ഷൻ (MPFI) എന്നു പറയുന്നു. കാർബറേറ്ററിന്റെ സഹാ യമില്ലാതെ ഫ്യൂൽ മിശ്രിതം യഥാസമയത്ത് ഓരോ സിലിണ്ടറിലും കൃത്യ മായ അളവിൽ ഇൻജക്ട് ചെയ്യുന്നു ഈ സംവിധാനത്തിൽ. എല്ലാ സിലി ണ്ടറുകളിലും എല്ലായ്പ്പോഴും ഒരേ അളവിൽ ഫ്യൂൽ മിശ്രിതം എത്തുന്നു എന്നതുകൊണ്ട്, എം.പി.എഫ്.ഐ. സംവിധാനമുള്ള കാറുകളിൽ പുക കുറഞ്ഞിരിക്കുകയും നല്ല മൈലേജ് ലഭിക്കുകയും ചെയ്യുന്നു. അതു കൊണ്ട് ആധുനിക പെട്രോൾ കാറുകളിലെല്ലാം ഫ്യൂൽ ഇൻജക്ഷൻ സംവിധാനമാണ് ഉള്ളത്.

എൻജിൻ സുഗമമായി പ്രവർത്തിക്കാനുള്ള സജ്ജീകരണങ്ങൾ നാം മനസ്സിലാക്കി. അടുത്തതായി എൻജിൻ ഉൽപ്പാദിപ്പിക്കുന്ന ശക്തി ചക്ര ങ്ങളിലേക്ക് കൈമാറുകയാണ് വേണ്ടത്. ക്രാങ്ക്ഷാഫ്റ്റിൽ നിന്ന് ചക്ര ങ്ങളിലേക്ക് തിരിയുന്ന ഒരു അച്ചുതണ്ട് നേരിട്ട് ഘടിപ്പിച്ചാൽ മതിയോ ഇതിന്? അങ്ങനെയാണെങ്കിൽ എൻജിൻ സ്റ്റാർട്ട് ചെയ്യുന്നതോടെ ചക്ര ങ്ങൾ തിരിയുന്നതിനും വാഹനം നിൽക്കുന്നതോടെ എൻജിൻ നിൽക്കുന്ന തിനും ഇടയാവുന്നു. അതുകൊണ്ട് എൻജിൻ സ്റ്റാർട്ട് ചെയ്യുമ്പോഴെങ്കിലും എൻജിനും ചക്രങ്ങളുമായുള്ള ബന്ധം വേർപെടണം. സ്റ്റാർട്ട് ചെയ്തശേഷം ചക്രങ്ങളുമായി ബന്ധിപ്പിക്കുകയും വേണം. ഇതിനുള്ള സജ്ജീകരണമാണ് ക്ലച്ച്. ക്ലച്ച് അമർത്തുമ്പോൾ ചക്രങ്ങളും എൻജിനുമായുള്ള ബന്ധം വേർപെ ടുന്നു.

നിശ്ചലമായി കിടക്കുന്ന ഭാരംനിറച്ച ഒരു ഉന്തുവണ്ടി ഒന്നു ഉരുണ്ടു കിട്ടുവാൻ അത് വലിച്ചുകൊണ്ടുപോവാൻ വേണ്ടതിൽ കൂടുതൽ ആളു കളുടെ ശ്രമം വേണ്ടിവരാറില്ലേ? അതുപോലെ നിശ്ചലമായി കിടക്കുന്ന ഒരു മോട്ടോർകാർ ഒന്നു ചലിച്ചുകിട്ടാൻ അതിന് വേഗത്തിൽ ഓടുമ്പോൾ വേണ്ടതിലും അധികം ശക്തി വേണ്ടിവരുന്നു. എൻജിൻ വളരെ വേഗത്തിൽ കറങ്ങുന്നുണ്ടെങ്കിലും അത് പ്രദാനം ചെയ്യുന്ന ശക്തി കുറവായിരിക്കും. എൻജിന്റെ കറക്കത്തെ ക്രമീകരിച്ച് കൂടുതൽ ശക്തിയാക്കി മാറ്റാം. സൈക്കിൾ പെഡലിലെ ചെറിയ കറക്കത്തെ പിൻചക്രത്തിന്റെ വലിയ കറക്ക മാക്കി മാറ്റുന്നില്ലേ? അതേ പ്രവൃത്തി തിരിച്ചായാൽ വലിയ കറക്കത്തെ കൂടുതൽ ശക്തിയുള്ള ചെറിയ കറക്കമാക്കി മാറ്റാം. ഈ പ്രവൃത്തി ഗിയർ ബോക്സിലെ ചെറുതും വലുതുമായ പൽചക്രങ്ങൾ നിർവഹിക്കുന്നു. അങ്ങനെ എൻജിൻ ഉൽപ്പാദിപ്പിക്കുന്ന കറക്കം ക്ലച്ചിലൂടെയും ഗിയർ ബോക്സിലെ പൽചക്രങ്ങളിലൂടെയും കൈമാറി ഒരു അച്ചുതണ്ട് വഴി ചക്ര

ങ്ങളിലെത്തുന്നു. ഈ സംവിധാനത്തെ പവർ ട്രാൻസ്മിഷൻ സിസ്റ്റം എന്നു പറയുന്നു.

എൻജിനെയും പവർ ട്രാൻസ്മിഷൻ സിസ്റ്റത്തേയും ചേസിസ് താങ്ങി നിർത്തുന്നു. വാഹനത്തെ ആവശ്യമായ മാർഗങ്ങളിലൂടെ തിരിച്ചുകൊണ്ടു പോകുവാൻ മുൻചക്രങ്ങളെ നിയന്ത്രിച്ചാൽ മതി. അതിനുള്ളതാണ് സ്റ്റിയറിങ് സിസ്റ്റം. ഓടുന്ന വാഹനത്തെ ആവശ്യമുള്ളപ്പോൾ പിടിച്ചു നിർത്തണം. അതിനുള്ളതാണ് ബ്രേക്ക് സിസ്റ്റം. സിലിണ്ടറിനകത്തേക്കുള്ള ഇന്ധനമിശ്രത്തിന്റെ പ്രവാഹം വർധിപ്പിച്ച് എൻജിന്റെ കറക്കവും വർധിപ്പിക്കാം. ഇതിനുള്ള സജ്ജീകരണമാണ് ആക്സിലറേറ്റർ.

പരുപരുത്ത മാർഗങ്ങളിലൂടെ സഞ്ചരിക്കുമ്പോൾ വാഹനത്തിനുണ്ടാവുന്ന കുലുക്കത്തേയും ആഘാതത്തെയും ചെറുക്കാൻ സ്പ്രിങ്ങുകളും ഷോക്അബ്സോർബറുകളും ഉപയോഗിക്കുന്നു.

2. നിയന്ത്രിക്കേണ്ട ഘടകങ്ങൾ

എല്ലാ മോട്ടോർ വാഹനങ്ങളുടെയും നിയന്ത്രണം അടിസ്ഥാനപരമായി ഒരേ രീതിയിലാണ്. ആദ്യമായി, വാഹനം ഓടിക്കുമ്പോൾ നിയന്ത്രിക്കേണ്ടതും ശ്രദ്ധിക്കേണ്ടതും ആയ സജ്ജീകരണങ്ങൾ മനസ്സിലാക്കാം.

സ്പീഡോമീറ്റർ

വാഹനത്തിന്റെ വേഗം അറിയാനുള്ള ഉപകരണമാണ് സ്പീഡോമീറ്റർ. ഒരു മണിക്കൂറിൽ എത്ര കിലോമീറ്റർ വേഗത്തിലാണ് വാഹനം ഓടിക്കൊണ്ടിരിക്കുന്നതെന്ന് സ്പീഡോമീറ്ററിന്റെ സൂചി കാണിച്ചുകൊണ്ടിരിക്കും. കൂടാതെ എത്ര ദൂരം ഓടിക്കഴിഞ്ഞു എന്ന് അതിലെ ഓഡോമീറ്റർ രേഖപ്പെടുത്തുകയും ചെയ്യുന്നു. എല്ലാ പുതിയ മോഡൽ കാറുകളിലും ഓഡോമീറ്റർ ഡിജിറ്റലാണ്.

ഫ്യൂൽഗേജ്

വാഹനത്തിന്റെ ടാങ്കിൽ എത്രമാത്രം ഇന്ധനമുണ്ടെന്ന് കാണിക്കുന്നു. ഇന്ധനം മുഴുവനും തീർന്നുപോകുംമുമ്പേ വീണ്ടും നിറയ്ക്കുന്നതിന് ഫ്യൂൽഗേജ് സൂചന നൽകുന്നു.

പ്രഷർഗേജ്

എൻജിൻ പ്രവർത്തിക്കുമ്പോൾ നിരന്തരമായ ലൂബ്രിക്കേഷൻ ആവശ്യമാണ്. അതിനു മതിയായ ഓയിൽപ്രഷർ ഉണ്ടോ എന്ന് അറിയുവാനുള്ള ഉപകരണമാണ് ഇത്. ആധുനിക വാഹനങ്ങളിൽ ചുവന്ന ഒരു വിളക്കാണ് ഇത് സൂചിപ്പിക്കുന്നത്. പ്രഷർഗേജ് നിർദിഷ്ടമായ പ്രഷർ കാണിക്കുന്നില്ലെങ്കിൽ (ചുവന്ന വിളക്ക് പ്രകാശിക്കുന്നെങ്കിൽ) വണ്ടി ഓടിക്കാൻ പാടില്ല.

ഇഗ്നീഷൻ ലൈറ്റ്

ബാറ്ററിയിലെ കറന്റ് ഉപയോഗപ്പെടുത്തിക്കൊണ്ടിരിക്കുമ്പോൾ ചുവന്ന ഇഗ്നീഷൻ ലൈറ്റ് പ്രകാശിക്കും. എൻജിൻ നല്ല വേഗത്തിലെത്തിയാൽ ഈ ലൈറ്റ് കെട്ടുപോകുന്നു. ഇതിനർഥം ഇപ്പോൾ ബാറ്ററിയിലെ കറന്റ് ഉപയോഗിക്കുന്നില്ല, എൻജിൻ ഉൽപ്പാദിപ്പിക്കുന്ന കറണ്ടുമാത്രമാണ് ഉപയോഗിക്കുന്നത് എന്നാണ്. ഈ ലൈറ്റ് കത്തികൊണ്ടിരുന്നിട്ടും വണ്ടി തുടർന്ന് ഓടിച്ചാൽ ബാറ്ററിയിലെ കറന്റ് മുഴുവനായും ചോർന്നുപോകാനും ഒരുപക്ഷേ ബാറ്ററി തീരെ നാശമായിപ്പോകാനും ഇടയുണ്ട്. ഈ ലൈറ്റിനു പുറമേ ഇക്കാര്യം സൂചിപ്പിക്കാൻ അമ്മീറ്റർ എന്ന ഉപകരണം കൂടി പഴയ അംബാസിഡർ ഉൾപ്പെടെയുള്ള ചില വണ്ടികളിൽ ഉണ്ടായിരുന്നു. വണ്ടി ഓടുമ്പോൾ അമ്മീറ്ററിലെ സൂചി + എന്ന വശത്തേക്കു നീങ്ങി നിൽക്കണം. ബാറ്ററി ചാർജായിക്കൊണ്ടിരിക്കുന്നു എന്നാണ് ഇതിനർഥം. മറിച്ച് - എന്ന ഭാഗത്തേക്കാണ് സൂചി നീങ്ങുന്നതെങ്കിൽ ബാറ്ററിയിൽ നിന്നും കറന്റ് നഷ്ടപ്പെട്ടുകൊണ്ടിരിക്കുന്നു എന്നാണ് സൂചിപ്പിക്കുന്നത്. വാഹനം കുറേ ദൂരം ഓടിക്കഴിയുമ്പോൾ + ലേക്കോ –ലേക്കോ ചലിക്കാതെ സൂചി 0-ൽ നിൽക്കണം. അതായത് ബാറ്ററി വേണ്ടത്ര ചാർജായിരിക്കുന്നു

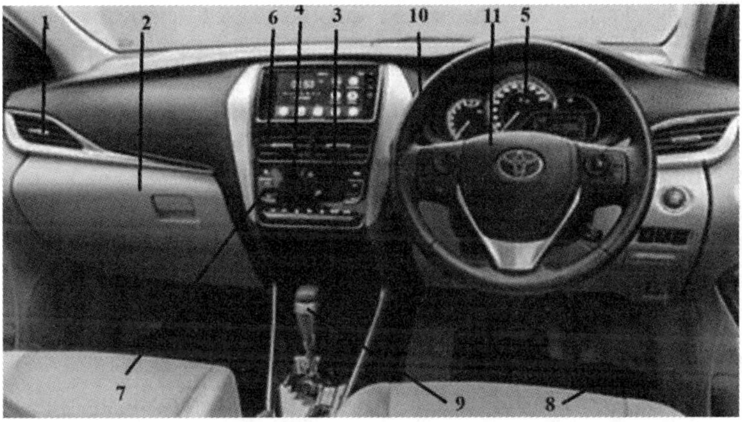

ചിത്രം 1.2 കാറിന്റെ സ്റ്റിയറിങ് വീലും നിയന്ത്രിക്കേണ്ട മറ്റ് ഘടകങ്ങളും

1. സൈഡ് വെന്റിലേറ്റർ
2. ഗ്ലൗ ബോക്സ്
3. റേഡിയോ
4. സിഗരറ്റ് ലൈറ്റർ
5. സ്പീഡോ മീറ്റർ
6. സെന്റർ വെന്റിലേറ്റർ
7. ഹീറ്റർ കൺട്രോൾ പാനൽ
8. ഹുഡ് റിലീസ്
9. ഗിയർ ലിവർ
10. സ്റ്റിയറിങ് വീൽ
11. ഹോൺ

എന്നാണ് ഇത് സൂചിപ്പിക്കുന്നത്. ചുവന്ന വിളക്കു മാത്രം ഇന്റിക്കേറ്ററായുള്ള വാഹനങ്ങളിൽ, ഈ വിളക്ക് വണ്ടി ഓടുമ്പോഴും കത്തി നിൽക്കുകയാണെങ്കിൽ എത്രയും വേഗം ഒരു വർക്ക്ഷോപ്പിനെ സമീപിക്കണം.

സ്വിച്ച്

ഇഗ്നീഷൻ സ്വിച്ചിലെ താക്കോൽ വലതുഭാഗത്തേക്ക് തിരിച്ചാണ് വാഹനം സ്റ്റാർട്ടാക്കുന്നത്. മിക്കവാറും കാറുകളിൽ ഇതേ താക്കോൽ തന്നെ ആയിരിക്കും ഡോർ, ഡിക്കി, പെട്രോൾ ടാങ്ക് എന്നിവ പൂട്ടുന്നതിനും ഉപയോഗിക്കുക. സ്റ്റിയറിങ് ലോക്കും ഇതേ താക്കോലിൽ തന്നെയാണ്.

ചോക്ക്

എൻജിൻ തണുത്തിരിക്കുന്ന അവസരങ്ങളിൽ (രാവിലെ) സ്റ്റാർട്ടാക്കുവാൻ ചോക്ക് ഉപയോഗിക്കാം. ചോക്ക് വലിച്ചുവച്ചാൽ, പെട്രോൾ വായു മിശ്രത്തിലെ പെട്രോളിന്റെ അളവ് കൂടുതലാകുന്നു. അങ്ങനെ കാർ വേഗത്തിൽ സ്റ്റാർട്ടാവുന്നു. വണ്ടി ഓടിക്കൊണ്ടിരിക്കുമ്പോൾ ചോക്ക് വലിച്ചുവച്ചാൽ കൂടുതൽ പെട്രോൾ ചെലവാകുന്നു എന്നു മാത്രമല്ല ശരിയായ ലൂബ്രിക്കേഷൻ ലഭിക്കാതെ സിലിണ്ടർ ഭിത്തികൾ കേടാവാനും കാരണമാവുന്നു. നമ്മുടെ നാട്ടിൽ സാധാരണയായി ചോക്ക് ഉപയോഗിക്കേണ്ടി വരാറില്ല. ഇപ്പോഴുള്ള പുതിയ വാഹനങ്ങളിൽ ചോക്ക് എന്ന സംവിധാനമില്ല.

ഹെഡ്‌ലൈറ്റ്

വാഹനം ഇരുട്ടിൽ ഓടിക്കുമ്പോൾ പ്രകാശിപ്പിക്കുന്നതിനുള്ള വിളക്കാണിത്. ഡാഷ് ബോർഡിലെ സ്വിച്ചിനു പുറമേ, ഈ വിളക്കുകൾ ഡിം-ബ്രൈറ്റ് ചെയ്യുവാൻ ഒരു ഡിപ്സ്വിച്ച് കൂടി ഉണ്ടായിരിക്കും. നൂതനമായ കാറുകളിൽ കൈകൊണ്ട് പ്രവർത്തിപ്പിക്കാവുന്നവിധം സ്റ്റിയറിങ് കോളത്തിലായിരിക്കും ഡിപ്സ്വിച്ച്. കൂടാതെ ഇന്റിക്കേറ്റർ, ലൈറ്റ് ഓൺ-ഓഫ് എന്നിവയെല്ലാം ഇതിൽ തന്നെ ആയിരിക്കും.

വിൻഡ് സ്ക്രീൻവൈപ്പർ

ഡ്രൈവറുടെ മുന്നിലെ ചില്ലുകൊണ്ടുള്ള വിൻഡ് സ്ക്രീൻ മഴക്കാലത്ത് വെള്ളം കൊണ്ടു മൂടപ്പെടുമ്പോൾ, വെള്ളം തുടച്ചു മാറ്റാനുള്ള ഉപകരണമാണ് വൈപ്പർ. ചില്ലിൽ വെള്ളം പുരളാതിരിക്കുമ്പോൾ വൈപ്പർ പ്രവർത്തിപ്പിച്ചാൽ ചില്ലിൽ പോറലുകൾ ഉണ്ടാകാനിടയുണ്ട്. വൈപ്പർ പ്രവർത്തിപ്പിക്കുന്ന ലിവറിൽ തന്നെ വിൻഡ് സ്ക്രീൻ വാഷർ കൂടി ഉണ്ടായിരിക്കും ആധുനികമായ കാറുകളിൽ.

റിയർ വ്യൂ മിറർ

പുറകിലെ ദൃശ്യങ്ങൾ കാണാനുള്ളതാണ് ഈ കണ്ണാടി. ഉദാഹര

ണമായി, പ്രധാന റോഡിൽനിന്ന് വാഹനം വലതുവശത്തേക്കു തിരിക്കുമ്പോൾ പുറകിൽ ഏതെങ്കിലും വാഹനം ഉണ്ടോ എന്നറിയാൻ ഈ കണ്ണാടി കൂടിയേ കഴിയൂ. ആവശ്യാനുസരണം ഈ കണ്ണാടി ക്രമീകരിക്കാവുന്നതാണ്. ഡോർമിററും വളരെ സൗകര്യപ്രദമാണ്.

സ്റ്റിയറിങ്

വാഹനത്തിന്റെ ഗതി നിയന്ത്രിക്കാനുള്ള ഉപകരണമാണിത്. തള്ളവിരൽ മുകളിലും മറ്റു നാലു വിരലുകൾ താഴെയുമായി, അധികം മുറുക്കാതെയാണ് സ്റ്റിയറിങ്ങിൽ പിടിക്കേണ്ടത്. സ്റ്റിയറിങ്ങിലെ കൈകളുടെ സ്ഥാനം താഴെ വിവരിച്ചിരിക്കുന്ന വിധത്തിൽ ആയിരിക്കണം. ക്ലോക്കിൽ പത്തു മണി കഴിഞ്ഞ് പത്തു മിനിറ്റാകുമ്പോൾ സൂചികൾ നിൽക്കുന്ന സ്ഥാനമില്ലേ, അതേ സ്ഥാനത്തായിരിക്കണം കൈകൾ. വാഹനം വലതുവശത്തേക്ക് തിരിക്കേണ്ടിവരുമ്പോൾ വലതുകൈ കൊണ്ട് സ്റ്റിയറിങ്‌വീൽ താഴോട്ട് വലിക്കുകയും അതോടൊപ്പം ഇടതുകൈ താഴെ കൊണ്ടുവന്ന് മൃദുവായി മുകളിലേക്ക് തള്ളിക്കൊടുക്കുകയും വേണം. ഇടത്തോട്ട് വാഹനം തിരിക്കുമ്പോൾ ഇടതുകൈ കൊണ്ട് സ്റ്റിയറിങ് വീൽ താഴോട്ട് വലിക്കുകയും അതോടൊപ്പം വലതുകൈ താഴെ കൊണ്ടുവന്ന് മുകളിലേക്ക് തള്ളിക്കൊടുക്കുകയും വേണം. വണ്ടി ഓടിക്കുന്നതിൽ ഏറ്റവും പ്രധാനപ്പെട്ടതാണ് സ്റ്റിയറിങ് നിയന്ത്രണം. വീട്ടിൽ ഇരിക്കുമ്പോൾ ഒരു ചക്രത്തിൽ ഇക്കാര്യം പരിശീലിക്കുന്നത് നന്നായിരിക്കും. എഞ്ചിനിലെ ശക്തി ഉപയോഗിച്ച് എളുപ്പത്തിൽ നിയന്ത്രിക്കാവുന്ന പവർ സ്റ്റിയറിങ്ങാണ് ഇപ്പോഴുള്ള മിക്കവാഹനങ്ങളിലുമുള്ളത്.

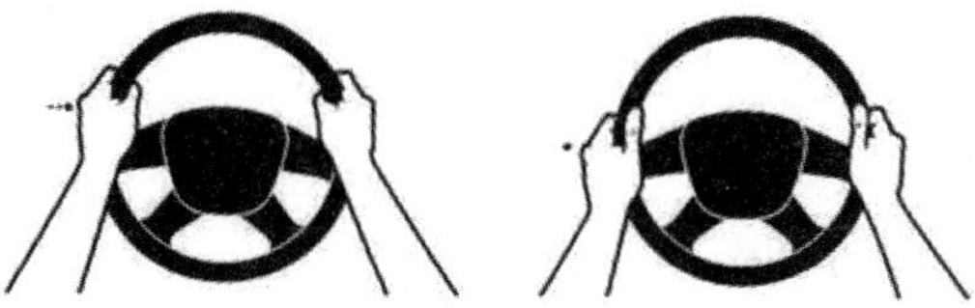

ചിത്രം 1.3 സ്റ്റിയറിങ്ങിൽ കൈവയ്ക്കുന്ന വിധം

സ്റ്റിയറിങ് വളരെ മൃദുവായേ തിരിക്കേണ്ടതുള്ളു. ഒരു വളവു തിരിഞ്ഞു കഴിഞ്ഞാൽ സ്റ്റിയറിങ് മറുവശത്തേക്കു തിരിച്ച് സ്റ്റെഡിയാക്കണം. കാർ ഓടിക്കുമ്പോൾ ബോണറ്റിലേക്കു നോക്കാതെ നേരേ മുമ്പോട്ടാണ് നോക്കേണ്ടത്.

ഹാൻഡ് ബ്രേക്ക്

കൈകൊണ്ടു പ്രവർത്തിപ്പിക്കുന്ന ബ്രേക്കാണിത്. ഒരു സ്റ്റാൻഡ്-ബൈ ബ്രേക്ക് എന്നതിനു പുറമേ വാഹനം പാർക്കുചെയ്തു പോകുമ്പോൾ

താനേ ഉരുണ്ടുപോകാതിരിക്കുവാൻ ഹാൻഡ് ബ്രേക്ക് ഉപയോഗിക്കേണ്ട താണ്. കയറ്റത്തിൽ നിൽക്കുന്ന വണ്ടി പുറകോട്ടു നീങ്ങാതെ എടുക്കുന്ന തിന് ഹാൻഡ് ബ്രേക്ക് ആവശ്യമാണ്. പിൻചക്രങ്ങളിൽ മാത്രമേ ഹാൻഡ് ബ്രേക്കിന് പിടിത്തമുള്ളു. പെഡൽ ബ്രേക്കിനാകട്ടെ നാലു ചക്രങ്ങളിലും പിടിത്തമുണ്ട്. ഹാൻഡ് ബ്രേക്ക് വലിച്ചുവച്ച് കുറേദൂരം വണ്ടി ഓടിച്ചാൽ ബ്രേക്ക് സിസ്റ്റത്തിന് തകരാറുണ്ടാകും.

ഗിയർ

വ്യത്യസ്ത വേഗത്തിൽ വാഹനം ഓടിക്കുന്നതിനാണ് ഗിയറുകൾ. വാഹനത്തിന്റെ വേഗം കുറയുന്നതിനനുസരിച്ച് താഴ്ന്ന ഗിയറുകളും വേഗം കൂടുന്നതിനനുസരിച്ച് ഉയർന്ന ഗിയറുകളും ഉപയോഗിക്കണം. സാധാരണ കാറുകളിൽ നാലു ഫോർവേഡ് (മുന്നോട്ട് ഓടുന്നതിന്) ഗിയറും ഒരു റിവേഴ്സ് (പുറകോട്ട് ചലിപ്പിക്കാൻ) ഗിയറും ആണുള്ളത്. മാരുതി എസ്റ്റീം, സെൻ, വേഗൺ ആർ, ടയോട്ട ക്വാളീസ്, ഓപ്പൽ കോർസ, ഹോണ്ട സിറ്റി, ലാൻസർ തുടങ്ങിയ കാറുകളിൽ അഞ്ചാമതായി ഓവർഡ്രൈവ് എന്നൊരു ഗിയർ കൂടെയുണ്ട്. വണ്ടി സ്റ്റാർട്ടുചെയ്താൽ ആദ്യം ഇടേണ്ടത് ഫസ്റ്റ് ഗിയർ ആയിരിക്കണം. കാരണം, അപ്പോഴാണല്ലോ വാഹനത്തിന് ഏറ്റവും കുറഞ്ഞ വേഗം. അതെ, 'കുറഞ്ഞ വേഗത്തിന് കുറഞ്ഞ ഗിയർ, കൂടിയ വേഗത്തിന് കൂടിയ ഗിയർ'.

പെഡലുകൾ

ക്ലച്ച്, ബ്രേക്ക്, ആക്സിലറേറ്റർ എന്നീ ക്രമത്തിൽ ഇടത്തുനിന്ന് വല ത്തോട്ട് കാൽകൊണ്ടു പ്രവർത്തിപ്പിക്കേണ്ട മൂന്നു പെഡലുകളുണ്ട്. വലതു കാൽകൊണ്ട് ആക്സിലറേറ്ററും ബ്രേക്കും പ്രവർത്തിപ്പിക്കുന്നു. ഇടതു കാൽകൊണ്ട് ക്ലച്ചും. ഓട്ടോമാറ്റിക് ട്രാൻസ്മിഷനുള്ള കാറുകൾക്ക് ക്ലച്ച് പെഡൽ ഉണ്ടാവില്ല. രണ്ട് പെഡലുകളേ കാണുകയുള്ളൂ.

ഫുട്ട് ബ്രേക്ക്

ഫുട്ട് ബ്രേക്ക്, ഹൈഡ്രോളിക് സംവിധാനത്തിൽ പ്രവർത്തിക്കുന്ന ശക്തമായ ബ്രേക്കാണ്. നാലു ചക്രങ്ങളെയും ഒരേ സമയത്ത് ഇത് പിടിച്ചു നിർത്തുന്നു. പുതിയ മോഡൽ കാറുകളിൽ കൂടുതൽ ഫലപ്രദമായ ഡിസ്ക് ബ്രേക്കുകളും ഉപയോഗിക്കുന്നു. പാദത്തിന്റെ അഗ്രംകൊണ്ടോ ഉപ്പൂറ്റികൊണ്ടോ അമർത്താതെ മുഴവൻ പാദവും കൊണ്ടു വേണം ഫുട്ട് ബ്രേക്ക് പ്രവർത്തിപ്പിക്കുവാൻ.

ക്ലച്ച്

എൻജിനും ചക്രങ്ങളുമായുള്ള ബന്ധം ക്ലച്ചിലാണ് സ്ഥാപിച്ചിരിക്കു

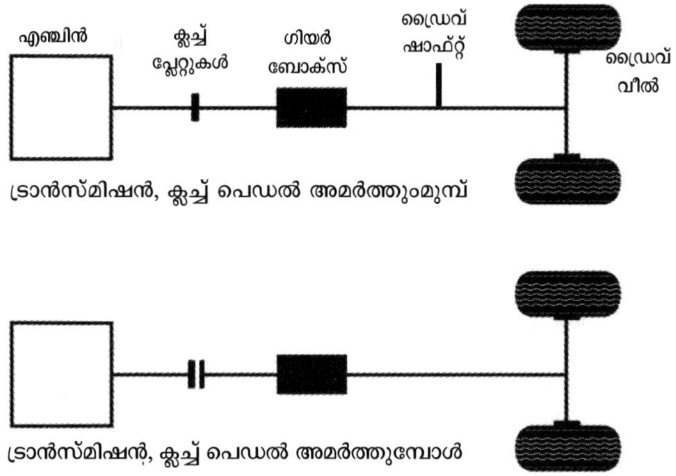

ചിത്രം 1.4 ക്ലച്ചിന്റെ പ്രവർത്തനം

ന്നത്. ക്ലച്ച് പെഡൽ മെല്ലെ അമർത്തുമ്പോൾ ചക്രങ്ങൾക്ക് എൻജിനുമായുള്ള ബന്ധം ഭാഗികമായി ഇല്ലാതാവുന്നു. ക്ലച്ച് പൂർണമായി അമർത്തിയാൽ ന്യൂട്രൽ ഗിയറിൽ എന്നപോലെ എൻജിനും ചക്രങ്ങളുമായുള്ള ബന്ധം തീരെ ഇല്ലാതാവുന്നു. എൻജിനും ഗിയർബോക്സിനും ഇടയ്ക്കാണ് ക്ലച്ച്. എൻജിൻഷാഫ്റ്റിൽ ഒരു പ്ലെയ്റ്റും ഗിയർ ബോക്സിലേക്കുള്ള ഷാഫ്റ്റിൽ മറ്റൊരു പ്ലെയ്റ്റും ഇവ തമ്മിൽ ദൃഢമായി അമർന്നിരിക്കും. എൻജിനും ഗിയർബോക്സും ഒരു ദണ്ഡുകൊണ്ട് യോജിപ്പിച്ചതുപോലെ. ക്ലച്ച്പെഡൽ അമർത്തിയാൽ ഈ പ്ലേറ്റുകൾ തമ്മിൽ അകലുന്നു. ഈ സമയത്ത് എൻജിൻ സ്റ്റാർട്ടു ചെയ്താൽ ഗിയറിൽ ആണെങ്കിൽപ്പോലും വാഹനം ചലിക്കുന്നില്ല. എൻജിന്റെ ഭാഗത്തുള്ള പ്ലെയ്റ്റ് മാത്രം കറങ്ങിക്കൊണ്ടിരിക്കും. ക്ലച്ചിൽ നിന്ന് കാൽ പതുക്കെ എടുത്താൽ എൻജിനിലെ കറങ്ങുന്ന ക്ലച്ച് പ്ലെയ്റ്റ് കറങ്ങാതിരിക്കുന്ന ഗിയർ ബോക്സിലെ പ്ലെയ്റ്റിനെ തലോടുന്നതുപോലെ മെല്ലെ തിരിക്കും. തൽഫലമായി കാർ മെല്ലെ ചലിക്കാൻ തുടങ്ങും. ക്ലച്ചിൽ നിന്ന് കാൽ പൂർണമായും എടുത്തു കഴിഞ്ഞാൽ എൻജിനും ചക്രങ്ങളുമായുള്ള ബന്ധം പൂർണമാവുന്നു. വണ്ടി ഓടിക്കൊണ്ടിരിക്കുമ്പോൾ കാൽ ക്ലച്ചിൽ വയ്ക്കരുത്. ക്ലച്ച് അൽപ്പം അമർന്നിരുന്നാൽ ക്ലച്ച് പ്ലെയ്റ്റിന് അനാവശ്യമായ തേയ്മാനമുണ്ടാവുന്നു.

3. കാർ സ്റ്റാർട്ടാക്കും മുമ്പ്

മുമ്പേ പരിചയപ്പെട്ട ഘടകങ്ങളുടെ ശരിയായ നിയന്ത്രണമാണ് ഡ്രൈവിങ്.

നിങ്ങൾ ആദ്യമായാണോ കാർ സ്റ്റാർട്ട് ചെയ്യുവാൻ പോവുന്നത്? എങ്കിൽ ഇക്കാര്യങ്ങൾ കൂടി പരിശീലിച്ച ശേഷമേ കാർ സ്റ്റാർട്ടുചെയ്യാവൂ. കാർ ഓടിക്കുമ്പോൾ നിയന്ത്രിക്കേണ്ടതും ശ്രദ്ധിക്കേണ്ടതും ആയ ഘടക ങ്ങളെക്കുറിച്ച് സാമാന്യമായി മനസ്സിലാക്കിയിരിക്കുക എന്നതാണ് ഒന്നാ മത്തെ കാര്യം. ഒരു നിമിഷം പോലും കീഴ്പ്പോട്ടു നോക്കാതെ ക്ലച്ച്, ഗിയർ, ബ്രേക്ക് എന്നിവ പ്രവർത്തിപ്പിക്കാൻ, കാർ സ്റ്റാർട്ടാക്കാതെ തന്നെ പരിശീ ലിക്കുക. ഗിയറിന്റെ സ്ഥാനങ്ങൾ വ്യക്തമായി മനസ്സിലാക്കുക.

കസേരയിൽ നാം ചാരി ഇരിക്കാറില്ലേ? അതുപോലെ അനായാസ മായി വേണം ഡ്രൈവിങ് സീറ്റിൽ ഇരിക്കുവാൻ. ദേഹത്തിന്റെ ഒരു ഭാഗത്തും പ്രത്യേക ഭാരമോ ആയാസമോ തോന്നാൻ പാടില്ല. കസേരയിൽ ഇരുന്ന് മേശപ്പുറത്തു വച്ച് എഴുതുന്ന ലാഘവത്തോടെ നിയന്ത്രിക്കാവുന്ന കാര്യങ്ങൾ മാത്രമേ ഒരു മോട്ടോർ കാറിലുള്ളൂ. ശാരീരികമായ യാതൊരു അധ്വാനത്തിന്റെയും ആവശ്യമില്ല ഇവിടെ.

ഡ്രൈവിങ് തുടങ്ങുന്നത് ഒരു മൈതാന ത്തിൽ വച്ചായാൽ നന്ന്!

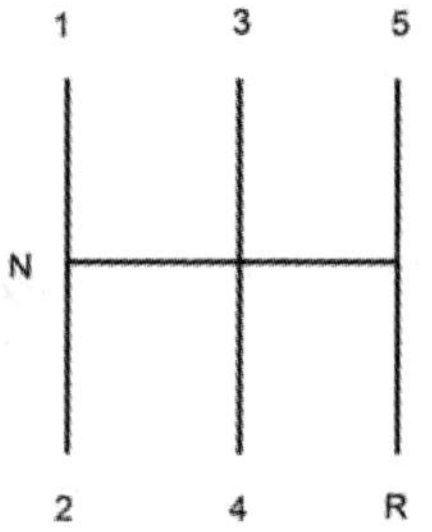

ചിത്രം 1.5 ഗിയറുക ളുടെ സ്ഥാനം

ഗിയർ

ഗിയറിന്റെ ആവശ്യമെന്തെന്ന് നാം മുമ്പേ മനസ്സിലാക്കുകയുണ്ടായി. കുറഞ്ഞ വേഗത്തിന് കുറഞ്ഞ ഗിയർ, കൂടിയ വേഗത്തിന് കൂടിയ ഗിയർ എന്ന തത്വവും ഓർമയുണ്ടല്ലോ.

മിക്കവാറും എല്ലാ ചെറിയ കാറുകൾക്കും അഞ്ച് ഫോർവേഡ് ഗിയറും ഒരു റിവേഴ്സ്

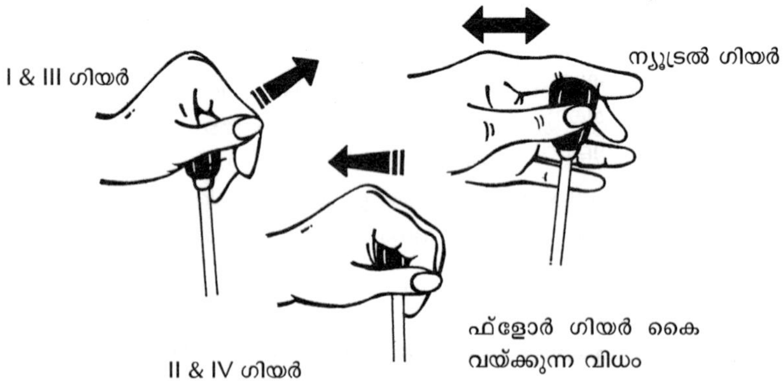

ചിത്രം 1.6 ഗിയറിൽ കൈവയ്ക്കുന്ന വിധം

ഗിയറുമാണ് ഉണ്ടാവുക. മെഴ്സിഡസ് E-ക്ലാസ്സ്, BMW, ഓഡി തുടങ്ങിയ കാറുകളിൽ ആറും ഏഴും ഓവർഡ്രൈവ് ഗിയറുകൾ കൂടിയുണ്ട്. ഫ്ളോർ ഗിയർ മാറ്റുമ്പോൾ ഗിയർ ലിവർ കൈവയ്ക്കേണ്ട രീതി ചിത്രത്തിൽ കാണാം.

ക്ലച്ച്, ബ്രേക്ക്, ആക്സിലറേറ്റർ

കാർ ഓടിക്കൊണ്ടിരിക്കുമ്പോൾ, ഒരു ഗിയറിൽനിന്ന് മറ്റൊന്നിലേക്ക് മാറ്റുമ്പോൾ എൻജിനും ഗിയർ ബോക്സും തമ്മിലുള്ള ബന്ധം വേർപെടുത്തുന്നതിനുള്ള സംവിധാനമാണ് ക്ലച്ച്. ക്ലച്ച് പെഡൽ നന്നായി അമർത്തിയാൽ ഗിയർബോക്സും എൻജിനും തമ്മിലുള്ള ബന്ധം പൂർണമായും ഇല്ലാതാവുന്നു. ക്ലച്ച് പെഡൽ ഒട്ടും അമർത്താത്ത അവസരത്തിൽ എൻജിനും ഗിയർ ബോക്സും ഒറ്റ ദണ്ഡു പോലെ ബന്ധപ്പെട്ടിരിക്കും.

ചിത്രം 1.7 കാലുകളുടെ ഉപ്പൂറ്റി മാത്രമേ തറയിൽ തൊടാവൂ

വണ്ടി ഓടിക്കൊണ്ടിരിക്കുമ്പോൾ കാലുകൾ വയ്ക്കേണ്ടത് ചിത്രം 1.7-ൽ കാണിച്ചിരിക്കുന്ന വിധത്തിലാണ്. ക്ലച്ച് ഇടതുകാൽകൊണ്ടും ബ്രേക്കും ആക്സിലറേറ്ററും വലതുകാൽകൊണ്ടും പ്രവർത്തിക്കേണ്ടവയാണ്.

സ്റ്റാർട്ട് ചെയ്യുവാൻ

എൻജിൻ സ്റ്റാർട്ടു ചെയ്യുന്നതിനു മുമ്പ് ചില കാര്യങ്ങൾ ശ്രദ്ധിക്കേണ്ടതുണ്ട്. ഡോർ അടയ്ക്കുക, റിയർ വ്യൂ മിറർ ക്രമീകരിക്കുക, ഹാൻഡ് ബ്രേക്ക് ഇടുക, ഗിയർ ന്യൂട്രലിൽ ആക്കുക. ഇത്രയും ചെയ്താൽ കാർ സ്റ്റാർട്ടാക്കുന്നതിന് നിങ്ങൾ തയാറായിരിക്കുന്നു.

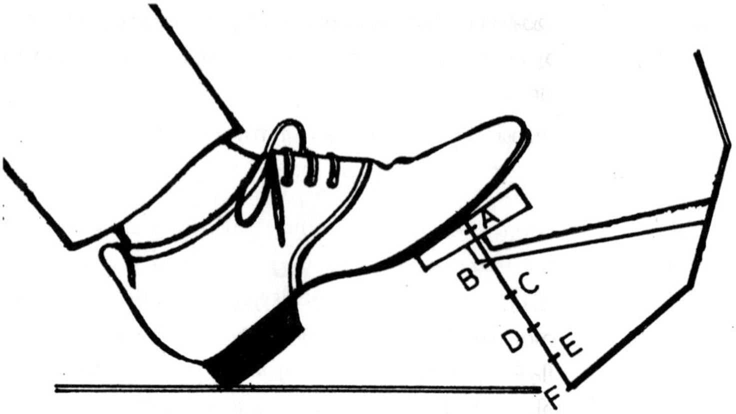

ചിത്രം 1.8 പെഡലിൽ കാൽ വയ്ക്കേണ്ട വിധം.

ഇഗ്നീഷൻകീ പൂർണമായും വലത്തോട്ട് തിരിച്ച് ഉടനെ അതിൽനിന്നും കയ്യെടുക്കുക. ഒരുപക്ഷേ ആദ്യത്തെ തിരിക്കലിൽ സ്റ്റാർട്ടായില്ല എന്നു വരാം. സാരമില്ല. പത്ത് സെക്കന്റ് കഴിഞ്ഞാൽ ഒന്നുകൂടി തിരിക്കുക (ബാറ്ററിക്ക് വീണ്ടും ശക്തി സമാഹരിക്കുന്നതിന് ഓരോ സ്റ്റാർട്ടിങ്ങിനും തമ്മിൽ അൽപ്പം ഇടവേള നൽകുക). എൻജിൻ സ്റ്റാർട്ടായിരിക്കുന്നു.

മുമ്പേ പറഞ്ഞതുപോലെ സ്റ്റിയറിങ് വീലിൽ 10 മണി 10 മിനിറ്റ് എന്ന സ്ഥാനത്തു കൈവയ്ക്കുക. ഇടതുകാൽകൊണ്ട് ക്ലച്ച് അമർത്തി ഗിയർ ലിവർ ഒന്നാം സ്ഥാനത്തേക്ക് നീക്കുക - ഫസ്റ്റ് ഗിയർ. ഇപ്പോൾ നിങ്ങൾ കാർ മുമ്പോട്ട് ചലിപ്പിക്കാൻ തയാറായിക്കഴിഞ്ഞു. ഹാൻഡ് ബ്രേക്ക് വലിച്ചു വച്ചിട്ടുള്ളത് വിടുവിക്കുക. ചുറ്റുപാടും കണ്ണോടിച്ച് പുറകിൽനിന്ന് വാഹനങ്ങൾ ഒന്നുംതന്നെ വരുന്നില്ലെന്ന് ഉറപ്പുവരുത്തിയ ശേഷം ക്ലച്ചിൽ നിന്ന് കാൽ അൽപ്പം അയയ്ക്കുക. ഒരു കാൽ സെന്റിമീറ്റർ കണ്ട്. അതോടൊപ്പം ആക്സിലറേറ്റർ വലതുകാൽകൊണ്ട് മെല്ലെ അമർത്തുക. കാർ പതുക്കെ മുന്നോട്ട് നീങ്ങുന്നതായി കാണാം. കാർ അനങ്ങിത്തുടങ്ങുന്നതുവരെ ക്ലച്ച് അതേ അവസ്ഥയിൽ തന്നെ വച്ചിരിക്കണം. അതിനുശേഷം ക്ലച്ചിൽ നിന്ന് കാൽ മുഴുവനായി നീക്കാം. സ്റ്റിയറിങ് നിയന്ത്രണത്തിന്റെ കാര്യം ഈ സമയത്ത് മറന്നു പോകരുത്. ആക്സിലറേറ്റർ അമർത്തുന്നതിന് അനുസരണമായി കാറിന്റെ വേഗത വർധിക്കുന്നതു കാണാം. ഒന്നു രണ്ടു പ്രാവശ്യം ആക്സിലറേറ്റർ കൂട്ടുകയും കുറയ്ക്കുകയും ചെയ്തശേഷം വലതുകാൽ ബ്രേക്കിൽ വച്ച് മൃദുവായി അമർത്തുക. വീണ്ടും ആക്സിലറേറ്റർ കൊടുക്കുക. വാഹനം റോഡിന്റെ ഇടതുവശത്തേക്ക് അടുപ്പിച്ചശേഷം ക്ലച്ചിൽ മുഴുവനായി അമർത്തുകയും കാർ നിർത്തുന്നതിനുവേണ്ടി ബ്രേക്ക്

അമർത്തുകയും ചെയ്യുക. ഗിയർ ന്യൂട്രലിലാക്കി ഹാൻഡ് ബ്രേക്ക് വലിച്ചശേഷം കാലുകൾ സ്വതന്ത്രമാക്കാം. എൻജിൻ ഓഫ് ചെയ്യുക. അതെ, നിങ്ങൾ സ്വയം കാറോടിച്ചിരിക്കുന്നു. എത്ര രസകരമായ പ്രവൃത്തി. ഇത്രയും കാര്യങ്ങൾ പല പ്രാവശ്യം ആവർത്തിക്കുക.

ക്ലച്ച്, ഫുട്ട്ബ്രേക്ക്, ആക്സിലറേറ്റർ എന്നിവ ഉപയോഗിക്കാനും കാർ സുരക്ഷിതമായി മുന്നോട്ടു ചലിപ്പിക്കാനും ഇപ്പോൾ നിങ്ങൾക്കറിയാം. ഇനി ഗിയറുകൾ മാറ്റുന്നത് എങ്ങനെയെന്ന് പരിശോധിക്കാം.

വേഗവും ഗിയറും

വേഗത്തിന് അനുസൃതമായാണ് ഗിയറുകൾ ഉപയോഗിക്കേണ്ടിവരുന്നത്. കുറഞ്ഞ വേഗത്തിന് കുറഞ്ഞ ഗിയർ-കൂടിയ വേഗത്തിന് കൂടിയ ഗിയർ. കാർ ചലിപ്പിക്കുന്നതിനു മുമ്പു തന്നെ ഗിയർ ഓരോ സ്ഥാനത്തേക്കും മാറ്റി പരിശീലിക്കണം. വാഹനം ചലിക്കാൻ തുടങ്ങുമ്പോഴാണ് ഏറ്റവും കുറഞ്ഞ വേഗത. അപ്പോൾ തീർച്ചയായും വേണ്ടത് ഏറ്റവും കുറഞ്ഞ ഗിയറായ ഫസ്റ്റ് ഗിയർ തന്നെയാണല്ലോ. ശരി. ക്ലച്ച്-ഫസ്റ്റ് ഗിയർ-ഹാൻഡ് ബ്രേക്ക് വിടുവിക്കൽ-രണ്ട് കൈകളും സ്റ്റിയറിങ്ങിൽ ഇനി ചുറ്റുപാടും കണ്ണോടിച്ച് വലതുഭാഗത്തേക്ക് തിരിയുന്ന സിഗ്നൽ കൊടുക്കുക. ബ്രേക്കിൽനിന്ന് കാൽ ആക്സിലറേറ്ററിൽ വയ്ക്കുന്നതോടൊപ്പം ക്ലച്ചിൽ നിന്നും കാൽ മെല്ലെ എടുക്കുക-വാഹനം ചലിച്ചുകഴിഞ്ഞു. 15 കിലോമീറ്റർ വേഗത ആയിക്കഴിഞ്ഞാൽ ആക്സിലറേറ്ററിൽനിന്നും കാൽ എടുക്കുകയും ക്ലച്ച് അമർത്തുകയും ചെയ്യുക. ഗിയർ ഇപ്പോൾ 2-ാം സ്ഥാനത്തേക്ക് മാറ്റാം. ക്ലച്ചിൽനിന്ന് കാൽ എടുക്കുന്നതോടൊപ്പം ആക്സിലറേറ്റർ അമർത്തണം. വേഗത 25 കിലോമീറ്റർ ആയിക്കഴിഞ്ഞാൽ തേഡ് ഗിയറിലേക്ക് ഇതേ രീതിയിൽ മാറ്റാം. 40 കിലോമീറ്റർ വേഗതയായിക്കഴിഞ്ഞാൽ 4-ാം ഗിയറിലേക്ക്-ടോപ്പ് ഗിയറിലേക്ക് മാറ്റാം. ഗിയർ മാറ്റുന്നതിന് ക്ലച്ചിൽ കാലമർത്തുന്ന ഉടനെ ആക്സിലറേറ്ററിൽ നിന്നും കാൽ എടുക്കണം. അല്ലെങ്കിൽ വലിയ ശബ്ദത്തിൽ വണ്ടി ഇരച്ചു തുടങ്ങും. ആദ്യം പരിശീലിക്കുമ്പോൾ ഫസ്റ്റ് ഗിയറിലിട്ട് ക്ലച്ചിൽനിന്ന് കാൽ എടുക്കുമ്പോൾ വണ്ടി ഓഫായിപ്പോയിയെന്നുവരാം. ക്ലച്ചിൽനിന്ന് കാൽ എടുക്കുന്ന അതേ ക്രമത്തിൽ ആക്സിലറേറ്റർ അമർത്താതിരിക്കുന്നതുകൊണ്ടാണ് ഇങ്ങനെ സംഭവിക്കുന്നത്. ഏതാനും പ്രാവശ്യം പരിശീലിച്ചു കഴിഞ്ഞാൽ പിന്നെ ഇപ്രകാരം എൻജിൻ നിന്നുപോവുകയില്ല.

ആദ്യമായി പരിശീലിക്കുമ്പോൾ പരിശീലിപ്പിക്കുന്ന ആൾ ഗിയർ മാറ്റുന്നതായിരിക്കും നല്ലത്. ഓരോ ഗിയറിൽനിന്ന് അടുത്തതിലേക്ക് മാറ്റുമ്പോഴും സ്പീഡോമീറ്റർ നോക്കി വേഗം നിശ്ചയിക്കുന്നതിലും നല്ലത് സ്വയം ഊഹിച്ച് മനസ്സിലാക്കാൻ ശ്രമിക്കുന്നതായിരിക്കും. കുറച്ചു പരിശീലിച്ചു കഴിഞ്ഞാൽ എൻജിൻ നിങ്ങളോടു സംസാരിക്കുന്നതായി അനുഭവപ്പെടും.

ഇതാ ഗിയർ കുറയ്ക്കുക. ഗിയർ കൂട്ടാവുന്ന സമയമായി എന്നിങ്ങനെ. എൻജിന്റെ ശബ്ദത്തിൽ നിന്നും പ്രവർത്തനത്തിൽ നിന്നും നമുക്കത് മനസ്സിലാക്കാൻ കഴിയുന്നു.

പരിശീലനം

വീണ്ടും ആവർത്തിക്കാം. വാതിൽ-മിറർ-ഹാൻഡ്ബ്രേക്ക്-ന്യൂട്രൽ ഗിയർ-ഈ പ്രാഥമിക കാര്യങ്ങൾ തന്നെ ആയിരിക്കണം ആദ്യം ചെയ്യേണ്ടത്.

എൻജിൻ സ്റ്റാർട്ടാക്കുക. ക്ലച്ച് അമർത്തി ഒന്നാം ഗിയർ-മിറർ-ചുറ്റുപാടും കണ്ണോടിക്കൽ. പുറകെ നിന്ന് വാഹനങ്ങളൊന്നും വരുന്നില്ല. വലത്തോട്ടു തിരിയുന്നു എന്ന സിഗ്നൽ. ആദ്യം ചെയ്തതു പോലെ വാഹനം ചലിപ്പിക്കുക. വലത്തോട്ട് നീക്കി സ്റ്റെഡിയാക്കിയ ശേഷം നേരേ ഓടിക്കുക. രണ്ടാം ഗിയറിലേക്ക് മാറ്റുന്നതിനുവേണ്ട വേഗതയായി എന്നു തോന്നുമ്പോൾ കൈ ഗിയർ ലിവറിൽ വയ്ക്കുക. ആക്സിലറേറ്ററിൽ നിന്ന് കാൽ അയയ്ക്കുന്നു. ക്ലച്ച് അമർത്തുന്നു. അടുത്ത ഗിയറിലേക്ക് മാറ്റുന്നു. തുടർന്ന് മൂന്നാം ഗിയറിലേക്കും ടോപ്പ് ഗിയറിലേക്കും. വേണ്ടത്ര വേഗം ആയിക്കഴിഞ്ഞാൽ ഇതേ രീതിയിൽ മാറ്റാം. സാമാന്യം വേഗം ആയിക്കഴിഞ്ഞാൽ ഗിയർ ഡൗൺ ചെയ്ത് (താഴ്ത്തി) പരിശീലിക്കാം.

കൈ ഗിയർ ലിവറിൽ. ആക്സിലറേറ്റർ അയയ്ക്കുന്നു. ക്ലച്ച് അമർത്തുന്നു. ഗിയർ ന്യൂട്രലിൽ വരുത്തിയശേഷം മൂന്നാം ഗിയറിലേക്കു നീക്കുന്നു. ക്ലച്ചിൽനിന്ന് കാൽ എടുക്കുന്നു. ആക്സിലറേറ്റർ ആവശ്യമായ വിധം അമർത്തുന്നു. ഇതേ രീതിയിൽ ഇനിയും ഗിയർ ഡൗൺ ചെയ്യുക. ഒടുവിൽ ഫസ്റ്റ്ഗിയറിലേക്ക് കൊണ്ടുവന്ന് റോഡിന്റെ ഇടതുവശത്തേക്ക് ഒതുക്കി ബ്രേക്ക് ചെയ്ത് വണ്ടി നിർത്താം.

4. സിഗ്നൽ

ഏതൊരു വാഹനം ഓടിക്കുമ്പോഴും സിഗ്നലുകൾ വളരെ പ്രധാനമാണ്. ഡ്രൈവറുടെ ഉദ്ദേശ്യത്തെ മറ്റു ഡ്രൈവർമാരെയും കാൽനടക്കാരെയും മറ്റെല്ലാവരെയും അറിയിക്കുന്നത് സിഗ്നലുകൾ വഴിയാണ്. മിക്ക അപകടങ്ങൾക്കും കാരണം ഡ്രൈവർ താൻ ചെയ്യാൻ പോകുന്നത് മറ്റുള്ളവരെ വേണ്ടവിധം ധരിപ്പിക്കാത്തതു കൊണ്ടാണ്. ഡ്രൈവിങ് പഠിക്കുമ്പോൾ തന്നെ ശരിയായ രീതിയിൽ സിഗ്നൽ ചെയ്ത് പഠിച്ചില്ലെങ്കിൽ നിങ്ങൾ ജീവിതത്തിൽ ഒരിക്കലും ശരിയായി സിഗ്നൽ നൽകി എന്നുവരില്ല.

സിഗ്നലുകൾ കൈകൊണ്ട്

വലത്തോട്ടു തിരിയുന്നു, ഇടത്തോട്ട് തിരിയുന്നു, പുറകെയുള്ള വാഹ

നത്തെ കടന്നുപോകാൻ അനുവദിക്കുന്നു. വാഹനത്തിന്റെ വേഗത കുറയ്ക്കുന്നു. വാഹനം നിർത്തുന്നു-ഇത്രയുമാണ് പ്രധാനമായ അഞ്ച് പ്രവത്തികളെ കുറിക്കുന്ന അഞ്ച് സിഗ്നലുകൾ.

എല്ലാ സിഗ്നലുകളും വലതുകൈ കൊണ്ടാണ് കാണിക്കേണ്ടത്. കൈ എന്നതു കൊണ്ട് കൈപ്പത്തി മാത്രമല്ല ഉദ്ദേശിക്കുന്നത്. കൈ മുഴുവനും വെളിയിലിട്ട് പുറമേയുള്ളവർക്ക് വ്യക്തമാകുംവിധം വേണം സിഗ്നൽ നൽകുവാൻ. സിഗ്നൽ കാണിക്കുന്നതിനു മുമ്പ് ഹോൺ അടിക്കുന്നത് മറ്റുള്ളവർ നമ്മെ ശ്രദ്ധിക്കുന്നതിന് സഹായിക്കും.

സിഗ്നൽ-1

ഞാൻ വാഹനം വലത്തോട്ട് തിരിക്കാൻ പോകുന്നു. വിരലുകൾ അടുപ്പിച്ച് വലതുകൈ റോഡിന് സമാന്തരമായി പുറത്തേക്കു നീട്ടുക.

ചിത്രം 1.9 സിഗ്നൽ - 1
വലത്തോട്ട് തിരിയാൻ
പോകുന്നു

സിഗ്നൽ-2

ഞാൻ വാഹനം ഇടത്തോട്ടു തിരിക്കാൻ പോകുന്നു. വലതുകൈ പുറത്തേക്കു ആന്റിക്ലോക്ക് വൈസ് ദിശയിൽ മൂന്നു പ്രാവശ്യം കറക്കുക.

കൈ പുറത്തേക്ക് നീട്ടുന്നതോടൊപ്പം കൈ തിരിക്കാൻ പോകുന്നു എന്ന പ്രതീതിയുണ്ടാക്കണം. അതല്ലെങ്കിൽ വാഹനം വലത്തോട്ട് തിരിയാൻ പോവുകയാണെന്ന് ധരിക്കാൻ ഇടയുണ്ട്.

ചിത്രം 1.10 സിഗ്നൽ - 2
ഇടത്തോട്ട് തിരിയാൻ
പോകുന്നു

സിഗ്നൽ-3

ഞാൻ വാഹനത്തിന്റെ വേഗത കുറയ്ക്കുന്നു. വലതുകൈ പുറത്തേക്കു നീട്ടി കൈപ്പത്തി റോഡിനു സമാന്തരമാക്കി മുകളിലേക്കും താഴേക്കും മൂന്നു പ്രാവശ്യം പൊക്കുകയും താഴ്ത്തുകയും ചെയ്യുക. ഈ സിഗ്നൽ കാണിക്കാതെ വാഹന

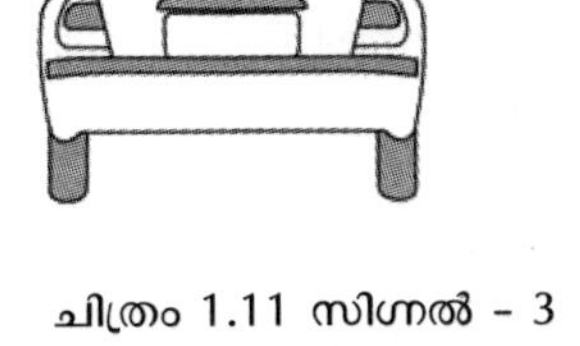

ചിത്രം 1.11 സിഗ്നൽ - 3
വാഹനത്തിന്റെ വേഗത
കുറയ്ക്കാൻ പോകുന്നു

ത്തിന്റെ വേഗത പൊടുന്നനെ കുറച്ചാൽ പുറകെ വരുന്ന വാഹനങ്ങൾ നമ്മുടെ വണ്ടിക്കു പുറകിൽ വന്നിടിക്കാൻ സാധ്യതയുണ്ട്. ട്രാഫിക് ലൈറ്റിന് മുന്നിലോ പെഡസ്ട്രിയൻ ക്രോസിങ്ങിന് മുന്നിലോ നിർത്തുമ്പോഴും ഇപ്രകാരം സിഗ്നൽ കാണിക്കേണ്ടതാണ്. കാരണം, മുന്നിൽ എന്തു സംഭവിക്കുന്നുവെന്ന് പുറകിലെ വാഹനങ്ങൾക്ക് അറിയാൻ കഴിയില്ല.

സിഗ്നൽ-4

ഞാൻ വാഹനം നിർത്തുന്നു. കൈമുട്ട് മടക്കി ഭുജത്തിനു ലംബമായി കൈപ്പത്തി നിവർത്തിപ്പിടിച്ചാണ് ഈ സിഗ്നൽ കാണിക്കേണ്ടത്. വാഹനം നിർത്തുമ്പോൾ ആദ്യം, വേഗത കുറയ്ക്കുന്നു എന്ന സിഗ്നൽ കാണിച്ചശേഷം വേണം നിർത്തുന്ന സിഗ്നൽ കാണിക്കുവാൻ. വാഹനം നിന്നശേഷം മാത്രമേ കൈ അകത്തേക്ക് എടുക്കാവൂ.

ചിത്രം 1.12 സിഗ്നൽ - 4
വാഹനം നിർത്തുന്നു

സിഗ്നൽ-5

ചിത്രം 1.13 സിഗ്നൽ - 5
പുറകെവരുന്ന വാഹനത്തിന്
കടന്നുപോകാം

നിങ്ങൾക്ക് കടന്നുപോകാം. വലതുകൈ കമഴ്ത്തിപ്പിടിച്ച് റോഡിനു സമാന്തരമായി പുറകോട്ട് ചലിപ്പിച്ച് മുകളിലേക്കുയർത്തി ഒരു അർധവൃത്തമുണ്ടാക്കിയശേഷം വീണ്ടും പഴയപടി കൈ സമാന്തരമാക്കി പുറകോട്ട് ചലിപ്പിക്കുക. ഇങ്ങനെ അർധവൃത്താകൃതിയിൽ മൂന്നുപ്രാവശ്യം കാണിക്കണം. ഈ സിഗ്നൽ കണ്ടുകഴിഞ്ഞാൽ പുറകിൽ വരുന്ന വാഹനത്തിന് - ഹോൺ അടിച്ചുകൊണ്ട് കടന്നുപോകാം.

വാഹനം ഇടത്തോട്ട് തിരിയുന്നതിനുള്ള സിഗ്നലായി തെറ്റിദ്ധരിക്കാത്തവിധം വേണം ഈ സിഗ്നൽ കൊടുക്കുവാൻ.

സുരക്ഷിതമായ ഡ്രൈവിങ്ങിന് സിഗ്നലുകൾ വളരെ പ്രധാനമാണ്. സിഗ്നലുകൾ ശരിയായി നല്ലവണ്ണം അഭ്യസിക്കുക തന്നെ വേണം. സിഗ്നലു

കൾ ചെയ്യുന്ന രീതി മനസ്സിലാക്കാൻ വലിയ പ്രയാസമൊന്നുമില്ല. എങ്കിലും പലരും അത് തെറ്റായ രീതിയിലാണ് അനുവർത്തിച്ചുവരുന്നത്. ശരിക്ക് ചെയ്യുന്നവർ തന്നെ തക്കസമയത്തിന് മുമ്പോ വൈകിയോ കാണിക്കാറുണ്ട്. വേഗം കുറയ്ക്കുവാനോ, ഇടത്തോട്ട് തിരിയുവാനോ പുറകിലുള്ള വാഹനം കടന്നു പോകാനോ എന്ന് തിരിച്ചറിയാൻ കഴിയാത്ത സിഗ്നൽ കൊണ്ട് എന്ത് പ്രയോജനമാണുള്ളത്? മാത്രമല്ല ഇത്തരം സിഗ്നലുകൾ അപകട ങ്ങൾക്ക് കാരണമാവുകയും ചെയ്യുന്നു. വേഗം കുറയ്ക്കാൻ പോകുന്നു എന്ന സിഗ്നൽ കുട്ടികൾ ബൈ–ബൈ പറയുന്നതുപോലെയോ ആരെയോ മാടിവിളിക്കുന്നതുപോലെയോ ആകരുതല്ലോ.

എങ്ങനെയാണ് ശരിയായി സിഗ്നൽ കാണിക്കേണ്ടത്? ലളിതമായി, വ്യക്തമായി, ഓരോ സിഗ്നലും വ്യത്യസ്തമായി, വേണ്ട സമയത്ത്, കൈമുഴു വനും പുറത്തിട്ടുകൊണ്ട്. ആവശ്യത്തിൽ അധികം സമയം സിഗ്നൽ കാണി ക്കേണ്ടതുമില്ല. ഉദാഹരണത്തിന്, വണ്ടി വലത്തോട്ടോ ഇടത്തോട്ടോ തിരിച്ചുകൊണ്ടിരിക്കുമ്പോഴും കൈകൊണ്ട് സിഗ്നൽ കൊടുത്തുകൊണ്ടിരി ക്കുന്നത് തെറ്റാണ്. തിരിയുന്നതിനു ഏകദേശം 70 മീറ്റർ മുമ്പേ സിഗ്നൽ കൊടുക്കുക. അതായത് തിരിയാൻ വണ്ടി തേഡ്ഗിയറിൽ ആക്കിയശേഷം, വലത്തോട്ടോ ഇടത്തോട്ടോ തിരിയുന്നതിനുള്ള സിഗ്നൽ കാണിക്കുന്ന തിനു മുമ്പ് വേഗത കുറയ്ക്കുന്നതിനുള്ള സിഗ്നൽ കാണിക്കേണ്ടതില്ല. തിരിയുമ്പോൾ ഗിയർ താഴ്ത്തുന്നത് വണ്ടിക്ക് കൂടുതൽ നിയന്ത്രണം ലഭി ക്കുവാൻ സഹായിക്കും.

ഇൻഡിക്കേറ്റർ സിഗ്നൽ

പുതിയ എല്ലാത്തരം കാറുകൾക്കും സിഗ്നൽ–ഇൻഡിക്കേറ്റർ ഉണ്ടാ യിരിക്കും. ഇടത്തോട്ടോ വലത്തോട്ടോ തിരിയുന്നുവെന്ന് കാണിക്കുവാൻ വ്യക്തമായ സിഗ്നലിന് ഇൻഡിക്കേറ്റർ തന്നെയാണ് നല്ലത്. ഇൻഡിക്കേ റ്റർ സിഗ്നൽ പ്രവർത്തിക്കാതെ വരുമ്പോൾ കൈകൊണ്ടുള്ള സിഗ്നലിന് അനുപേക്ഷണീയമാകുന്നു.

കൈകൊണ്ടുള്ള തിരിയുന്നതിനുള്ള സിഗ്നൽ ആവശ്യമുള്ളപ്പോൾ മാത്രമേ കാണിക്കേണ്ടതുള്ളൂ എന്നു പറഞ്ഞു. പക്ഷേ, ഇൻഡിക്കേറ്റർ സിഗ്നൽ വണ്ടിയുടെ തിരിയൽ പൂർണമാകുന്നതുവരെ തുടരണം. തിരി യേണ്ട വളവ് ചെറുതാണെങ്കിൽ ആവശ്യം കഴിഞ്ഞും ഇൻഡിക്കേറ്റർ പ്രവർത്തിച്ചുകൊണ്ടിരിക്കാൻ ഇടയുണ്ട്. ആവശ്യം കഴിഞ്ഞും ഇൻഡി ക്കേറ്റർ പ്രവർത്തിച്ചുകൊണ്ടിരിക്കുന്നത് പിന്നിൽനിന്നു വരുന്ന ഡ്രൈവർ മാരുടെ ശ്രദ്ധ തെറ്റിക്കുമെന്നതുകൊണ്ടും ഉദ്ദേശ്യം തെറ്റായി ധരിക്കുമെ ന്നതുകൊണ്ടും അപകടത്തിനു കാരണമായേക്കാം. അതുകൊണ്ട് ഓരോ പ്രാവശ്യവും ഇൻഡിക്കേറ്റർ പ്രവർത്തിച്ചുകഴിഞ്ഞാൽ അത് യഥാസ്ഥാന

ത്തേക്ക് വീണ്ടും തിരിച്ചുവന്നോ എന്ന് അല്ലെങ്കിൽ ഇൻഡിക്കേറ്റർ ലൈറ്റ് ഓഫായോ എന്ന് ശ്രദ്ധിക്കുക. ഇത് ഒരു സ്വഭാവമാക്കുന്നത് നല്ലതാണ്.

പുതിയ മോഡൽ കാറുകളിൽ ഡിസാസ്റ്റർ ഇൻഡിക്കേറ്ററുണ്ട്. സ്റ്റിയറിങ്ങിനു മുകളിലുള്ള ഒരു സ്വിച്ചിട്ടാൽ നാല് ഇൻഡിക്കേറ്ററും ഒപ്പം ബ്ലിങ്ക് ചെയ്ത് പ്രകാശിക്കുന്നു. അപായകരമായ ഒരു സ്ഥിതിയിൽ മാത്രമേ ഇത് ഉപയോഗിക്കാവൂ. ചിലർ വണ്ടി നേരേ പോകുന്നുവെന്ന് കാണിക്കാൻ ഈ സിഗ്നൽ കൊടുക്കാറുണ്ട്. അത് ശരിയല്ല.

വാഹനത്തിന്റെ വേഗത കുറയ്ക്കുന്നു. നിർത്തുന്നു, ഓവർടേക്ക് ചെയ്യാം തുടങ്ങിയ സിഗ്നലുകൾ കൈകൊണ്ടു തന്നെ നിർവഹിക്കേണ്ടവയാണ്.

5. ക്ലച്ച് നിയന്ത്രണം

ചില അവസരങ്ങളിൽ വാഹനം വളരെ പതുക്കെ ഓടിക്കേണ്ടതായി വന്നേക്കാം. ഉദാഹരണത്തിന്, സിനിമാതിയേറ്ററിൽനിന്ന് സിനിമ കഴിഞ്ഞ ഉടനെ ജനത്തിരക്കിലൂടെ ഓടിക്കേണ്ടിവരിക, രണ്ട് കാറുകൾക്ക് ഇടയിലുള്ള അൽപ്പം സ്ഥലത്ത് പാർക്ക് ചെയ്യേണ്ടിവരിക തുടങ്ങിയ അവസരങ്ങൾ. ഈ അവസരങ്ങളിൽ ആക്സിലറേറ്റർ കൊണ്ടുമാത്രം വേഗത നിയന്ത്രിച്ചാൽ മതിയാവില്ല. കാരണം എൻജിൻ, ഒരു നിശ്ചിത വേഗത്തിൽ കുറഞ്ഞാൽ നിന്നുപോകും എന്നതുതന്നെ. ക്ലച്ച് കൊണ്ടുള്ള നിയന്ത്രണമാണ് ഈ അവസരത്തിൽ ഏകപോംവഴി.

ഒരു കടലാസ് കനത്തിൽ ക്ലച്ച് അമർത്തിപ്പിടിച്ചാൽ, മുമ്പ് കണ്ടതുപോലെ, എൻജിന്റെ ഭാഗത്തുള്ള ക്ലച്ച് ഡിസ്ക് ഗിയർബോക്സിന്റെ ഭാഗത്തുള്ള ക്ലച്ച് ഡിസ്ക്കിൽ ഉരഞ്ഞുകൊണ്ടിരിക്കും. ഏതാണ്ട് തഴുകുന്നതുപോലെ. വേഗത കൂടുന്നുവെന്നു കണ്ടാൽ ക്ലച്ച് അൽപ്പം കൂടി അമർത്തിയാൽ മതി. ഇങ്ങനെ കാർ ഓടിക്കുന്നതിനെ ഹാഫ് ക്ലച്ചിൽ-പകുതി ക്ലച്ചിൽ ഓടിക്കുക എന്നു പറയാം. പക്ഷേ ഇപ്രകാരം വളരെ നേരം ഓടിക്കാൻ തീർച്ചയായും പാടില്ല. ഉദാഹരണത്തിന്, പതുക്കെ നീങ്ങുന്ന ഒരു ജാഥയ്ക്ക് പുറകെ ഇപ്രകാരം ഹാഫ് ക്ലച്ചിൽ ഓടിച്ചാൽ ക്ലച്ച് പ്ലേറ്റ് ചൂടാവാനും ക്ലച്ച് തീരെ ഉരഞ്ഞ് നാശമായിപ്പോകുവാനും ഇടയാവുന്നു. ഇങ്ങനെ അധികസമയം വണ്ടി ഓടിക്കേണ്ടിവരുന്ന അവസരങ്ങളിൽ ഇടയ്ക്കിടക്ക് ക്ലച്ച് മുഴുവനും അമർത്തി ന്യൂട്രൽ ഗിയറിൽ ആക്കിയശേഷം വണ്ടി നിർത്തി വീണ്ടും ഡ്രൈവിങ് തുടങ്ങേണ്ടതാണ്. ഇടയ്ക്കിടക്ക് നിർത്തുമ്പോൾ ചൂടായ ക്ലച്ച് പ്ലേറ്റ് തണുക്കുവാൻ അവസരം കിട്ടുന്നു. പുതിയ ഇനം കാറുകൾ പകുതി ക്ലച്ചിൽ കഴിയുന്നതും ഓടിക്കാതിരിക്കുക. ഇവയിൽ ഒന്നാംഗിയറിൽ ക്ലച്ച് ഉപയോഗിക്കാതെതന്നെ വളരെ കുറഞ്ഞ വേഗത്തിൽ സഞ്ചരിക്കുവാൻ കഴിയും.

6. സ്റ്റിയറിങ് ഉപയോഗിക്കേണ്ട രീതി

സ്റ്റിയറിങ് തിരിക്കുന്ന രീതി മുമ്പേ പരാമർശിച്ചതാണ്. ക്ലോക്കിൽ പത്തുമണി പത്ത് മിനിറ്റിന്റെ സ്ഥാനത്താണ് കൈകൾ സ്റ്റിയറിങ്ങിൽ വയ്ക്കേണ്ടത്. വളവുകൾ ഇല്ലാത്ത റോഡുകളിൽ ഓടിക്കുമ്പോൾ കൈകൾ ഈ സ്ഥാനങ്ങളിൽ നിന്നു വിട്ടുവിട്ട് പിടിക്കുന്നതു ശരിയല്ല. ചെറിയ വളവുകൾ കൈകൾ ഇതേ സ്ഥാനത്തു വച്ചുകൊണ്ടുതന്നെ നിയന്ത്രിക്കാം. ഒരു വശത്തേക്ക്, ഉദാഹരണത്തിന് ഇടത്തോട്ട് കൂടുതലായി തിരിക്കേണ്ടിവരുമ്പോൾ ഇടതുകൈ കൊണ്ട് താഴോട്ടു വലിക്കുകയും വലതുകൈ കൊണ്ട് മുകളിലേക്ക് തള്ളിക്കൊടുക്കുകയും ചെയ്യുക. തിരിച്ചു കഴിഞ്ഞാൽ അതേ കൈ കൊണ്ടു തന്നെ മറുഭാഗത്തേക്ക് തിരിച്ച് സ്റ്റിയറിങ് സ്റ്റെഡിയാക്കാം. വളവ് വളരെ വലുതാണെങ്കിൽ ഈ പ്രക്രിയ രണ്ടുമൂന്നു പ്രാവശ്യം ആവർത്തിക്കേണ്ടിവരുന്നു. ഇതേ രീതി തന്നെയാണ് വലത്തോട്ടുള്ള ഒരു തിരിവ് തിരിക്കാനും അനുവർത്തിക്കേണ്ടത്.

സ്റ്റിയറിങ്ങിൽ 10 മണി 10 മിനിറ്റ് എന്ന സ്ഥാനത്തു പിടിക്കാൻ ഉയരക്കുറവുള്ളവർക്ക് പ്രയാസമായേക്കാം. എങ്കിൽ 9 മണി 15 മിനിറ്റ് എന്ന സ്ഥാനത്ത് കൈപിടിക്കാം. വണ്ടി വലത്തോട്ടോ ഇടത്തോട്ടോ തിരിയുന്നതോടൊപ്പം തലയും ആ വശത്തേക്ക് തിരിയുന്നത് ശരിയല്ല. നോട്ടം എപ്പോഴും മുന്നിലേക്ക് തന്നെ ആയിരിക്കണം.

7. റിവേഴ്സ് (പുറകോട്ട്)

ക്ലച്ച് നിയന്ത്രിച്ച് കുറഞ്ഞ വേഗത്തിൽ സ്മൂത്തായി ഓടിക്കാൻ സാധിച്ചാൽ റിവേഴ്സ്-എതിർവശത്തേക്ക് വണ്ടി തിരിക്കാൻ-പരിശീലിക്കാം. ഇതിന് റിവേഴ്സ് ഗിയർ ഉപയോഗിക്കണം. റിവേഴ്സ് ഗിയറിൽ ഓടിക്കുമ്പോൾ എല്ലായ്പ്പോഴും ക്ലച്ച് നിയന്ത്രണം ആവശ്യമാണ്.

കാർ റോഡിന്റെ ഇടതുവശത്താണ് നിർത്തിയിരിക്കുന്നത്. ക്ലച്ച് നിയന്ത്രിച്ചുകൊണ്ട് കാർ വളരെ പതുക്കെ മുന്നോട്ടെടുക്കുന്നതോടൊപ്പം സ്റ്റിയറിങ് കഴിയുന്നത്ര വലത്തോട്ട് തിരിക്കുക. റോഡിന്റെ വലതു

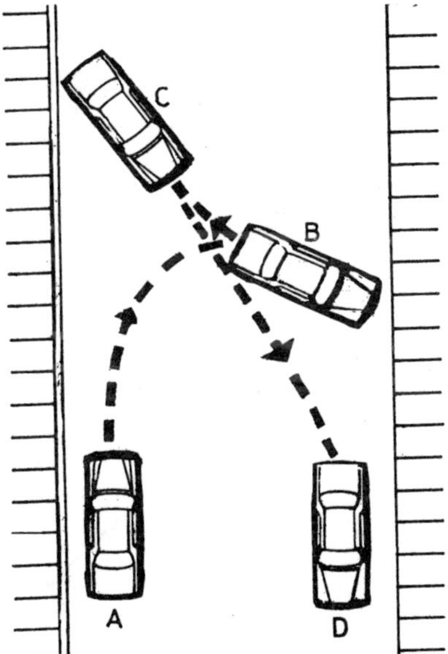

ചിത്രം 1.14 എതിർവശത്തേക്ക് കാർ തിരിക്കാൻ

വശത്ത് എത്തി കാർ നിർത്തുന്നതിന് മുമ്പുതന്നെ സ്റ്റിയറിങ് ഇടതുവശത്തേക്ക് കഴിയുന്നത്ര തിരിക്കണം. ഇവിടെ നിന്ന് റിവേഴ്സ് ഗിയറിൽ റോഡിന്റെ വലതുവശത്തേക്ക് നീക്കുക. കാർ നിർത്തുന്നതിന് മുമ്പേ സ്റ്റിയറിങ് അടുത്ത നീക്കത്തിനു വേണ്ടവിധം സ്റ്റെഡിയാക്കണം. വീണ്ടും ഫസ്റ്റ് ഗിയറിൽ ആദ്യം നിന്നിരുന്ന സ്ഥാനത്തിന് വലതുഭാഗത്ത് എതിർദിശയിൽ എത്തിച്ചേരാം.

റോഡിൽവച്ച് ഇപ്രകാരം കാർ തിരിക്കുമ്പോൾ, ഓരോ സ്ഥാനത്തു നിന്ന് മാറുമ്പോഴും ചുറ്റുപാടും പ്രത്യേകം ശ്രദ്ധിക്കണം. മുകളിൽ വിവരിച്ച രീതിയിൽ പല പ്രാവശ്യം അഭ്യസിച്ച് പരിശീലിക്കുക.

മെയിൻ റോഡിന്റെ ഇടതുവശത്തുള്ള ഇടുങ്ങിയ വഴിയിലേക്ക് റിവേഴ്സ് ചെയ്തു തിരിക്കൽ

മെയിൻ റോഡിൽ റിവേഴ്സ് ചെയ്തു തിരിക്കുന്നതാണ് നാം കണ്ടത്.

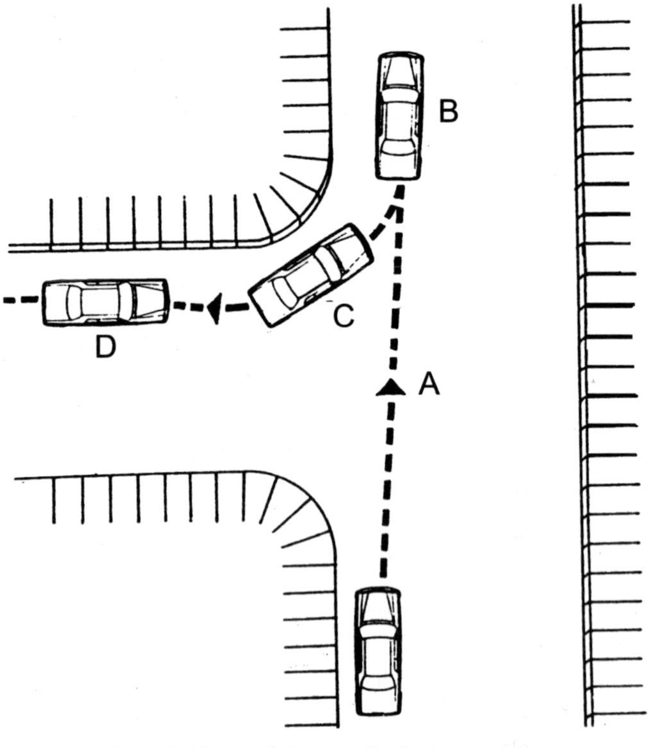

ചിത്രം 1.15 മെയിൻ റോഡിന്റെ ഇടതുവശത്തുള്ള വഴിയിലേക്ക് റിവേഴ്സ് ചെയ്ത് തിരിക്കൽ

എന്നാൽ ഇങ്ങനെ തിരിക്കാൻ മതിയായ വീതിയില്ലാത്ത റോഡിൽ തിരിക്കേണ്ടതായി വരുമ്പോൾ വശങ്ങളിലുള്ള ചെറിയ റോഡുകളാണ് ഉപയോഗപ്പെടുത്തേണ്ടത്. കാർ സൈഡ്റോഡിലേക്ക് റിവേഴ്സ് ചെയ്ത് ഇറക്കി വേണം തിരിക്കുവാൻ. ഒരിക്കലും സൈഡുറോഡിലേക്ക് വാഹനം ഇറക്കി മെയിൻ റോഡിലേക്ക് റിവേഴ്സ് ചെയ്യരുത്.

കാർ തിരിക്കാൻ സൗകര്യപ്പെടുന്ന ഒരു സൈഡ്റോഡ് ഇടതുവശത്ത് കണ്ടെത്തി എന്നിരിക്കട്ടെ. ആ റോഡ് കഴിഞ്ഞ് അൽപ്പം മുന്നിലായി വണ്ടി നിർത്തുക. ഇങ്ങനെ നിർത്തുന്നത് മെയിൻ റോഡിനോട് തീരെ അടുപ്പിച്ചാവരുത്. അരുകിൽ നിന്ന് ഒരു മീറ്റർ അകറ്റിനിർത്തുക.

ഇവിടെ നിർത്തിക്കഴിഞ്ഞാൽ ക്ലച്ച് നിയന്ത്രണത്തിൽ വളരെ പതുക്കെ കാർ പുറകോട്ട് നീക്കുക. സൈഡ് റോഡിന്റെ മൂല കണ്ണാടിയിൽ നിന്ന് മറയാൻ തുടങ്ങുമ്പോൾ സ്റ്റിയറിങ് ഒരു വൃത്തത്തിന്റെ പകുതികണ്ട് ഇടത്തോട്ട് തിരിക്കുകയും സ്റ്റിയറിങ്ങിൽ കൈ മൂന്ന് മണി എന്ന സ്ഥിതിയിൽ വയ്ക്കുകയും ചെയ്യുക. ഇതേ സമയം ക്ലച്ച് നിയന്ത്രണത്തിൽ വളരെ പതുക്കെ ചലിപ്പിച്ചുകൊണ്ടിരിക്കുകയും പിന്നിലെ ഡോർ റോഡിന്റെ മൂല കടക്കാൻ തുടങ്ങുന്നതോടെ സ്റ്റിയറിങ് പരമാവധി തിരിക്കുകയും വേണം. കാർ പോക്കറ്റ് റോഡിലേക്ക് ഇറങ്ങുന്നതോടെ സ്റ്റിയറിങ് എതിർവശത്തേക്ക് തിരിച്ച് സ്റ്റെഡിയാക്കുക.

8. നിർത്തലും പാർക്ക് ചെയ്യലും

കാർ സ്റ്റാർട്ടുചെയ്യുന്നതിനും ഗിയറുകൾ മാറ്റുന്നതിനും പഠിക്കുന്നതുപോലെ കാർ നിർത്തുന്നതും പരിശീലിച്ചു പഠിക്കേണ്ടതാണ്.

മൂന്നു പെഡലുകളിൽ നടുക്കുള്ളതാണ് ഫുട്ട്ബ്രേക്ക്. ഫുട്ട്ബ്രേക്കിന് നാലു ചക്രങ്ങളിലും ഒരേ പോലെ പിടുത്തമുണ്ട്. ഹാൻഡ്ബ്രേക്കിൽ നിന്നും വിഭിന്നമായ മെക്കാനിസമാണ് ഇതിന്റേത്. ഹാൻഡ്ബ്രേക്കിന് പിൻചക്രങ്ങളിൽ മാത്രമേ പിടുത്തമുള്ളൂ. ഫുട്ട്ബ്രേക്ക് തകരാറിലാവുന്ന അടിയന്തിര സ്ഥിതിയിൽ മാത്രമേ കാർ നിർത്തുവാനുള്ള ഉപാധിയായി ഹാൻഡ്ബ്രേക്ക് ഉപയോഗിക്കാൻ പാടുള്ളൂ.

ഫുട്ട്ബ്രേക്കിൽ കാൽ അമർത്തി വാഹനം നിർത്തുക. എത്ര വേഗത്തിൽ നിർത്തണം എന്നതിന്റെ അടിസ്ഥാനത്തിൽ അമർത്തുന്നതിന്റെ ശക്തി വർധിപ്പിക്കാം. അടിയന്തിരമായി നിർത്തേണ്ടിവരുന്ന അവസ്ഥയിൽ പോലും ചുറ്റികകൊണ്ട് അടിക്കുന്നതുപോലെ ബ്രേക്കിൽ ചവിട്ടരുത്.

ബ്രേക്കിൽ അമർത്തുന്നതോടൊപ്പം തന്നെ ക്ലച്ച് അമർത്തുന്നത് ശരിയല്ല. വണ്ടി നിൽക്കുന്നതിന് അൽപ്പം മുമ്പ് കണ്ടു മാത്രം ക്ലച്ച് കൊടുത്താൽ മതി. ഏത് ഗിയറായിരുന്നാലും വണ്ടി നിർത്തുന്നതോടൊപ്പം ക്ലച്ച് അമർത്താതിരുന്നാൽ വണ്ടി സ്റ്റാൾ ചെയ്യും. ഇത് എൻജിന് ഹാനികരമാണ്.

ബ്രേക്ക് ചവിട്ടുന്നതോടൊപ്പം തന്നെ ക്ലച്ച് കൊടുക്കുന്നതാണ് നല്ലതെന്ന അഭിപ്രായമുള്ളവരും ഉണ്ട്. എൻജിൻ സ്റ്റാൾ ചെയ്യാതിരിക്കാൻ ഇത് നല്ല തുതന്നെ. ടയർ കമ്പനികളും മോട്ടോർ വിദഗ്ധരും നടത്തിയ പരീക്ഷണ ങ്ങൾ തെളിയിക്കുന്നത്, ബ്രേക്ക് ആദ്യം ഉപയോഗിച്ച് വണ്ടി നിൽക്കുന്ന തിന് അൽപ്പം മുമ്പ് ക്ലച്ച് അമർത്തുന്നതാണ് കൂടുതൽ സുരക്ഷിതം. ശക്ത മായ നിർത്തലിന് ഇത് സഹായകമാവുന്നു. കാരണം, ബ്രേക്കിന്റെ പിടിത്ത ത്തിനു പുറമേ എൻജിന്റെ പിടുത്തം കൂടി ക്ലച്ച് അമർത്താതിരുന്നാൽ ഉണ്ടാ വുന്നുണ്ട്. ഡ്രൈവിങ് പഠിക്കുന്ന കാലത്ത് ബ്രേക്കിനോടൊപ്പം ക്ലച്ച് അമർത്തി നിർത്തുന്നതാണ് നല്ലത്. കൂടുതൽ പരിചയം നേടിയ ശേഷം രണ്ടാമത്തെ രീതി പരിശീലിക്കുക.

സാധാരണ ഓടിക്കുമ്പോൾ നിർത്തൽ

ഫുട്ട്ബ്രേക്ക് ഉപയോഗിക്കുന്നതിനു മുമ്പേ സാധാരണ ഗതിയിൽ വണ്ടിയുടെ വേഗത കുറയ്ക്കുവാൻ സാധിക്കും. ഓടിക്കൊണ്ടിരിക്കുന്ന ഒരു കാറിന് മൂന്നു വിധത്തിലാണ് ബ്രേക്കിങ് സംഭവിക്കുന്നത്. ആക്സില റേറ്ററിൽനിന്ന് കാൽ എടുക്കുന്നതോടെ ആദ്യത്തെ ബ്രേക്കിങ് സംഭവി ക്കുന്നു. ഗിയറുകളാണ് രണ്ടാമത്തെ ബ്രേക്ക്. ഗിയർ ഡൗൺ ചെയ്താൽ വേഗത വളരെ കുറയുന്നതാണ്. മൂന്നാമത്തെ ബ്രേക്ക് സാക്ഷാൽ ബ്രേക്കു തന്നെ.

ബ്രേക്ക് ചെയ്യുമ്പോൾ സംഭവിക്കുന്നതെന്താണ്? ഓടിക്കൊണ്ടിരി ക്കുന്ന വാഹനം നിൽക്കുന്നു. ഓടിക്കൊണ്ടിരിക്കുന്ന വാഹനത്തിലെ ചലന ഊർജം എവിടെ പോകുന്നു? ബ്രേക്ക് ചെയ്യുന്നതിന്റെ ഫലമായി ആ ശക്തി താപ ഊർജമായി (ചൂട് ആയി) രൂപാന്തരപ്പെടുന്നു.

പാർക്ക് ചെയ്യൽ

ചെറിയ ഇടങ്ങളിൽ പാർക്കു ചെയ്യാൻ പരിശീലനം ആവശ്യമാണ്. ക്ലച്ച്, ആക്സിലറേറ്റർ, സ്റ്റിയറിങ് – ഇവ മൂന്നും വിദഗ്ധമായി ഉപയോഗി

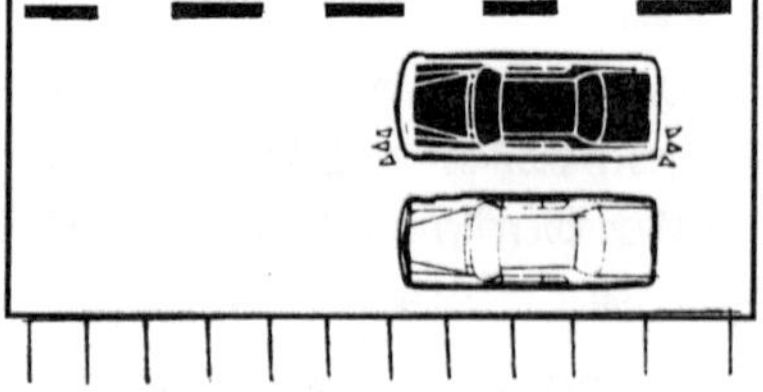

പാർക്ക് ചെയ്ത കാറിൽനിന്ന് ഒരു മീറ്റർ അകലത്തിൽ സമാന്തരമായി നിർത്തുക.

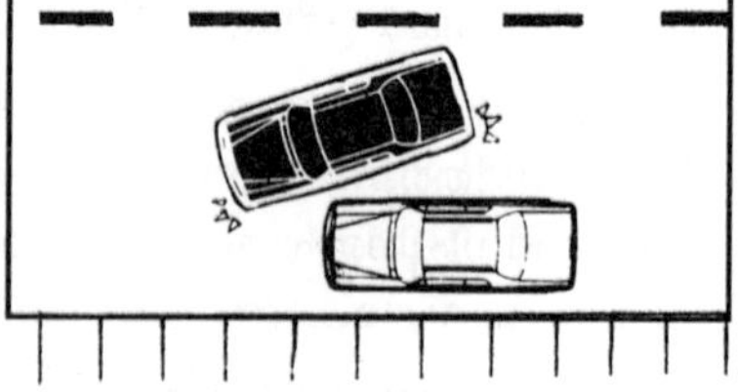

ഇടത്തോട്ട് സ്റ്റിയറിങ് തിരിച്ച് പാർക്ക് ചെയ്ത കാറിൽനിന്ന് 15 സെന്റിമീറ്റർ അകന്ന് പാർക്കിങ് സ്ഥലത്തേക്ക് കയറുക.

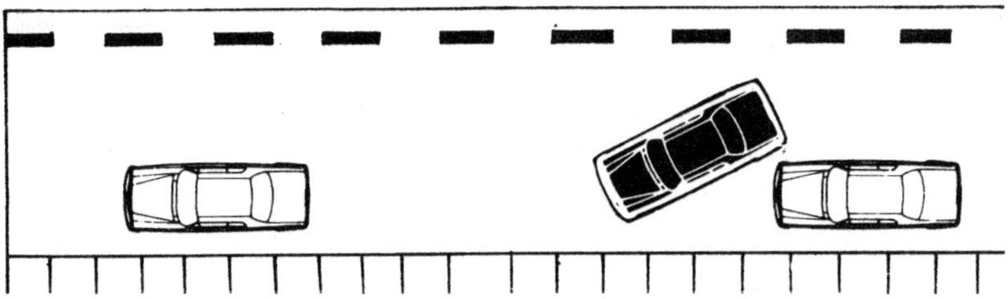

ചിത്രം 1.16 കെർബിനോട് അടുത്തുകഴിഞ്ഞാൽ സ്റ്റിയറിങ് സ്റ്റെഡിയാക്കി വണ്ടി കെർബിനു സമാന്തരമായി നീക്കുക

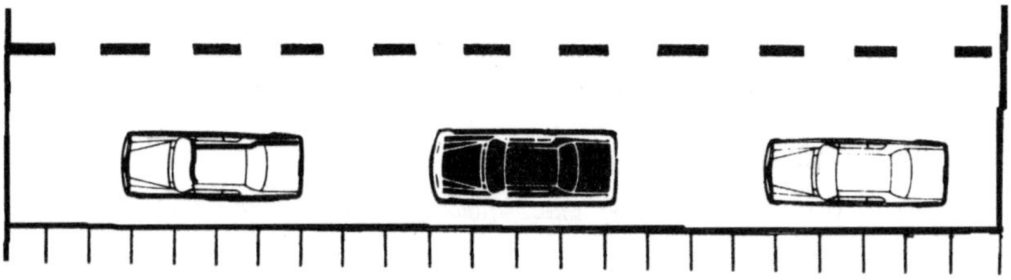

ചിത്രം 1.17 പുറകിലെ കാറ് എടുത്തുകൊണ്ടുപോകാൻ ആവശ്യമായ സ്ഥലം പുറകിൽ വിടണം.

വലത്തോട്ട് തിരിച്ച് വണ്ടി മുന്നോട്ട് നീക്കുക

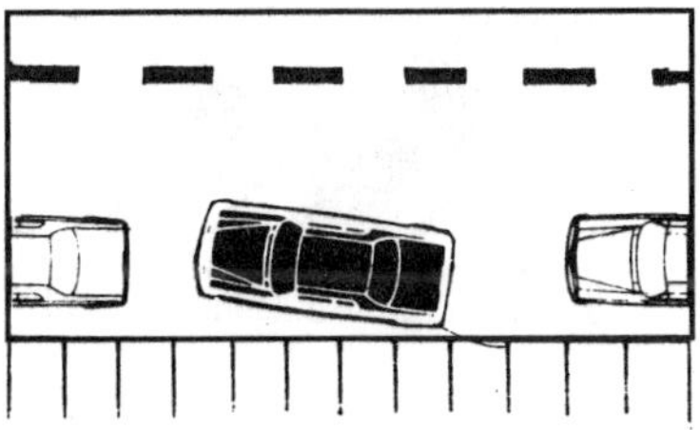

കെർബിനോട് അടുപ്പിച്ച് പുറകോട്ട് മെല്ലെ നീക്കുക

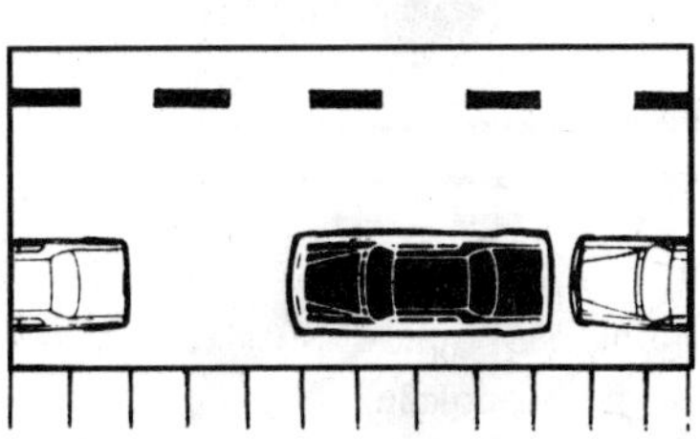

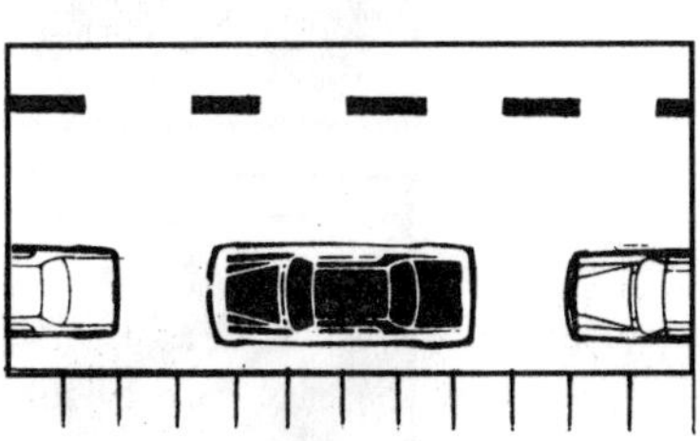

ചിത്രം 1.18 പുറകിലെ വാഹനം എടുക്കാവുന്ന വിധത്തിൽ വണ്ടി നിർത്തുക

ക്കേണ്ടതുണ്ട്. പാർക്കുചെയ്യുന്നതിന്റെ പൊതുതത്വങ്ങൾ അറിയാമെങ്കിൽ അനായാസമായി ചെറിയ ഇടങ്ങളിലും പാർക്കു ചെയ്യാം.

റോഡിന്റെ പാർശ്വത്തിൽ രണ്ട് വാഹനങ്ങൾക്കിടയിൽ പാർക്കു ചെയ്യാൻ നിങ്ങളുടെ വാഹനത്തിന്റെ നീളത്തിന്റെ ഒന്നര ഇരട്ടി സ്ഥലമെങ്കിലും വേണം (പവർസ്റ്റിയറിങ് ഉണ്ടെങ്കിൽ ഇത് എളുപ്പമാണ്). നിങ്ങൾക്ക് പുറകിലുള്ള വാഹനം എടുക്കാൻ കഴിയാത്തവിധം പാർക്ക് ചെയ്യരുത്.

റോഡിന്റെ വശത്തുനിന്ന് 15 സെന്റിമീറ്റർ അകലത്തിൽ നിർത്തണം. കെർബിൽ ചക്രങ്ങൾ കയറാൻ ഇടയാവരുത്. അത് ടയറിനും റിമ്മിനും ദോഷം ചെയ്യും. പാർക്ക് ചെയ്യും മുമ്പ് മിററിൽ നോക്കി ആവശ്യമായ സിഗ്നൽ കൊടുത്ത ശേഷം പാർക്ക് ചെയ്യുക.

എൻജിൻ നിർത്തിയ ശേഷം ഹാൻഡ്ബ്രേക്ക് ഇടുക. മുകളിൽ വിവരിച്ച രീതിയിൽ തന്നെ റിവേഴ്സ് ചെയ്തും പാർക്ക് ചെയ്യാം.

ചരിച്ച് പാർക്ക് ചെയ്യൽ

മിറർ നോക്കി സിഗ്നൽ കൊടുത്തശേഷം റിവേഴ്സിൽ ഒഴിവുള്ള ഇടത്തേക്ക് വണ്ടി കയറ്റുക.

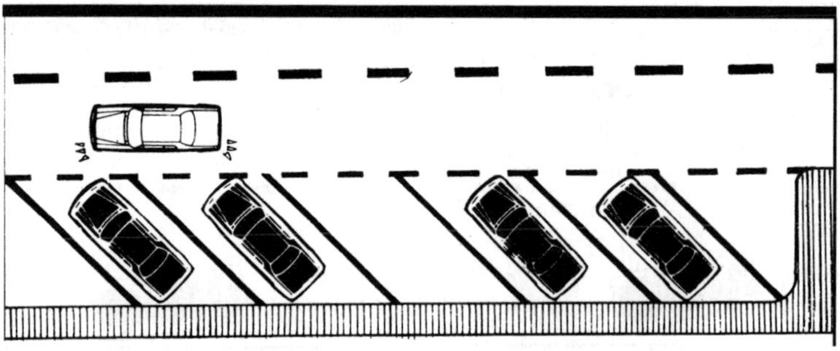

9. എൻജിൻ ഒരു ബ്രേക്ക്

ആവി എൻജിനുകളിലും ഇലക്ട്രിക് മോട്ടോറുകളിലും അവയുടെ പ്രവർത്തനം വിപരീതദിശയിലാക്കി ബ്രേക്കിങ് ഫലം ഉണ്ടാക്കാവുന്ന താണ്. ആവി എൻജിനുള്ള റോഡ് റോളറുകൾ ബ്രേക്ക് ചെയ്യുന്നത് എൻജിന്റെ മുമ്പോട്ടുള്ള പ്രവർത്തനം പുറകോട്ടാക്കിയാണ്. പക്ഷേ മോട്ടോർകാർ എൻജിനുകളിൽ അത് കഴിയില്ല. മുമ്പോട്ട് ഓടിക്കൊണ്ടിരി ക്കുന്ന മോട്ടോർ കാറിന്റെ പ്രവർത്തനം പൊടുന്നനെ പുറകോട്ടാക്കാൻ സാധ്യമല്ല. ഗിയറിന്റെ സംവിധാനം അങ്ങനെയാണ്.

ആക്സിലറേറ്റർ ഓഫാക്കിയാൽ മോട്ടോർകാറിന്റെ എൻജിൻ നല്ലൊരു ബ്രേക്കായി - കൂടുതൽ സുരക്ഷിതമായ ബ്രേക്കായി - വർത്തി ക്കുന്നു. നല്ല കമ്പ്രഷനുള്ള എൻജിനാണെങ്കിൽ വിദഗ്ധമായി ഗിയർ ഉപ യോഗപ്പെടുത്തി സാമാന്യം എല്ലാ ഘട്ടങ്ങളിലും വണ്ടി നിർത്താൻ കഴിയും.

കുത്തനെയുള്ള ഇറക്കങ്ങളിൽ ബ്രേക്ക് ഉപയോഗിച്ചുകൊണ്ടിരിക്ക രുത്. ഇറക്കത്തിന്റെ തോത് അനുസരിച്ച് കുറഞ്ഞഗിയർ ഉപയോഗിച്ച് വേഗത കുറയ്ക്കുക. ന്യൂട്രൽ ഗിയറിലോ ക്ലച്ച് അമർത്തിയോ ഒരിക്കലും ഇറക്കങ്ങൾ ഇറങ്ങരുത്. കൂടുതൽ സമയം ബ്രേക്ക് ചവിട്ടിക്കൊണ്ടിരു ന്നാൽ ബ്രേക്ക് ലൈനിങ് ചൂടുപിടിക്കുന്നതിനും കേടാവുന്നതിനും കാരണ മാവും. ന്യൂട്രൽ ഗിയറിലോ ക്ലച്ച് അമർത്തിപ്പിടിച്ചോ ഇറക്കം ഇറങ്ങുന്നത് അപകടത്തിനു വഴിയൊരുക്കുന്നു എന്നതിനു പുറമേ അത് എൻജിനും സാരമായ കേടുവരുത്തുന്നു.

ആക്സിലറേറ്റ് ചെയ്യലും ബ്രേക്ക് ചെയ്യലും പണച്ചെലവുള്ള രണ്ടു കാര്യങ്ങളാണ്. ഒന്നാമത്തേതിന് ഇന്ധനവ്യയവും രണ്ടാമത്തേതിന് ടയറുകളുടെയും ബ്രേക്ക് ലൈനിങ്ങുകളുടെയും തേയ്മാനവും ഉണ്ട്. അതുകൊണ്ട് വാഹനം നിർത്തേണ്ടിവരും എന്നു മുമ്പേ അറിയാമെങ്കിലും വർധിച്ച വേഗതയിൽ തന്നെ സഞ്ചരിച്ച് പൊടുന്നനെ ബ്രേക്ക് ചവിട്ടി നിർത്തുന്നത് രണ്ടുവിധത്തിൽ പണം ദുർവ്യയം ചെയ്യലാണ്. നിർത്തി യിരിക്കുന്ന ട്രാഫിക്, ട്രാഫിക് ലൈറ്റ് ജങ്ഷൻ, കാൽനടക്കാർ ക്കുള്ള സീബ്രാക്രോസിങ് എന്നിവിടങ്ങളിൽ ആക്സിലറേറ്ററിൽ നിന്ന് കാൽ എടുത്ത് നിർത്താവുന്ന വേഗത്തിൽ പതുക്കെ വേണം പ്രവേശി ക്കാൻ.

കാർ നേർരേഖയിൽ സഞ്ചരിക്കുന്ന അവസ്ഥയിൽ ബ്രേക്ക് ചെയ്യുന്ന തായിരിക്കും ഏറ്റവും സുരക്ഷിതം. വാഹനത്തിന്റെ ഏറ്റവും സ്റ്റേബിളായ അവസ്ഥ നേർരേഖയിൽ ആവുമ്പോഴത്രേ. വളവ് തിരിയുമ്പോൾ ബ്രേക്ക് ചെയ്യേണ്ടിവരികയാണെങ്കിൽ ബ്രേക്ക് വളരെ പതുക്കെ മാത്രമേ ഉപയോ

ഗിക്കാവൂ. സ്കിഡ് ചെയ്യാൻ സാധ്യതയുള്ള (ചക്രത്തിനു റോഡുമായി പിടിത്തം കുറവുള്ള) അവസ്ഥയിലും സ്കിഡ് ചെയ്തുകൊണ്ടിരിക്കുമ്പോഴും ബ്രേക്ക് തീരെ പ്രയോഗിക്കരുത്.

കുത്തനെയുള്ള ഇറക്കങ്ങളിൽ ഒന്നോ രണ്ടോ ഗിയർ ഡൗൺ ചെയ്ത് വേഗത കുറയ്ക്കുക. ആ ഇറക്കം തിരിച്ചു കയറാൻ ഉപയോഗിക്കുന്ന ഗിയറിൽ തന്നെ വേണം ഇറങ്ങുവാനും. ടോപ്ഗിയറിൽ ബ്രേക്കിന്റെ സഹായത്തിൽ ഇറങ്ങുന്നത് അപകടം വരുത്തും.

പരുപരുത്ത റോഡിൽ പതുക്കെ മാത്രമേ ബ്രേക്ക് ചെയ്യാവൂ. ഇത്തരം റോഡിൽ പൊടുന്നനെ നിർത്തേണ്ടി വരികയാണെങ്കിൽ റോഡിന്റെ ഭേദപ്പെട്ട ഭാഗത്തേക്ക് വണ്ടി നീക്കിയശേഷം ബ്രേക്ക് ചെയ്യുക. ടയർ വളരെ വില പിടിച്ച ഒരു വസ്തുവാണെന്ന കാര്യം ഓർമയിലിരിക്കട്ടെ.

10. സൈഡ് റോഡിൽ നിന്ന് മെയിൻ റോഡിലേക്ക്

സൈഡ് റോഡിലൂടെ ഓടിച്ചുവരുന്ന കാർ മെയിൻ റോഡിലേക്ക് കയറ്റി ഇടത്തോട്ട് തിരിഞ്ഞുപോവുകയാണ് വേണ്ടതെന്ന് തീരുമാനിച്ചു കഴിഞ്ഞാൽ മിറർ നോക്കി പുറകിൽ നിന്നുള്ള ട്രാഫിക് മനസ്സിലാക്കി ഇടത്തോട്ട് തിരിയാൻ പോകുന്നു എന്ന സിഗ്നൽ കാണിക്കുക. കാർ ഇട

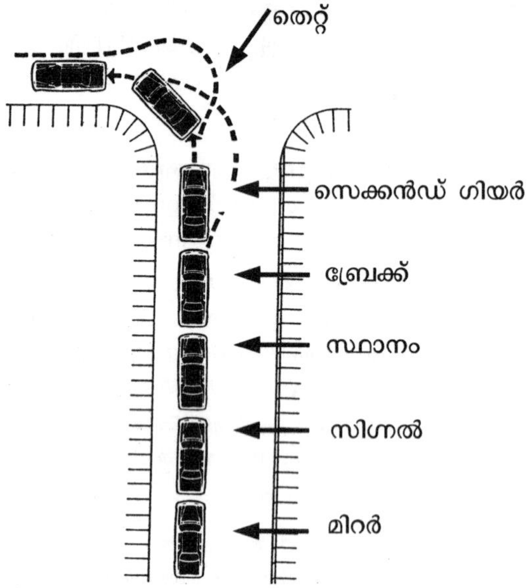

ചിത്രം 1.19 സൈഡ് റോഡിൽ നിന്ന് മെയിൻ റോഡിലേക്ക് കയറുന്ന രീതി (ഇടത്തോട്ട്)

തുവശത്തേക്ക് ഒതുക്കുന്നതോടൊപ്പം വേഗത കുറയ്ക്കുകയും ആ വേഗതയ്ക്ക് അനുസൃതമായ ഗിയർ ഇടുകയും വേണം. സെക്കന്റ് ഗിയറായിരിക്കും നല്ലത്. തിരിവിനോട് ഒരു മീറ്റർ അടുത്തുകഴിഞ്ഞാൽ ഫസ്റ്റ് ഗിയറിൽ ഇട്ട്-ഫസ്റ്റ് ഗിയറിലാണ് പതുക്കെ ഓടിക്കുവാൻ ഏറ്റവും എളുപ്പം-തിരിക്കത്തക്കവിധം വഴി ക്ലിയർ ആണെന്നു കണ്ടാൽ ഇടത്തോട്ടു തിരിക്കുക. ഏതു സമയത്തും നിർത്തേണ്ടിവരും എന്നതുകൊണ്ട് അതിന് തയ്യാറായിട്ടുവേണം തിരിക്കുവാൻ. വഴി ക്ലിയർ അല്ലെങ്കിൽ വണ്ടി സാവധാനം ന്യൂട്രൽ ഗിയറിലാക്കി നിർത്തുക.

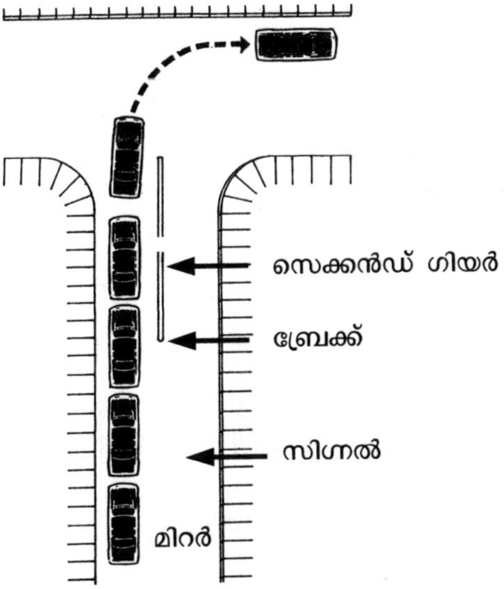

ചിത്രം 1.20 സൈഡ് റോഡിൽ നിന്ന് മെയിൻ റോഡിലേക്ക് കയറുന്ന രീതി (വലത്തോട്ട്)

T ജങ്ഷൻ തിരിയുന്ന ചിത്രം താഴെ കാണുക. T ജങ്ഷനിൽ വലത്തോട്ടു തിരിയുമ്പോൾ മുകളിൽ പരാമർശിച്ച വിധം തന്നെയാണ് പ്രവർത്തിക്കേണ്ടത്. വീതി കൂടിയ റോഡിൽ നിന്നാണ് തിരിയുന്നതെങ്കിൽ സിഗ്നൽ കൊടുത്ത് റോഡിന്റെ മധ്യത്തിലേക്ക് വന്നശേഷം മുകളിൽ പറഞ്ഞതുപോലെ പ്രവർത്തിക്കുക.

11. ക്രോസ് റോഡുകൾ

ക്രോസ് റോഡുകൾ രണ്ടു തരത്തിലുണ്ട്. നിയന്ത്രണമുള്ളവയും ഇല്ലാത്തവയും. ക്രോസ്റോഡ് എത്തുന്നതിനു മുമ്പ് വെള്ളവരകൾ ഉണ്ടെങ്കിൽ അത് നിയന്ത്രണമുള്ളതാണെന്ന് അനുമാനിക്കാം. അത്തരം ക്രോസ് റോഡുകളിൽ നിയന്ത്രണത്തിന് ഒരു പോലീസുകാരനോ ഓട്ടോമാറ്റിക്

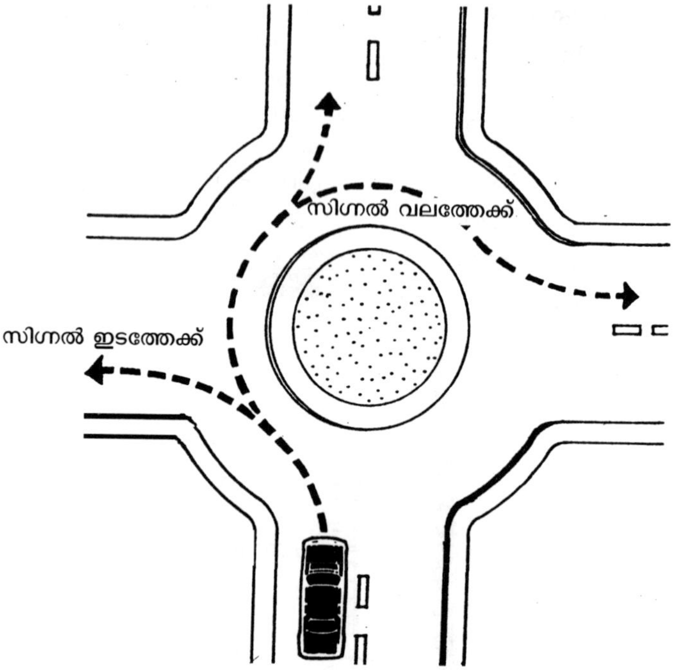

ചിത്രം 1.21 ട്രാഫിക് ഐലൻഡ് ചുറ്റിപ്പോകുന്ന രീതി

സിഗ്നൽ ലൈറ്റോ ഉണ്ടായിരിക്കും. നിയന്ത്രണമില്ലാത്ത ക്രോസ് റോഡുകളിൽ എത്തുമ്പോൾ പ്രത്യേകം ശ്രദ്ധിക്കേണ്ടതുണ്ട്. ക്രോസ് റോഡിൽ എത്തുന്നതിനുമുമ്പേ, ഇരുവശങ്ങളിൽനിന്നും വാഹനങ്ങൾ വരുന്നില്ല എന്ന് ഉറപ്പുകിട്ടിയശേഷം മാത്രമേ കാറിന്റെ മുൻഭാഗം ജങ്ഷനിലേക്കു കടത്താവൂ.

ക്രോസ് റോഡിന്റെ മറ്റൊരു രൂപമാണ് റൗണ്ട് എബൗട്ട് (ട്രാഫിക് ഐലന്റ്). ഏതു വഴിയിലൂടെ പ്രവേശിച്ചാലും ഇടതുവശം ചുറ്റിയേ സഞ്ചരിക്കാവൂ. റൗണ്ട് എബൗട്ടിലുള്ള വാഹനങ്ങൾക്ക് മുൻഗണന നൽകണം. വലത്തോട്ട് നീങ്ങുന്ന വാഹനങ്ങൾക്ക് വഴികൊടുക്കുക.

നിയന്ത്രണമുള്ള ക്രോസ് റോഡിൽ നിയന്ത്രിക്കുന്ന ആളുടെ നിർദേശം അനുസരിച്ച് മാത്രമേ നീങ്ങാൻ പാടുള്ളൂ. നിയന്ത്രണമില്ലാത്ത സ്ഥിതിയിലെന്ന പോലെ അത്ര ഗുരുതരമല്ല എങ്കിലും, എല്ലാ വാഹനക്കാരും നിയമാനുസൃതമായാണ് ഓടിക്കുക എന്നു കരുതുക വയ്യ.

12. ഓവർടേക്കിങ്

ഓടിക്കൊണ്ടിരിക്കുന്ന മറ്റൊരു വാഹനത്തെ മറികടക്കുമ്പോൾ ചില കാര്യങ്ങൾ ശ്രദ്ധിക്കേണ്ടതുണ്ട്. ഇത്രയേറെ അപകടസാധ്യതയുള്ള മറ്റൊരു പ്രവൃത്തിയും ഡ്രൈവിങ്ങിൽ ഇല്ലെന്നു പറയാം. മറ്റൊരു വാഹനത്തെ ഓവർടേക്ക് ചെയ്യാൻ ശ്രമിക്കുന്ന സമയത്ത് നമ്മുടെ വാഹനം റോഡിന്റെ റോങ്സൈഡിൽ ആയിരിക്കും. അതുകൊണ്ട് അപ്പോഴുണ്ടാവുന്ന അപകടത്തിന് കുറ്റക്കാരനായിത്തീരുന്നതും നമ്മൾ തന്നെയാണ്. ഓവർ ടേക്കിങ്ങിന്റെ സമയത്തുള്ള അപകടങ്ങളാവട്ടെ കൂടുതൽ ഗുരുതരവും ആയിരിക്കും. നിങ്ങളുടെ വാഹനത്തിന് അപ്പോൾ 40 കിലോമീറ്ററെങ്കിലും വേഗമുണ്ടായിരിക്കും. വന്നിടിക്കുന്ന വാഹനത്തിനും അത്രതന്നെ വേഗം ഉണ്ടാവാം. ഫലമോ, 80 കിലോമീറ്റർ വേഗത്തിൽ ഒരു പാറയിൽ

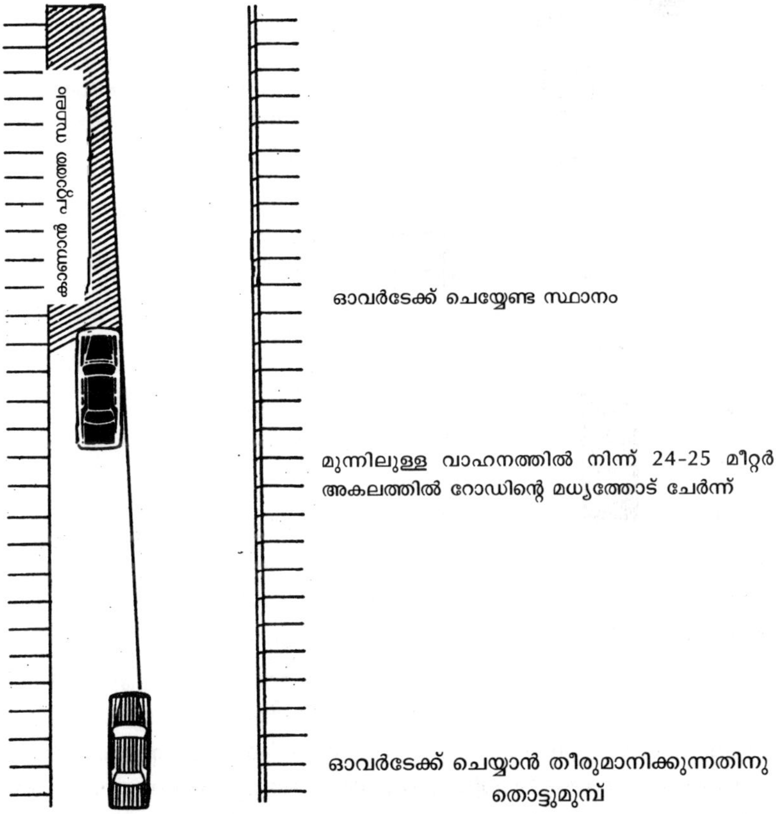

ചിത്രം 1.22 ഓവർടേക്ക് ചെയ്യുന്ന രീതി

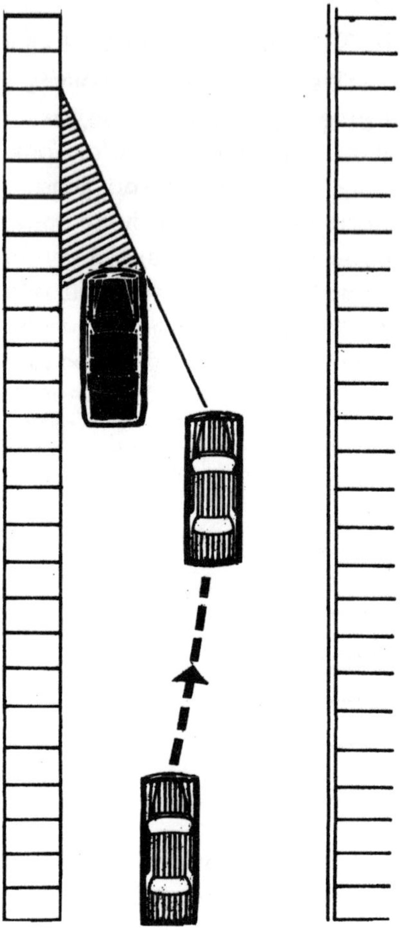

ചിത്രം 1.23 ഓവർടേക്കിങ്

ചെന്നിടിച്ചാലുണ്ടാവുന്ന അനുഭവം. ഓവർടേക്ക് ചെയ്യുന്ന സമയത്ത് തീർച്ചയായും നിങ്ങളുടെ വാഹനത്തിന്റെ വേഗം 40 കിലോമീറ്ററിലും അധികമായിരിക്കും.

ഓവർടേക്ക് ചെയ്യുന്നതിന് അനുകൂലമായ സാഹചര്യമാണ് ഉള്ളതെന്ന് ഉറപ്പുവരുത്തിയശേഷം മാത്രമേ ഓവർടേക്ക് ചെയ്യാവൂ. ഇക്കാര്യത്തിൽ യാതൊരു കാരണവശാലും ഭാഗ്യപരീക്ഷണം അരുത്. വീതികുറഞ്ഞ റോഡിലും വളവുകളിലും ഒരിക്കലും ഓവർടേക്ക് ചെയ്യരുത്. അതുപോലെ 'ഓവർടേക്കിങ് അരുത്' എന്നു മുന്നറിയിപ്പുള്ള ഇടങ്ങളിലും അതിന് ശ്രമിക്കരുത്.

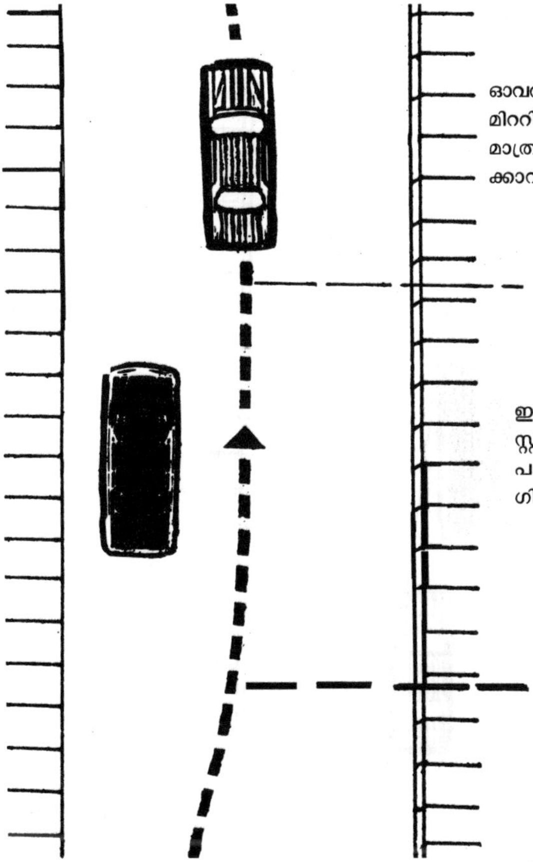

ചിത്രം 1.24 ഓവർടേക്കിങ്

ഓവർടേക്ക് ചെയ്യുമ്പോൾ, മുന്നിൽ കാൽനടയാത്രക്കാർ റോഡ് മുറിച്ചുകടക്കുന്ന ഇടമാണോ, ജങ്ഷനാണോ, വളവാണോ, ലെവൽ ക്രോസിങ്ങാണോ തുടങ്ങിയ കാര്യങ്ങളും ശ്രദ്ധിക്കേണ്ടതുണ്ട്. ഇങ്ങനെയുള്ള സ്ഥാനങ്ങളിൽ ഓവർടേക്ക് ചെയ്യരുത്. ഓവർടേക്കു ചെയ്യാൻ അനുകൂലമായ സാഹചര്യമാണെങ്കിൽ, മറ്റൊരു വാഹനം നിങ്ങളെ ഓവർടേക്ക് ചെയ്യാൻ ശ്രമിക്കുന്നില്ല എന്ന് മിററിൽ നോക്കി ഉറപ്പുവരുത്തണം.

ഇത്രയും അനുകൂലമായ സ്ഥിതിയിൽ വണ്ടി എത്തിയശേഷം വേണം ഓവർടേക്ക് ചെയ്യുന്നതിനെക്കുറിച്ച് ആലോചിക്കാൻ. മുമ്പിൽ നിങ്ങൾക്കെതിരായി യാതൊരു വാഹനവും വരുന്നില്ലെന്ന് ഉറപ്പാക്കുക. ഓവർടേക്ക് ചെയ്യാൻ തീരുമാനിച്ചുകഴിഞ്ഞാൽ പരമാവധി ആക്സിലറേറ്റ് ചെയ്യണം.

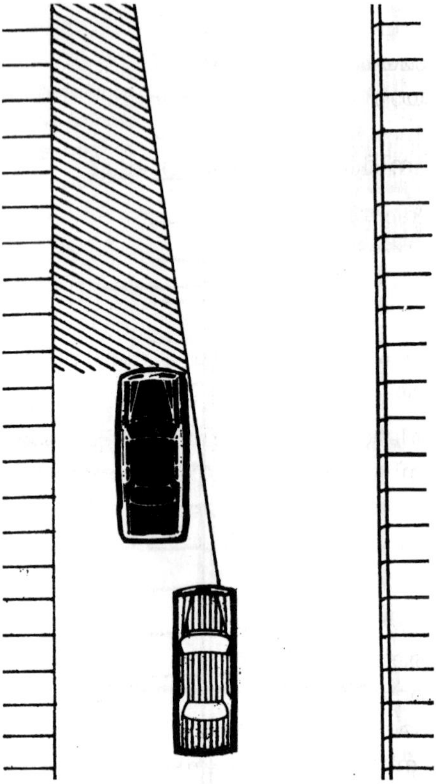

ചിത്രം 1.25 ഓവർടേക്കിങ് - തെറ്റായ രീതി. തൊട്ടുപുറകിൽനിന്ന് ഓവർടേക്ക് ചെയ്യാൻ ശ്രമിച്ചാൽ മറ്റു വാഹനങ്ങളുണ്ടോ എന്നറിയാൻ കഴിയില്ല. വാഹനം ഉണ്ടെന്നു കണ്ടാൽ സൈഡിലേക്ക് ഒതുക്കുവാൻ കഴിയാതെവരും.

മുന്നിലുള്ള വാഹനത്തിന് 5 മീറ്ററോളം അടുത്തു കഴിഞ്ഞാലേ റോഡിന്റെ മുൻവശത്തെക്കുറിച്ച് വ്യക്തമായ രൂപം കിട്ടൂ. ഈ സമയത്ത് ഓവർടേക്ക് ചെയ്യാനുള്ള അന്തിമ തീരുമാനം എടുക്കാം. മുന്നിലുള്ള വാഹനത്തിൽനിന്ന് കടന്നു പൊയ്ക്കൊള്ളാനുള്ള സിഗ്നൽ കിട്ടിക്കഴിഞ്ഞാൽ ആ വാഹനത്തെക്കാൾ 15 കിലോമീറ്റർ കൂടുതൽ വേഗത്തിൽവേണം ഓവർടേക്ക് ചെയ്യുവാൻ. എത്രയും വേഗതയിൽ ഓവർടേക്ക് ചെയ്യുന്നുവോ അത്രയും നന്ന്.

25 കിലോമീറ്റർ വേഗതയാണുള്ളതെങ്കിൽ സെക്കന്റ് ഗിയറിൽ ഓവർടേക്ക് ചെയ്യണം. 60 കിലോമീറ്ററിൽ കുറവാണെങ്കിൽ തേഡ്ഗിയർ ഉപയോഗിക്കണം. മുന്നിലെ വാഹനത്തെ മറികടന്നു റോഡിലെ സ്ഥാനം ശരി

യാക്കിയശേഷം മാത്രമേ ടോപ്പ്ഗിയറിലേക്ക് മാറ്റാവൂ. ഓവർടേക്ക് ചെയ്തുകൊണ്ടിരിക്കുന്ന സമയത്ത് ഗിയർ മാറ്റുന്നത് അപകടമാണ്. ആ സമയത്ത് ഗിയർ സ്ലിപ്പായാൽ അപകടം സംഭവിക്കാം.

13. കയറ്റത്തിൽ നിർത്തിയിരിക്കുന്ന കാർ

കയറ്റത്തിൽ നിർത്തിയ വാഹനം എടുക്കുമ്പോൾ പുറകോട്ട് നീങ്ങാൻ ഇടയുണ്ട്. തിരക്കുള്ള ട്രാഫിക്കിനിടയിൽ കയറ്റത്തിൽ നിർത്തി എടുക്കേണ്ടി വരുമ്പോൾ പ്രത്യേകം ശ്രദ്ധിക്കണം. തൊട്ടുപുറകെ വാഹനങ്ങളുണ്ടാവാം. ക്ലച്ച് നിയന്ത്രണവും ഹാൻഡ്ബ്രേക്കും വഴി വാഹനം പുറകോട്ട് നീങ്ങാതെ എടുക്കാൻ കഴിയും. വണ്ടിനിർത്തിയാൽ ഉടനെ ഹാൻഡ്ബ്രേക്ക് ഇടുക.

നന്നായി പരിശീലിക്കേണ്ട പ്രവൃത്തിയാണിത്. ഇറക്കത്തിൽ നിർത്തിയ വണ്ടി റിവേഴ്സ് ചെയ്യുമ്പോഴും ഇതുപോലെ ചെയ്യേണ്ടതാണ്.

14. സുരക്ഷിതമായി വണ്ടി ഓടിക്കുന്നതിനുള്ള നിർദേശങ്ങൾ

മറ്റുള്ളവരുടെ അശ്രദ്ധമൂലം അപകടമുണ്ടായാലും അപകടം അപകടമാണ്. അതൊഴിവാക്കാൻ സാധ്യമായ എല്ലാ മാർഗങ്ങളും ഉപയോഗിക്കേണ്ടതുണ്ട്. അതുകൊണ്ട് 'ഡിഫൻസീവ് ഡ്രൈവിങ്' ആണ് നമ്മുടെ നാട്ടിൽ ആവശ്യം. മറ്റൊരു വാഹനം നിയന്ത്രണം വിട്ടുവന്നാലും, പൊടുന്നനെ ഒരു യാത്രക്കാരൻ എടുത്തു ചാടിയാലും മുമ്പിലെ വാഹനം മുന്നറിയിപ്പില്ലാതെ പെട്ടെന്ന് നിർത്തിയാലും നമുക്ക് അപകടം ഒഴിവാക്കാൻ കഴിയണം. ശ്രദ്ധിച്ചാൽ നമുക്കു ചുറ്റും ഒരു സുരക്ഷിതമേഖല സൃഷ്ടിക്കാൻ കഴിയും. താഴെ പറയുന്ന കാര്യങ്ങൾ ശ്രദ്ധിക്കുക.

1. സുരക്ഷിതമായ ദൂരം നിലനിർത്തുക

ശരിയായ സിഗ്നൽ നൽകാതെ ചില ഡ്രൈവർമാർ പെട്ടെന്ന് വാഹനം ബ്രേക്ക് ചെയ്യാറുണ്ട്. നിങ്ങൾ ഒരുപക്ഷേ അവരുടെ പിന്നാലെ വണ്ടി ഓടിച്ചു വരികയാവാം. അങ്ങനെയുള്ള സാഹചര്യത്തിൽ 15 കി.മീ. വേഗതയിൽ പോകുന്ന ഒരു വാഹനത്തിന് അതിന്റെ നീളത്തോളമുള്ള ദൂരം മുന്നിൽ പോകുന്ന വാഹനവുമായി ഉണ്ടായിരിക്കേണ്ടതാണ്. വേഗത ഓരോ 15കി.മീ. വർധിക്കുമ്പോഴും ഇതേ തോതിൽ അകലവും കൂട്ടണം.

2. ഓവർടേക്ക് ചെയ്യാൻ ശ്രമിക്കുന്ന വാഹനങ്ങളെ കടന്നുപോകാൻ അനുവദിക്കുക

ഓവർടേക്ക് ചെയ്യാൻ ധൃതിവയ്ക്കുന്ന ഡ്രൈവർമാരെ പലപ്പോഴും

കയറ്റത്തിൽ നിർത്തിയ കാർ പുറകോട്ട് നീങ്ങാതെ എടുക്കുന്ന രീതി

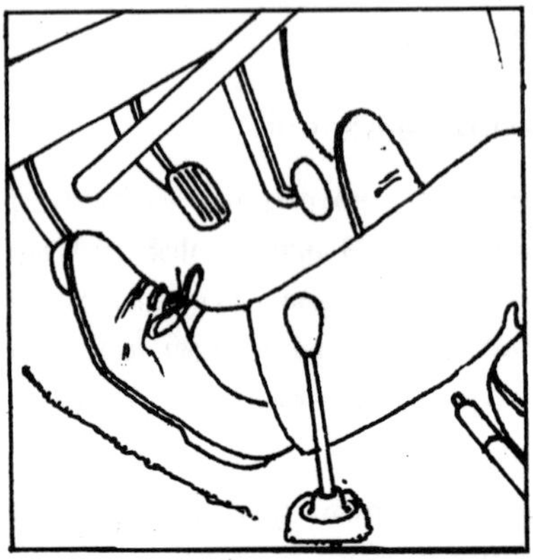

1. ന്യൂട്രൽ ഗിയറിൽ സ്റ്റാർട്ടാക്കിയ ശേഷം ക്ലച്ച് അമർത്തുക.

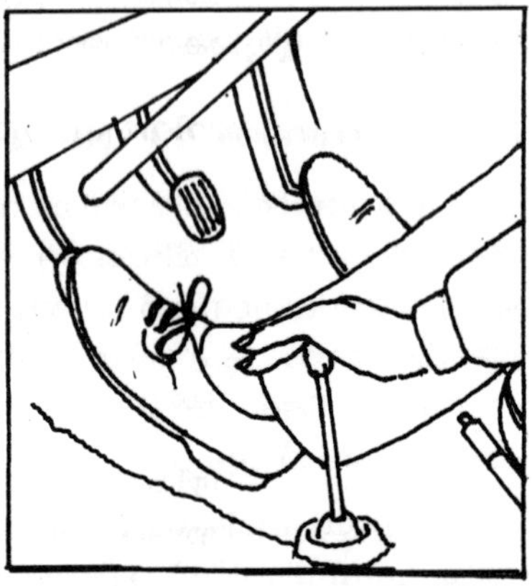

2. ക്ലച്ച് അമർത്തി ഒന്നാം ഗിയറിൽ ഇട്ടശേഷം ആക്സിലറേറ്റർ സാവധാനത്തിൽ വർധിപ്പിക്കുക.

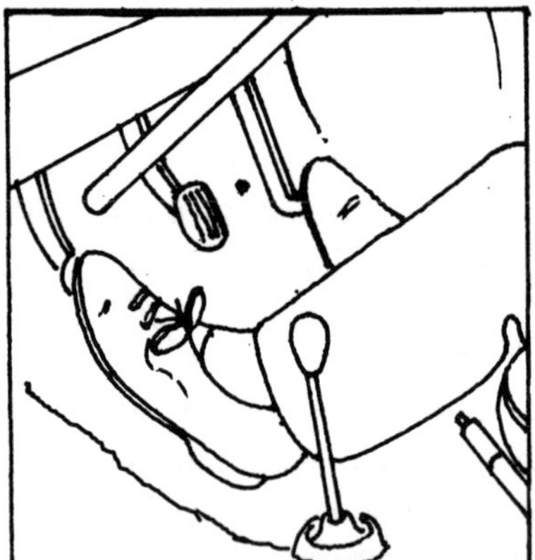

3. എൻജിൻ നിന്നുപോകാത്തവിധം ക്ലച്ച് സാവധാനത്തിൽ അയയ്ക്കുക. വണ്ടി മുന്നോട്ട് ചലിക്കാൻ ശ്രമിക്കും (വണ്ടിക്ക് ചെറിയ തോതിൽ വിറയൽ തോന്നും).

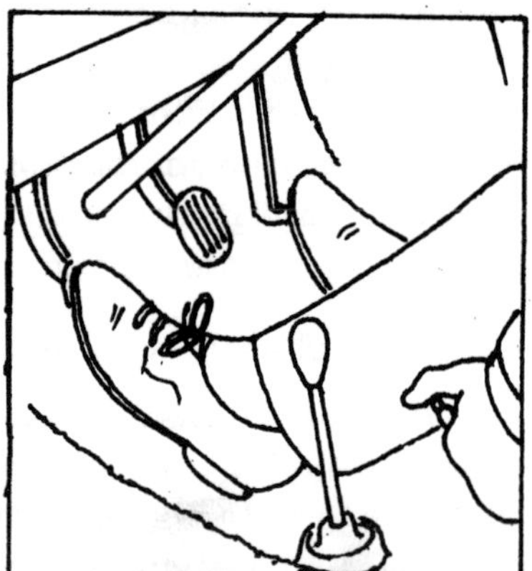

4. ആക്സിലറേറ്റർ അമർത്തുകയും ക്ലച്ച് അയച്ചുകൊണ്ടിരിക്കുകയും ചെയ്യുമ്പോൾ ഹാൻഡ്ബ്രേക്ക് സാവധാനത്തിൽ വിടുവിക്കുക. തുടർന്ന് ക്ലച്ച് കൂടുതലായി വിടുവിക്കുക.

നിങ്ങൾ കാണാറുണ്ട്. അവരെ നിരാശപ്പെടുത്താതിരിക്കുക. അങ്ങനെയുള്ള സാഹചര്യത്തിൽ നിങ്ങളുടെ വാഹനത്തിന്റെ സ്പീഡ് കുറച്ച് അവരെ കടന്നുപോകാൻ അനുവദിക്കുക.

3. ഇടയ്ക്ക് കയറിവരുന്ന വാഹനത്തെ കടത്തിവിടുക

ചിലപ്പോൾ വാഹനങ്ങൾ ചിട്ടയായി പൊയ്ക്കൊണ്ടിരിക്കുമ്പോൾ ഇടയ്ക്ക് ചില വാഹനങ്ങൾ പെട്ടെന്ന് ട്രാഫിക് ലൈനിന് വെളിയിൽകൂടി മുന്നിൽ കടന്നുകൂടാൻ ശ്രമിക്കാറുണ്ട്. അങ്ങനെയുള്ള സാഹചര്യത്തിൽ നിങ്ങളുടെ സുരക്ഷിതത്വത്തിനുവേണ്ടി അത്തരം വാഹനങ്ങളെ കടന്നുപോകാൻ അനുവദിക്കുക.

4. നിങ്ങളുടെ വഴിയിൽ വഴിതെറ്റിക്കയറുന്ന വാഹനങ്ങൾ കാണുമ്പോൾ ഒഴിഞ്ഞുമാറുക

ഉത്തരവാദിത്തമില്ലാതെയും അശ്രദ്ധയോടെയും വാഹനമോടിക്കുന്നവർ പലപ്പോഴും അപകടകരമായി റോഡിന്റെ മധ്യഭാഗം കടന്ന് എതിരേ വരുന്നത് കണ്ടെന്നുവരാം. തൻമൂലം പലപ്പോഴും വണ്ടികൾ തമ്മിൽ കൂട്ടിയിടിക്കാറുണ്ട്. അങ്ങനെയുള്ള സാഹചര്യം ദൃശ്യമാകുമ്പോൾ വാഹനത്തിന്റെ ഹോൺ മുഴക്കി, ലൈറ്റിട്ടു റോഡിന്റെ ഇടതുവശത്തേക്ക് ഒഴിഞ്ഞുമാറാൻ ശ്രമിക്കുക.

5. അപകടകാരികളായ കാൽനടക്കാരെ സൂക്ഷിക്കുക

ഡ്രൈവർമാർ മാത്രമല്ല അപകടങ്ങൾ സൃഷ്ടിക്കുന്നത്. വഴിയാത്രക്കാരും വിശേഷിച്ച് കുട്ടികളും പാർക്ക് ചെയ്തിരിക്കുന്ന വാഹനത്തിന് പിന്നിൽ നിന്നും പെട്ടെന്ന് റോഡിലേക്ക് എടുത്തുചാടി അപകടങ്ങൾ സൃഷ്ടിക്കാറുണ്ട്. അങ്ങനെയുള്ള സാഹചര്യത്തിൽ എന്തുചെയ്യാൻ കഴിയും? വളരെ ശ്രദ്ധാപൂർവം വാഹനത്തിന്റെ വേഗത കുറച്ച് അതുപോലെയുള്ള അപകടസാഹചര്യങ്ങൾ ഒഴിവാക്കാൻ ശ്രമിക്കണം.

15. റോഡിലെ അപകടങ്ങൾ

റോഡപകടങ്ങൾ അനവധിയാണ്. റോഡ് തന്നെയും അപകടകരമാവാം. അങ്ങനെയുള്ള പ്രശ്നങ്ങളെക്കുറിച്ച് ബോധവാന്മാരായി അവയെ അഭിമുഖീകരിച്ച് യാത്ര ചെയ്യേണ്ടതാണ്.

1. നിങ്ങളുടെ വാഹനം

ശ്രദ്ധ ആരംഭിക്കേണ്ടത് വീട്ടിൽ നിന്നാണ്. നിങ്ങളുടെ വാഹനം ഉപയോഗയോഗ്യമായ അവസ്ഥയിൽ എപ്പോഴും സൂക്ഷിക്കുക. വാഹനത്തിന്റെ കുഴപ്പം കണ്ടുപിടിച്ച് കഴിവതും വേഗം അവ പരിഹരിക്കേണ്ടതാണ്.

2. റോഡ്

നിങ്ങൾ സഞ്ചരിക്കുന്ന റോഡ് ശ്രദ്ധിക്കുക. ഒരുപക്ഷേ സ്ലിപ്പ് ചെയ്യുന്ന റോഡാകാം. അല്ലെങ്കിൽ ദുർഘടമാകാം. റോഡിൽ എപ്പോഴും ശ്രദ്ധയുണ്ടാവണം; അപകടങ്ങൾ ഒഴിവാക്കുന്നതിനുവേണ്ടി.

3. കാലാവസ്ഥ

കാലാവസ്ഥയെ നിങ്ങൾക്ക് നിയന്ത്രിക്കാൻ കഴിയുകയില്ലെന്നത് ഒരു സത്യമാണ്. എന്നാൽ അതിനെ നേരിടാൻ തയ്യാറായിരിക്കണം. വർഷക്കാലത്ത് വാഹനങ്ങളുടെ വൈപ്പറും വേനൽക്കാലത്ത് സൺഷെയ്ഡും ശരിയായവിധം സൂക്ഷിക്കേണ്ടതാണ്. പ്രതികൂലമായ കാലാവസ്ഥയിൽ ശ്രദ്ധാപൂർവം വാഹനമോടിക്കുമ്പോൾ നിങ്ങൾ സുരക്ഷിതമായി സഞ്ചരിക്കുന്നു എന്നുള്ളതാണ് സത്യം.

4. നിങ്ങളെക്കുറിച്ച്

ഏതവസരത്തിലും വണ്ടിയോടിക്കാൻ ശാരീരികമായി യോഗ്യനാണോ എന്ന് നിങ്ങൾക്കു മാത്രമേ അറിയൂ. ഈ കാര്യത്തിൽ പ്രത്യേകം ശ്രദ്ധിക്കേണ്ടതാണ്. പരിക്ഷീണിതനായിരിക്കുമ്പോൾ വാഹനം ഓടിക്കാൻ പാടില്ല.

16. ഗതാഗതനിയമങ്ങൾ പാലിക്കണം

ഗതാഗതനിയമങ്ങൾ നിങ്ങൾക്ക് വിരസങ്ങളായി തോന്നിയേക്കാം; ഒരുപക്ഷേ, ബുദ്ധിമുട്ടിക്കുന്നതായും; അതല്ലെങ്കിൽ സ്വതന്ത്രമായ സഞ്ചാരം തടയുന്നവയായും. എന്നാൽ അവ അപകടങ്ങൾ ഒഴിവാക്കാൻ സഹായിക്കുന്നു.

1. മോട്ടോർ വാഹനങ്ങളുടെ വേഗപരിധി

'ന്യൂ ജനറേഷൻ' വാഹനങ്ങളുടെ കാര്യക്ഷമതയും ഹൈവേകളുടെ മെച്ചമായ അവസ്ഥയും പരിഗണിച്ച് മോട്ടോർ വാഹനങ്ങളുടെ വേഗപരിധി 01-07-2023 മുതൽ പുതുക്കിയിട്ടുണ്ട്.

കാറുകളുടെ പരമാവധി അനുവദനീയമായ വേഗത മണിക്കൂറിൽ 75 കിലോമീറ്റർ എന്നത്, ഹൈവേകളിൽ 85 കിലോമീറ്ററും നാലുവരിപ്പാതകളിൽ 95 കിലോമീറ്ററുമായി വർധിപ്പിച്ചിരിക്കുന്നു.

ട്രാൻസ്പോർട്ട് വാഹനങ്ങളുടെ ഹൈവേയിലുള്ള പരമാവധി വേഗത മണിക്കൂറിൽ 70 കിലോമീറ്ററും നാലുവരിപ്പാതകളിൽ മണിക്കൂറിൽ 80 കിലോമീറ്ററും നഗരറോഡുകളിൽ മണിക്കൂറിൽ 50 കിലോമീറ്ററും വേഗപരിധി നിജപ്പെടുത്തിയിരിക്കുന്നു.

വാഹനങ്ങളുടെ വേഗത സ്കൂളുകളുടെ സമീപമെത്തുമ്പോൾ മണിക്കൂറിൽ 30 കിലോമീറ്ററായി കുറയ്ക്കണം. ഘാട്ട് റോഡുകളിൽ മണിക്കൂറിൽ 40 കിലോമീറ്റർ വേഗതയാണ് അനുവദിച്ചിട്ടുള്ളത്.

നഗരങ്ങളിൽ കാറിന്റെ വേഗപരിധി മണിക്കൂറിൽ 50 കിലോമീറ്ററാണ്. മറ്റെല്ലായിടത്തും മണിക്കൂറിൽ 70 കിലോമീറ്റർവരെ വേഗത്തിൽ ഓടിക്കാം.

പുതുക്കിയ വേഗപരിധി കിലോമീറ്ററിൽ

വേഗപരിധി 110 km/hr. **വാഹനം**	6 വരി പാത	4 വരി പാത	മറ്റു ദേശീയ പാത/ എം.സി.റോഡ്/ നാലുവരി സംസ്ഥാന പാതകൾ	മറ്റു സംസ്ഥാന പാതകൾ/ പ്രധാന ജില്ലാ റോഡുകൾ	മറ്റു റോഡുകൾ	നഗരറോഡുകൾ
ഒമ്പതുസീറ്റുവരെ (Km/hr)	110	100	90	80	70	50
ലൈറ്റ്, മീഡിയം/ഹെവി യാത്ര വാഹനങ്ങൾ (Km/hr)	95	90	85	70	60	50
ലൈറ്റ് മീഡിയം/ഹെവി ചരക്ക് വാഹനങ്ങൾ (Km/hr)	80	80	70	65	60	50

2. സിഗ്നൽ

എപ്പോഴും നിങ്ങളുടെ വാഹനത്തിന്റെ സിഗ്നൽ ഉപയോഗിക്കുക. അതായത് നിങ്ങളുടെ വാഹനം തിരിയുമ്പോഴും ബ്രേക്ക് ചവിട്ടുമ്പോഴും പുറകോട്ട് എടുക്കുമ്പോഴും സിഗ്നലുകൾ കാണിക്കുക. നിങ്ങൾ ഒറ്റപ്പെടാതിരിക്കട്ടെ. സിഗ്നലുകൾ മറ്റു ഡ്രൈവർമാരുമായി ആശയവിനിമയം നടത്തുന്നതിനുള്ള ഉപാധിയാണ്. അത് അവരെ അസ്വസ്ഥരാക്കുന്നില്ല. പ്രതികൂല ഗതാഗത സാഹചര്യമുണ്ടാകുമ്പോൾ ഏറ്റവും സുരക്ഷിതമാർഗമാണിത്.

3. റോഡ് സൈൻബോർഡുകൾ സൂക്ഷ്മമായി വായിക്കണം

റോഡിലെ സൂചനാബോർഡ് ശരിയായി മനസ്സിലാക്കുക. അങ്ങനെയാണെങ്കിൽ അനായാസം സുരക്ഷിതമായി വാഹനം ഓടിക്കാൻ കഴിയും. മുമ്പിൽ വളവുകളോ തിരിവുകളോ ഹെയർപിൻ ബെൻഡുകളോ ഉണ്ടെന്നു മുൻകൂട്ടി അറിഞ്ഞാൽ അതനുസരിച്ച് വാഹനം അപകടം ഒഴിവാക്കി ഓടിക്കാൻ കഴിയും. വിവേകം, ക്ഷമ, വൈദഗ്ധ്യം എന്നിവ അപകടം ഒഴിവാക്കി വണ്ടി ഓടിക്കുന്ന ഡ്രൈവർക്ക് അനിവാര്യമായ ഗുണങ്ങളാണ്. നിങ്ങൾ ഇതിൽ ഒരുവനാണോ? നിങ്ങൾ സൂക്ഷ്മമായി വാഹനം ഓടിക്കുന്ന ആളാകട്ടെ. നിങ്ങളുടെ ചുറ്റിനും ഒരു സുരക്ഷിത മേഖല എല്ലായ്പ്പോഴും ഉണ്ടാക്കുക.

17. മഴക്കാലത്ത് വാഹനം ഓടിക്കുമ്പോൾ

നിങ്ങൾ എത്രമാത്രം ശ്രദ്ധയും കരുതലും ഉള്ളയാളാണെങ്കിൽ

തന്നെയും മഴക്കാലത്ത് അവിചാരിതമായി ഉണ്ടായേക്കാവുന്ന റോഡ് അപകടങ്ങളെക്കുറിച്ച് മുൻകൂട്ടി കാണാൻ കഴിയുന്നില്ലെങ്കിൽ കൂടുതൽ അപകടങ്ങൾ ഉണ്ടാവാൻ ഇടയുണ്ട്. കാരണം മഴക്കാലം ആരംഭിക്കുമ്പോൾ റോഡപകടങ്ങളുടെ എണ്ണവും കൂടാറുണ്ട്. ഓർക്കുക! ഓരോ ഡ്രൈവർക്കും ഇത്തരം അപകടങ്ങളെ നേരിടേണ്ടതായിട്ടുണ്ട്. എന്നാൽ നിങ്ങളെപ്പോലെ അയാൾ കൂടുതൽ ശ്രദ്ധാലുവായെന്നിരിക്കില്ല. മഴമൂലം റോഡിന്റെ അവസ്ഥ ഓരോ സ്ഥലത്തും മാറിക്കൊണ്ടിരിക്കും. വഴിയാത്രക്കാരെ ശ്രദ്ധിക്കുക. റോഡിലെ അപകടത്തേക്കാൾ മഴയിൽനിന്നും രക്ഷപ്പെടുന്നതിനാണ് യാത്രക്കാർ ശ്രദ്ധകേന്ദ്രീകരിച്ചു കാണുന്നത്. മഴമൂലം സൈക്കിൾ യാത്രക്കാരും കൈവണ്ടിക്കാരും റോഡ് വ്യക്തമായി കാണാതെ ബുദ്ധിമുട്ടുന്നു. ഈ അവസരത്തിൽ അവരെ സൂക്ഷിക്കേണ്ടത് നിങ്ങളുടെ കടമയാണ്. അപ്രതീക്ഷിതമായി റോഡിൽ ഉണ്ടായേക്കാവുന്ന കുഴികൾ വാഹനത്തിന് നാശനഷ്ടം വരുത്തുക മാത്രമല്ല, അതിന്റെ നിയന്ത്രണത്തെയും അത് ബാധിക്കുന്നു.

കാണാൻ ബുദ്ധിമുട്ടനുഭവപ്പെടുമ്പോൾ നിങ്ങൾ കൂടുതൽ ശ്രദ്ധാലുവാകേണ്ടതാണ്

1. വാഹനങ്ങളുടെ വൈപ്പർ ബ്ലേഡുകൾ പഴയതോ പൊട്ടിയതോ അല്ലെന്നുറപ്പുവരുത്തുക.
2. വലിയ മഴയുണ്ടെങ്കിൽ പകൽ സമയത്തും വാഹനങ്ങളുടെ ഹെഡ്ലൈറ്റ് ഉപയോഗിക്കുക.
3. വാഹനം പുറകോട്ടു എടുക്കുമ്പോൾ കൂടുതൽ ശ്രദ്ധിക്കുക.

വാഹനത്തിന്റെ വേഗത കുറയ്ക്കുക

നിങ്ങൾക്കു കാണുന്നതിനും നിങ്ങളെ മറ്റുള്ളവർക്കു കാണുന്നതിനും കൂടുതൽ സമയം ആവശ്യമാണ്. പ്രതികരിക്കുന്നതിനും കൂടുതൽ സമയം ആവശ്യമായിവരും. വാഹനം നിർത്തുന്നതിന് കൂടുതൽ സ്ഥലവും വേണ്ടിവരും. നനവുള്ള റോഡിൽ ബ്രേക്കിങ് ഡിസ്റ്റൻസ് കൂടിയിരിക്കും. അതായത് വണ്ടിനിൽക്കാൻ കൂടുതൽ സമയമെടുക്കും. അതുകൊണ്ട് മുമ്പിലുള്ള വാഹനത്തിന്റെ വളരെ പിന്നിലായി മാത്രമേ വണ്ടി നിർത്താവൂ.

സ്കിഡിങ് ഒഴിവാക്കുക

സ്കിഡിങ് സാധാരണ സംഭവിക്കാറില്ല. അത് സൃഷ്ടിക്കപ്പെടാറേയുള്ളൂ. ഓരോ തവണയും നിങ്ങൾ വേഗത വർധിപ്പിക്കുമ്പോൾ, ബ്രേക്ക് ചവിട്ടുമ്പോൾ, പെട്ടെന്നു തിരിക്കുമ്പോൾ വാഹനം സ്കിഡ് ചെയ്യാൻ സാധ്യതയുണ്ട്. ഇലകൾ, ചളി, ഓയിൽ പാളി തുടങ്ങിയ സ്ലിപ് ചെയ്യാൻ സാധ്യതയുള്ള സാധനങ്ങൾ റോഡിൽ കിടക്കുന്നുണ്ടോയെന്നും, റോഡ്

മിനുസമുള്ളതാണോയെന്നും ശ്രദ്ധിക്കേണ്ടതാണ്. പെട്ടെന്നുള്ള ചാറ്റൽ മഴയ്ക്കുശേഷം വാഹനങ്ങൾ ഓടിക്കുമ്പോൾ പ്രത്യേകം ശ്രദ്ധിക്കേണ്ടതാണ്. വളവു തിരിയുമ്പോൾ പെട്ടെന്ന് ബ്രേക്ക് ചെയ്യാതിരിക്കുക. മൊട്ടയായ ടയറുകൾ മൂലം അപകടകരമായ സ്കിഡിങ് ഉണ്ടാകാറുണ്ട്. തേഞ്ഞ് മൊട്ടയായ ടയറുകൾ മാറ്റേണ്ടതാണ്. ഏതെങ്കിലും ഒരു വീലിലോ, രണ്ടു വീലിലോ എല്ലാ വീലുകളിലുമോ ഉള്ള ടയർതേയ്മാനം മൂലം സ്കിഡിങ് ഉണ്ടാകാറുണ്ട്.

സ്കിഡിങ് നിയന്ത്രിക്കുന്നതിന് ബ്രേക്ക് ചെയ്യാതിരിക്കുക. പിന്നിലെ ടയറുകൾ സ്കിഡ് ചെയ്യുന്നതായി തോന്നുമ്പോൾ മാത്രമേ സ്റ്റിയറിങ് ഉപയോഗിക്കാവൂ. അതായത് ഇടതു വശത്തേക്ക് വാഹനം സ്കിഡ് ചെയ്യുമ്പോൾ ഇടതുവശത്തേക്ക് തന്നെ തിരിക്കുക. ഇടത്തോട്ടു തിരിച്ചു മുൻവശത്തെ വീലുകളും പിറകിലെ വീലുകളും നേരേയാക്കുക.

വെള്ളത്തിൽ കൂടി വാഹനം വേഗത്തിൽ ഓടിക്കുമ്പോൾ ബ്രേക്ക് തകരാറാവാൻ സാധ്യതയുണ്ട്. ബോണറ്റിന്റെ ഇടയിലൂടെ വെള്ളം കയറി എൻജിൻ നിന്നുപോകാൻ സാധ്യതയുണ്ട്. വെള്ളത്തിൽ കൂടി വാഹനം ഓടിച്ചശേഷം ബ്രേക്ക് ശരിക്ക് പ്രവർത്തിക്കുന്നുണ്ടോ എന്ന് പരിശോധിക്കുക.

നിങ്ങളുടെ വാഹനവും ടയറും ചിട്ടയായി പരിശോധിക്കുക.

നനവുള്ള റോഡിൽ തേയ്മാനംവന്ന ടയറുകൾക്ക് റോഡ്ഗ്രിപ്പ് കിട്ടാതെവരുന്നു.

കൂടുതൽ ദൂരം ഓടിയ വാഹനങ്ങൾ തണുപ്പിക്കുക. ഇത് വാഹനത്തിനും ഡ്രൈവർക്കും ആശ്വാസമേകുന്നു.

വാഹനം ഓടിക്കാൻ പ്രയാസമുള്ള സാഹചര്യം പ്രകടമാകുമ്പോൾ ഏറ്റവും സുരക്ഷിതമായ വഴി, വണ്ടി അപ്പോൾ ഓടിക്കാതിരിക്കുകയെന്നതാണ്. റോഡ് കാണാൻ സാധിക്കാത്ത വിധമുള്ള മൂടൽമഞ്ഞ്, മഴ, റോഡിന്റെ മോശമായ അവസ്ഥ, ഉറക്കം ഒഴിച്ചു ഡ്രൈവർമാർ ഓടിക്കാൻ ഇടയാവുന്ന സാഹചര്യം എന്നിവ ഇതിൽ ഉൾപ്പെടുന്നു.

18. നിങ്ങളുടെ ഡ്രൈവിങ് ഇനിയും മെച്ചപ്പെടുത്താം

ഡ്രൈവിങ് ലൈസൻസ് കിട്ടുന്നതോടെ ഡ്രൈവിങ് അഭ്യസനം ആരംഭിക്കുന്നതേ ഉള്ളൂ. പൊതുവഴിയിലൂടെ തനിച്ച് വാഹനം കൊണ്ടുപോകാനുള്ള ഒരു സമ്മതിപത്രം മാത്രമാണ് ഇത്. ലൈസൻസ് കിട്ടിക്കഴിഞ്ഞാൽ ഡ്രൈവിങ് എന്ന കലയുടെ അഭ്യസനം ആരംഭിക്കുകയായി. എന്നാൽ നിങ്ങൾ എത്രദൂരം വണ്ടി ഓടിച്ച് പരിശീലിച്ചു എന്നതല്ല, കുറ്റമറ്റ രീതിയിലാണോ നിങ്ങളുടെ പരിശീലനം എന്നതാണ് പ്രധാനം. അതിന് നല്ല ഒരധ്യാപകന്റെ അല്ലെങ്കിൽ നല്ല ഒരു പുസ്തകത്തിന്റെ സഹായം കൂടിയേ തീരൂ.

എന്താണ് കുറ്റമറ്റ ഡ്രൈവിങ്? വളരെ വേഗത്തിൽ വണ്ടി ഓടിക്കാനുള്ള കഴിവാണോ? അല്ല. വളരെ പതുക്കെ ഓടിക്കലാണോ? അല്ല. പ്രധാനം സുരക്ഷിതത്വമാണ്. ആവശ്യമായ വേഗത തീർച്ചയായും ഉണ്ടായിരിക്കണം. വണ്ടിയിൽ സഞ്ചരിക്കുന്നവർക്ക് യാത്ര സുഖപ്രദമായിരിക്കണം.ആപൽക്കരമായ പ്രവൃത്തികൾ ചെയ്ത് യാത്രക്കാരെ ഭയപ്പെടുത്തുന്നത് അപമര്യാദയാണ്.

റോഡിന്റെ ശരിയായ ഭാഗത്ത്, അടുത്ത പ്രവൃത്തിക്ക് ആവശ്യമായ ഗിയറിൽ, ചുറ്റുപാടുകൾക്ക് അനുസൃതമായ വേഗതയിൽ സുരക്ഷിതമായി വണ്ടി ഓടിക്കുന്നതിനെ നല്ല ഡ്രൈവിങ് എന്ന് പൊതുവേ പറയാം. ഇതുകൊണ്ട് മാത്രമായില്ല. റോഡ് യാത്രക്കാർ ഉൾപ്പെടെ സർവരോടും ഉത്തരവാദിത്വത്തോടുകൂടി, മതിയായ വേഗത്തിൽ വൈദഗ്ധ്യത്തോടെ വണ്ടി ഓടിക്കാൻ കഴിയുമ്പോഴെ അതിനെ ഉത്തമമായ ഡ്രൈവിങ് എന്നു പറയാനാവൂ.

ഡ്രൈവറുടെ ശാരീരികവും മാനസികവുമായ യോഗ്യത വളരെ പ്രധാനമാണ്. പൊടുന്നനെ ബോധക്ഷയം ഉണ്ടാവുന്നവർ, കാഴ്ചത്തകരാറുള്ളവർ, തനിക്കും മറ്റ് സഞ്ചാരികൾക്കും ആപൽക്കാരികളാണ്. നിങ്ങളുടെ കുടുംബ പ്രശ്നങ്ങളോ പ്രയാസങ്ങളോ വണ്ടി ഓടിക്കുമ്പോൾ മനസ്സിൽ കൊണ്ടുവരാതിരിക്കുക.

മനുഷ്യന്റെ തെറ്റുകൊണ്ടാണ് ഒട്ടുമിക്ക അപകടങ്ങളും ഉണ്ടാവുന്നത്. തെറ്റുകൾ വരുത്താത്ത മനുഷ്യനില്ല എന്നതിനാൽ, തെറ്റുകൾ വരുത്താത്ത ഡ്രൈവറുമില്ല. പക്ഷേ, ഇത്തരം തെറ്റുകൾ ഡ്രൈവർക്കു മാത്രമല്ല, നിരപരാധികളായ യാത്രക്കാർക്കും കാൽനടയാത്രക്കാർക്കും അപകടം വരുത്തിവയ്ക്കും എന്ന് ഓർക്കുമ്പോൾ അവ ചെറുതായി കാണാനാവില്ല.

വാഹനം ഓടിക്കുവാൻ തുടങ്ങുന്നതിനു മുമ്പ് വാഹനം ഉപയോഗ്യമായതാണോ എന്നു ഉറപ്പുവരുത്തുക.

ദീർഘയാത്രകൾ സമയബന്ധിതമായ ഒരു മത്സരമാവരുത്. മറ്റ് വാഹനങ്ങളുമായുള്ള മത്സരവും ഒഴിവാക്കുക.

വാഹനയാത്രയിൽ കാഴ്ച വളരെ പ്രധാനമാണ്. അതുകൊണ്ട് യാത്ര ആരംഭിക്കും മുമ്പ് കാറിന്റെ വിൻഡ് സ്ക്രീനും മറ്റ് ചില്ലുകളും കഴുകി വൃത്തിയാക്കുക. പിൻകാഴ്ചയ്ക്കുള്ള കണ്ണാടി (റിയർ വ്യൂ മിറർ) പരമാവധി പിൻകാഴ്ച കിട്ടുംവിധം ക്രമീകരിക്കുക. പിൻകാഴ്ചയെ കുറയ്ക്കുന്ന യാതൊന്നും പുറകിൽ വയ്ക്കരുത്. അതുപോലെ മുന്നിലെ വിൻഡ് സ്ക്രീനിനു അഭിമുഖമായി പാവ, പക്ഷി തുടങ്ങിയവയെ തൂക്കിയിടുന്നതും കാഴ്ചയ്ക്ക് വിഘ്നം വരുത്തുന്ന കാര്യങ്ങളാണ്.

വേഗത വർധിക്കും തോറും ഡ്രൈവറുടെ ശ്രദ്ധയും കൂടുതൽ കേന്ദ്രീകരിക്കേണ്ടിവരുന്നു. ഒരു സൈക്കിളുകാരനോ ബാലനോ വൃദ്ധനോ മുന്നറി

യിപ്പുകൂടാതെ ഏതു സമയത്തും റോഡ് മുറിച്ച് കടന്നേക്കാം എന്ന കാര്യം എപ്പോഴും ഓർമയിലുണ്ടായിരിക്കണം.

പാർക്ക് ചെയ്തിരിക്കുന്ന ഒരു വണ്ടിയിൽനിന്ന് പുക പുറത്തു വരുന്നതു കണ്ടാൽ ഉടനെ അത് റോഡിലേക്ക് നീങ്ങിയേക്കാമെന്ന കാര്യം ശ്രദ്ധിക്കുക. വശം ചേർന്നുപോകുന്ന ഒരു സൈക്കിളുകാരൻ മുന്നിൽ പാർക്കു ചെയ്ത ഒരു വാഹനം കണ്ടാൽ മുന്നറിയിപ്പില്ലാതെ വലത്തോട്ടു വരിക സാധാരണമാണ്. ഇത്തരം കാര്യങ്ങൾ നിരീക്ഷിച്ചുകൊണ്ടിരിക്കണം.

ശരിയായ ഗിയർ

നിങ്ങളുടെ വേഗത, റോഡിന്റെ അവസ്ഥ എന്നിവയ്ക്കനുസരിച്ച് ശരിയായ ഗിയറിൽ വേണം സഞ്ചരിക്കാൻ. ഇത് വളരെ പ്രധാനമാണ്. ഒരപകടത്തിൽനിന്ന് നിങ്ങൾക്ക് മൂന്നു വിധത്തിൽ രക്ഷപ്പെടാം. ഒന്നാമതായി, വണ്ടി വെട്ടിച്ച് മാറ്റുക എന്നതാണ്. രണ്ടാമതായി, പൊടുന്നനെ നിർത്തുക. എന്നാൽ ഇതിനർഥം അപകടത്തിനു തൊട്ടുമുന്നിൽ വണ്ടി നിർത്തുക എന്നാണ്. ഇതിനുള്ള വിജയം നമ്മെ മാത്രം ആശ്രയിക്കുന്നതല്ല. മൂന്നാമതായി വേഗത വർധിപ്പിച്ച് രക്ഷപ്പെടുക എന്നതാണ്. ശരിയായ ഗിയറിൽ ആണെങ്കിൽ മാത്രമേ വേഗത വർധിപ്പിച്ച് രക്ഷപ്പെടാൻ കഴിയൂ. ഇക്കാര്യം നിങ്ങൾക്ക് പരീക്ഷിച്ചുനോക്കാവുന്നതാണ്. ഓടിക്കൊണ്ടിരിക്കുമ്പോൾ പൊടുന്നനെ ആക്സിലറേറ്റർ വർധിപ്പിച്ച് ആവശ്യമായ വേഗത്തിൽ മുന്നേറാൻ കഴിയുമോ എന്ന് പരീക്ഷിച്ചു നോക്കുക. ശരിയായ ഗിയറിൽ ആണെങ്കിലേ ഇത് സാധിക്കൂ.

കുറഞ്ഞ വേഗതയ്ക്ക് കുറഞ്ഞ ഗിയർ. കൂടിയ വേഗതയ്ക്ക് കൂടിയ ഗിയർ. ഇതാണ് ഗിയറിന്റെ പൊതുവായ തത്വം. കുറഞ്ഞ ഗിയറുകളിൽ എൻജിന്റെ കറക്കത്തെ കൂടുതൽ ശക്തിയാക്കി മാറ്റുന്നു.

ശരിയായ ഗിയർ ഉപയോഗിക്കുമ്പോൾ എൻജിൻ നിങ്ങളുടെ ചൊൽപ്പടിക്കാണെന്നു പറയാം. ഓടിക്കൊണ്ടിരിക്കുന്ന ഒരു വാഹനത്തെ ഓവർടേക്ക് ചെയ്യാൻ ആക്സിലറേറ്റർ നിലംമുട്ടുംവരെ അമർത്തുകയല്ല, വേഗതയ്ക്ക് അനുസൃതമായ ഗിയറിൽ നീങ്ങുകയാണ് വേണ്ടത്.

ഇറക്കത്തിൽ അൽപ്പം പെട്രോൾ ലാഭത്തിനുവേണ്ടി ന്യൂട്രൽ ഗിയറിൽ നീങ്ങുന്നത് നല്ല ശീലമല്ല. ഇങ്ങനെ ഓടുമ്പോൾ, ആപൽഘട്ടത്തിൽ ഫലപ്രദമായി ബ്രേക്ക് ചെയ്യാൻ കഴിയില്ല. ആവശ്യാനുസരണം വേഗത വർധിപ്പിച്ചു രക്ഷപ്പെടാനും കഴിയുകയില്ല.

ഓട്ടോമാറ്റിക് ട്രാൻസ്മിഷനുള്ള കാറിന്റെ ഗിയർ നാം മാറ്റേണ്ടതില്ല. ഇവിടെ യാത്ര സുഗമമാവാൻ ആക്സിലറേറ്റർ ശരിയായി ഉപയോഗിക്കണം.

യാത്രയുടെ മാർഗം മുമ്പേ തീരുമാനിക്കുക

ഒരു ജങ്ഷനിൽ എത്തും മുമ്പേ ഏത് വഴിക്കാണ് പോകേണ്ടത് എന്ന കാര്യം മനസ്സിൽ മുമ്പേ നിശ്ചയിക്കുക. ഇടയ്ക്കുവച്ച് പരിപാടിയിൽ പൊടുന്നനെ മാറ്റം വരുത്തുന്നത് അപകടമാണ്.

ജങ്ഷനിൽ, നേരേയാണ് പോകേണ്ടതെങ്കിൽ റോഡിന്റെ മധ്യഭാഗത്തേക്ക് വണ്ടി നീക്കുക. മൂന്ന് ട്രാക്കുണ്ടെങ്കിൽ നടുവിലത്തേതിൽ. വലത്തോട്ടാണ് തിരിയേണ്ടതെങ്കിൽ മൂന്നാമത്തെ ട്രാക്കിൽ, സഞ്ചരിക്കുക. ഇടത്തോട്ടാണ് തിരിയേണ്ടതെങ്കിൽ ഒന്നാമത്തെ ട്രാക്കിൽ, അതായത് ഇടതുവശം ചേർന്ന് പോവുക.

യാത്രയുടെ ദിശക്ക് മാറ്റം വരുത്തുന്നതിനുമുമ്പേ റിയർ വ്യൂ മിറർ നോക്കണം. വാഹനത്തിന്റെ വേഗതയിൽ മാറ്റം വരുത്തുമ്പോഴും ഇപ്രകാരം ചെയ്യുക. പുറകിൽ നിങ്ങളുടെ അത്ര വേഗത്തിൽ ഒരു വാഹനം വരുന്നെങ്കിൽ, അയാൾ നിങ്ങൾക്ക് തൊട്ടടുത്താണെങ്കിൽ, നിങ്ങൾ വേഗത പെട്ടെന്നു കുറച്ചാൽ അപകടമുണ്ടാവാം.

ഏത് വശത്തേക്ക് തിരിയുമ്പോഴും സിഗ്നൽ വ്യക്തമായി യഥാസമയത്ത് നൽകണം. കാറിന്റെ വേഗത പെട്ടെന്ന് കുറയ്ക്കേണ്ടിവരികയാണെങ്കിൽ വണ്ടി നേർവരയിൽ ആയിരിക്കുമ്പോൾ ബ്രേക്ക് ചെയ്യുക. ബ്രേക്ക് ചെയ്യുന്നതിനു മുമ്പേ വേണ്ടത്ര ഗിയർ കുറയ്ക്കുകയും ചെയ്യുക.

വാഹനം വലത്തോട്ട് തിരിയുമ്പോഴാണ് അധികം അപകടങ്ങളും സംഭവിക്കുന്നത്; ഇവയെല്ലാം തന്നെ അശ്രദ്ധ മൂലവും.

സ്റ്റിയറിങ്ങിന്റെ ഉപയോഗം

സ്റ്റിയറിങ് ഉപയോഗിക്കുന്നതിൽനിന്ന് ഡ്രൈവറുടെ കഴിവ് ഏറെക്കുറെ അനുമാനിക്കാം. ഡോറിൽ കൈമുട്ടുവച്ച് രണ്ട് വിരൽ സ്റ്റിയറിങ്ങിൽ തൊട്ടുകൊണ്ട് ഓടിക്കുന്നവരുണ്ട്. ആധുനിക കാറുകൾ വിരൽത്തുമ്പു കൊണ്ടു നിയന്ത്രിക്കാവുന്നതാണെന്ന കാര്യം ശരിതന്നെ. എന്നാൽ അപ്രതീക്ഷിതമായി ഒരു അപകടം മുന്നിൽ വന്നാൽ അതിൽനിന്നു രക്ഷപ്പെടാൻ കഴിഞ്ഞെന്നുവരില്ല. സ്റ്റിയറിങ്ങിൽ രണ്ടു കയ്യും കൊണ്ടുവരാൻ വേണ്ട സമയംകൊണ്ട് അപകടം സംഭവിക്കാം. മറ്റ് പ്രവൃത്തികൾ ചെയ്യാത്തപ്പോഴെല്ലാം സ്റ്റിയറിങ്ങിൽ രണ്ട് കയ്യും ഉണ്ടായിരിക്കണം. സ്റ്റിയറിങ്ങിൽ കയ്യ് പത്തു മണി പത്തു മിനിറ്റ് എന്ന സ്ഥാനത്തോ ഒമ്പതു മണി പതിനഞ്ച് മിനിറ്റ് എന്ന സ്ഥാനത്തോ ആവാം. സ്റ്റിയറിങ് തിരിക്കുമ്പോൾ വലത്തോട്ടാണെങ്കിൽ വലതുകൈകൊണ്ട് താഴോട്ട് വലിക്കുകയും ഇടതുകൈകൊണ്ട് മുകളിലേക്ക് തള്ളിക്കൊടുക്കുകയും വേണം. തിരിവ് കഴിഞ്ഞാൽ സ്റ്റിയറിങ് സ്റ്റെഡിയാക്കണം.

സ്റ്റിയറിങ്ങിൽ രണ്ടു കൈകൊണ്ടും പിടിക്കണം. പിടിത്തം മൃദുവായിരിക്കട്ടെ. വളരെ വേഗത്തിൽ ഓടിക്കുമ്പോഴും വളവുകൾ തിരിയുമ്പോഴും മാത്രം പിടി അൽപ്പം മുറുക്കിയാൽ മതി. എന്നാൽ സ്റ്റിയറിങ്ങിൽ എല്ലായ്പ്പോഴും വളരെ അമർത്തിപ്പിടിക്കുന്നത് ക്ലേശകരമാണ്. വളരെ മുറുക്കിപ്പിടിച്ചുകൊണ്ട് തിരിക്കുന്നത് സ്കിഡിങ്ങിന് കാരണമാകാം. ഒരു കൈമാത്രം സ്റ്റിയറിങ്ങിൽ വച്ച് അധികനേരം വണ്ടി ഓടിക്കരുത്.

എപ്പോഴും മതിയായ അകലം എല്ലാത്തിൽനിന്നും പാലിക്കുക. നിൽക്കുന്ന ഒരു വാഹനത്തിന്റെ തൊട്ടടുത്തു കൂടി പോകുമ്പോൾ വണ്ടിക്ക് അകത്തുള്ള ആൾ അശ്രദ്ധമായി ഡോർ തുറന്നുയെന്നു വരാം. ആ വാഹനത്തിനു പുറകിൽ കളിച്ചുകൊണ്ടു നിൽക്കുന്ന കുട്ടി പെട്ടെന്ന് മുന്നിൽ ചാടിയെന്നിരിക്കാം. ഡ്രൈവിങ് സീറ്റിലെ ഇരിപ്പ് തികച്ചും ആയാസരഹിതമായിരിക്കണം. സ്റ്റിയറിങ്ങിൽ പത്തു മണി പത്തു മിനിട്ട് സ്ഥാനത്ത് ആയാസം കൂടാതെ പിടിക്കാൻ കഴിയും വിധം സീറ്റ് ക്രമീകരിക്കുക. സീറ്റ് ബെൽറ്റ് ഉപയോഗിക്കുക. പെഡലുകൾ കാൽ മുഴുവനും നിവർത്താതെ നിയന്ത്രിക്കാൻ കഴിയും വിധം സീറ്റ് അടുപ്പിക്കണം. സീറ്റ് കുഷ്യൻ വച്ച് ഉയർത്തുന്നത് അത്ര ആശാസ്യമല്ല. എമർജൻസിയിൽ ഈ കുഷൻ വഴുതിപ്പോയാൽ അപകടമുണ്ടാകാം. ക്രമീകരിക്കാൻ കഴിയാത്ത സീറ്റാണെങ്കിൽ പെഡലുകളുടെ നീളം ആവശ്യമെങ്കിൽ വർധിപ്പിക്കുക.

ബ്രേക്ക്

ബ്രേക്ക് ചവിട്ടാൻ ആർക്കും കഴിയും. എന്നാൽ ബ്രേക്ക് ഉപയോഗിച്ചുവെന്ന് വാഹനത്തിൽ സഞ്ചരിക്കുന്നവർ അറിയാത്തവിധം പ്രയോഗിക്കുന്നതിലാണ് സാമർഥ്യം. പരിശ്രമത്തിലൂടെ മാത്രമേ ഇത് കൈവരിക്കാനാവൂ.

വേഗത്തിൽ സഞ്ചരിക്കുന്ന ഒരു വാഹനം പൊടുന്നനെ നിർത്തുക എന്നത് ആപൽക്കരമായ ഒരു പ്രവൃത്തിയാണ്. അതുകൊണ്ട് കഴിയുന്നതും ബ്രേക്ക് ഉപയോഗിക്കുന്നത് വണ്ടി നേർരേഖയിൽ ആവുമ്പോൾ ആകട്ടെ. വാഹനത്തിന്റെ ഏറ്റവും സമതുലിതമായ അവസ്ഥ നേരേ സഞ്ചരിക്കുമ്പോഴാണ്. ആധുനിക കാറുകളിൽ ബ്രേക്കിന്റെ കൂടുതൽ പിടിത്തം മുൻചക്രങ്ങളിലാണ്. പുതിയ ജനറേഷനിലെ എല്ലാ കാറുകൾക്കും മുൻചക്രങ്ങളിൽ ഡിസ്ക് ബ്രേക്കാണുള്ളത്. അവ സാധാരണ ഡ്രം ബ്രേക്കിനേക്കാൾ ശക്തമാണ്. അതുകൊണ്ട് വേഗത്തിൽ വളവുതിരിയുമ്പോൾ പൊടുന്നനെ ശക്തമായ ബ്രേക്ക് പ്രയോഗിച്ചാൽ വണ്ടി തിരിയാൻ ഇട വരുന്നു. ചെറിയ വേഗതകളിൽ ഇതൊരു പ്രശ്നമാവില്ല. ചെറിയ വേഗത്തിൽ ആണെങ്കിലും വണ്ടി നേർവരയിൽ അല്ലാത്തപ്പോൾ ശക്തമായ ബ്രേക്ക് പ്രയോഗിക്കാതിരിക്കുക.

ബ്രേക്കുകൾ ചക്രത്തെ നിർത്തുന്നു. എന്നാൽ കാറിനെ നിർത്തുന്നത് ടയറുകളാണ്. ബ്രേക്ക് എത്ര നന്നായിരുന്നാലും ടയറുകൾ മൊട്ടയാണെ

ങ്കിൽ കാർ വിചാരിച്ചതുപോലെ നിൽക്കണമെന്നില്ല. പ്രത്യേകിച്ചും നനഞ്ഞ റോഡിൽ. മൊട്ടയായ ടയർ ഉപയോഗിക്കുന്നത് നിയമപരമായും കുറ്റമാണ്.

ബ്രേക്കിൽ പ്രയോഗിക്കുന്ന മർദം പരിതസ്ഥിതി അനുസരിച്ച് മാറുമല്ലോ. എന്നാൽ പൊടുന്നനെ, ചക്രം ലോക്കാവും വിധം ബ്രേക്ക് ഉപയോഗിച്ചാൽ വാഹനം വിചാരിച്ചതുപോലെ നിൽക്കുകയില്ലെന്നു മാത്രമല്ല അത് സാരമായ ടയർ തേയ്മാനം ഉണ്ടാക്കുകയും ചെയ്യും. അമ്പത് കിലോമീറ്റർ വേഗത്തിൽ ഓടുന്ന കാർ, ചക്രങ്ങൾ നിശ്ചലമാകും വിധം ഒരിക്കൽ ബ്രേക്കു ചെയ്താൽ ഏകദേശം ഒരു മാസക്കാലം വണ്ടി ഓടുന്ന ടയർ തേയ്മാനമുണ്ടാക്കുന്നു എന്നോർക്കുക. അതുകൊണ്ട് തെറ്റായ രീതിയിൽ ബ്രേക്ക് ഉപയോഗിക്കുന്നത് അപകടത്തിനു പുറമേ കലശലായ നഷ്ടവും വരുത്തിവയ്ക്കുന്നു.

വണ്ടി എടുക്കുമ്പോൾ പൊടുന്നനെ ആക്സിലറേറ്റർ കൊടുക്കുന്നത് ടയറുകൾക്ക് ദോഷകരമാണ്. അത് പെട്രോൾ ദുർവ്യയവുമാണ്. ആക്സിലറേറ്റർ, അനുക്രമമായി വർധിപ്പിക്കുക. ബുദ്ധിപൂർവം ആക്സിലറേറ്റർ ഉപയോഗിച്ചാൽ നിങ്ങൾക്ക് മൂന്ന് വിധത്തിൽ ലാഭമുണ്ടാവുന്നു. പെട്രോൾ ലാഭം, ടയറുകൾക്ക് കുറഞ്ഞ തേയ്മാനം, ബ്രേക്ക് ലൈനിങ്ങുകളുടെ കുറഞ്ഞ തേയ്മാനം.

മൂടൽമഞ്ഞിലൂടെ ഓടിക്കുമ്പോൾ

കടുത്ത മൂടൽമഞ്ഞുള്ളപ്പോൾ വണ്ടി ഓടിക്കേണ്ടത് എങ്ങനെയാണ്? കഴിയുന്നതും അപ്പോൾ വണ്ടി ഓടിക്കാതിരിക്കുക.

പകൽസമയത്തെ മൂടൽമഞ്ഞിൽ വണ്ടി ഓടിക്കുമ്പോൾ ഹെഡ്‌ലൈറ്റ് ഉൾപ്പെടെ എല്ലാ വിളക്കുകളും പ്രകാശിപ്പിക്കുക. നിങ്ങൾക്ക് കാണാനും നിങ്ങളെ കാണാനും അതാവശ്യമാണ്. രാത്രിയിലെ മൂടൽമഞ്ഞിൽ ഹെഡ്‌ലൈറ്റ് ഒരു വിനയായി അനുഭവപ്പെടും. അപ്പോൾ ഹെഡ്‌ലൈറ്റ് ഡിപ്പ് ചെയ്ത് ഓടിക്കുക. ഫോഗ് ലൈറ്റുണ്ടെങ്കിൽ സഹായകമായിരിക്കും. വേഗത എത്രയും കുറയ്ക്കണം. ബസ്സ്-ലോറി ഡ്രൈവർമാർക്ക് കാറിലെ ഡ്രൈവറെക്കാൾ ഭേദമായി റോഡ് കാണാൻ കഴിയും. കാരണം അവർ റോഡിൽ നിന്ന് കുറച്ചുകൂടി ഉയരത്തിലാണ് ഇരിക്കുന്നത്. അങ്ങനെയുള്ള ഒരു വാഹനത്തെ പിൻതുടരുന്നതായിരിക്കും നല്ലത്.

വണ്ടിയിൽ യാത്രക്കാരുണ്ടെങ്കിൽ ഇടതുവശം ശ്രദ്ധിക്കാൻ അവരോട് പറയണം. റോഡ് തീരെ കാണാൻ കഴിയാത്ത അവസ്ഥയാണെങ്കിൽ യാത്രക്കാരിൽ ഒരാളെ ഇറക്കി കാറിനു മുന്നിലായി നടത്തുക. നിറമുള്ള ഒരു തൂവാലകൊണ്ടോ, ടോർച്ചുകൊണ്ടോ അയാൾക്ക് നിങ്ങളെ നയിക്കാൻ കഴിയും. മൂടൽമഞ്ഞിലൂടെ ഓടിക്കുമ്പോൾ പിൻവാതിലുകളുടെ

ചില്ലുകൾ അൽപ്പം തുറന്നുവയ്ക്കുന്നത് നന്നായിരിക്കും. പുറകിലെ ചില്ലിലൂടെയുള്ള കാഴ്ച വർധിപ്പിക്കാൻ ഇത് സഹായിക്കും. ഏത് നിമിഷവും നിർത്താൻ കഴിയുന്നവിധം സഞ്ചരിക്കുക.

വെള്ളപ്പൊക്കം

വെള്ളം മൂടിക്കിടക്കുന്ന വഴിയിലൂടെ വണ്ടി ഓടിക്കുമ്പോൾ വെള്ളത്തിന്റെ ആഴം ആദ്യം മനസ്സിലാക്കണം. തൊട്ടുമുമ്പേ ഒരു വാഹനം കടന്നുപോകുന്നുണ്ടെങ്കിൽ നിങ്ങൾക്ക് ധൈര്യമായി അതിനുപുറകെ കടന്നുപോകാം. നിങ്ങൾ തനിച്ചാണെങ്കിൽ ഇറങ്ങി വെള്ളത്തിന്റെ ആഴം മനസ്സിലാക്കണം.

എൻജിനും പുകക്കുഴലും മുങ്ങാനുള്ള വെള്ളമുണ്ടെങ്കിൽ ഒന്നാം ഗിയറിൽ പതുക്കെ നീങ്ങുക. എൻജിൻ നന്നായി റെയ്സ് ചെയ്ത് ക്ലച്ച് മെല്ലെ അയച്ച് വണ്ടി നീക്കുക. എൻജിൻ നന്നായി റെയ്സ് ചെയ്തില്ലെങ്കിൽ പുകക്കുഴലിൽ വെള്ളം കയറാൻ ഇടയുണ്ട്. കാറിന്റെ ഗ്രിൽ ഒരു മുണ്ടുകൊണ്ടോ കട്ടിയുള്ള കടലാസുകൊണ്ടോ മൂടിയാൽ വെള്ളം എൻജിനിൽ കയറാതിരിക്കാൻ സഹായകമായിരിക്കും. ഫാൻ ബെൽറ്റ് അഴിച്ചിടുന്നതാണ് നല്ലത്. കാരണം എൻജിൻ റെയ്സ് ചെയ്യുമ്പോൾ ഫാൻ ശക്തിയായി വെള്ളത്തെ എൻജിനിലേക്ക് തെറിപ്പിക്കും. പുതിയ ഇനം വാഹനങ്ങളിൽ ഫാൻ കറക്കുന്നത് ഒരു പ്രത്യേക മോട്ടോർ ആയതിനാൽ എൻജിൻ വളരെ ചൂടായാൽ മാത്രമേ ഫാൻ തിരിയുകയുള്ളൂ.

വെള്ളത്തിൽ നിന്ന് കര കയറുമ്പോൾ ബ്രേക്കുകൾ തികച്ചും പ്രവർത്തനരഹിതമായിരിക്കും. വെള്ളം ഉണങ്ങും വരെ ബ്രേക്ക് മെല്ലെ പമ്പ് ചെയ്ത് ചവിട്ടി മെല്ലെ ഓടിക്കുക. കുറച്ചുനേരം ഡ്രമ്മിൽ ബ്രേക്ക് ഉയരും വിധം പെഡൽ അമർത്തിവച്ച് ഓടിച്ചാൽ ലൈനിങ് വേഗം ഉണങ്ങിക്കിട്ടും. വേഗത വർധിപ്പിക്കും മുമ്പ് ബ്രേക്കിന്റെ കാര്യക്ഷമത ഉറപ്പുവരുത്തണം.

വെള്ളത്തിലൂടെ ഓടിക്കേണ്ടിവരുമെന്ന് മുൻകൂട്ടി അറിയാമെങ്കിൽ റേഡിയേറ്റർ മൂടാൻ ഒരു റബ്ബർ ഷീറ്റും പുകക്കുഴൽ വെള്ളത്തിൽനിന്ന് ഉയർത്താൻ കഴിയുന്ന ഒരു റബ്ബർ കുഴലും കരുതുന്നത് നല്ലതാണ്.

രാത്രി ഓടിക്കുമ്പോൾ

രാത്രി ചൂട് കുറവായിരിക്കും. വാഹനങ്ങളുടെ എണ്ണവും കുറവായിരിക്കും. ഇക്കാരണങ്ങളാൽ ദീർഘയാത്രയ്ക്ക് രാത്രി അനുയോജ്യമായി പലരും കരുതുന്നു. പക്ഷേ രാത്രിയുടെ തുടക്കത്തിൽ ഏഴു മണിമുതൽ ഒമ്പതു മണിവരെയുള്ള സമയം എതിരേ വരുന്ന വാഹനങ്ങളുടെ വെളിച്ചത്താൽ യാത്ര വളരെ അസുഖകരമായിരിക്കും.

നന്നായി വിശ്രമിച്ചശേഷം രാത്രിയാത്രയ്ക്ക് പുറപ്പെടുക. കഴിയുമെങ്കിൽ യാത്രയ്ക്ക് മുമ്പായി ഉറങ്ങുന്നത് നല്ലതാണ്. ലഹരിപദാർഥങ്ങളോ മദ്യമോ വരുത്തിവയ്ക്കുന്നതിലും അപകടം പരിക്ഷീണിതനായ ഡ്രൈവറാണ് ഉണ്ടാക്കുന്നത്.

രാത്രി പുറപ്പെടും മുമ്പ് എല്ലാ വിളക്കുകളും പ്രവർത്തിക്കുന്നുണ്ടോ എന്ന് പരിശോധിക്കണം. സ്റ്റെപ്പിനി ഉൾപ്പെടെയുള്ള ടയറുകളിൽ മതിയായ കാറ്റുണ്ടായിരിക്കണം. അത്യാവശ്യമായ ടൂളുകൾ എളുപ്പത്തിൽ എടുക്കാൻ കഴിയുംവിധം കരുതുക. ഹെഡ്‌ലൈറ്റിന്റെ ഒരു സെറ്റ് ബൾബ്, ഫ്യൂസുകൾ, ഒരു ടോർച്ച് എന്നിവയും കരുതണം. ഫാൻബെൽറ്റിന്റെ സ്ഥിതി സൂക്ഷ്മമായി പരിശോധിക്കണം. ഒരെണ്ണം കരുതുന്നതും നല്ലതാണ്.

ചില്ലുകൾ എല്ലാം സദാ മൂടിയിട്ട് ഓടിക്കരുത്. ശുദ്ധവായു വേണ്ടത്ര അകത്ത് കടക്കാൻ അനുവദിക്കണം. ആധുനിക കാറുകളിൽ ചില്ലുകൾ മൂടിയിട്ടാലും ശുദ്ധവായു അകത്തുകയറാനുള്ള സംവിധാനമുണ്ട്. യാത്രക്കിടയിൽ മാന്ദ്യം തോന്നുകയാണെങ്കിൽ വണ്ടി നിർത്തി അൽപ്പദൂരം നടക്കുന്നത് നല്ലതാണ്.

രാത്രി സമയത്ത് മറ്റ് വാഹനങ്ങളിൽ നിന്നുള്ള ദൂരം അനുമാനിക്കുന്നതിൽ തെറ്റുപറ്റാൻ ഇടയുണ്ട്. അതുകൊണ്ട് ആവശ്യത്തിലേറെ അകലം എല്ലായ്പ്പോഴും പാലിക്കുക. രാത്രിയുടെ ആരംഭത്തിൽ തന്നെ പാർക്ക്-ലൈറ്റുകൾ പ്രകാശിപ്പിക്കണം. ജനവാസമുള്ള സ്ഥലങ്ങളിൽ കാൽനടക്കാർ വഴിമുറിച്ചുകടക്കാൻ ഇടയുണ്ട്. ഇരുണ്ട വസ്ത്രം ധരിച്ചവരെ ഇരുട്ടിൽ പെട്ടെന്ന് കണ്ടില്ലെന്നു വരാം.

രാത്രി ശക്തമായ മഴയത്ത് വണ്ടി ഓടിക്കുമ്പോൾ അതീവ ജാഗ്രത ആവശ്യമാണ്. മഴയത്ത് ബ്രേക്ക് ചെയ്താൽ വണ്ടി വിചാരിച്ചപോലെ നിൽക്കില്ല; കാഴ്ച വളരെ കുറയുന്നു. കാൽനടക്കാരുടേയും സൈക്കിൾ യാത്രക്കാരുടെയും ശ്രദ്ധ മഴയിൽനിന്ന് രക്ഷപ്പെടുന്നതിലായിരിക്കും.

നിങ്ങളുടെ ഹെഡ്‌ലാമ്പിന്റെ കാഴ്ചയ്ക്ക് അപ്പുറം വേഗത്തിൽ രാത്രി വണ്ടി ഓടിക്കാതിരിക്കുക.

നല്ല ഡ്രൈവർക്ക് കാറിന്റെ യന്ത്രഭാഗങ്ങളെക്കുറിച്ച് സാമാന്യമായ അറിവുണ്ടായിരിക്കണം. എങ്കിൽ മാത്രമേ സുരക്ഷയ്ക്ക് അവശ്യംവേണ്ട വണ്ടിയുടെ പരിപാലനം സാധ്യമാവൂ. അസാധാരണമായ ഒരു ശബ്ദം വണ്ടിയിൽനിന്ന് കേട്ടാൽ അതെന്താണെന്ന് ഉടനെ ശ്രദ്ധിക്കണം. യന്ത്രത്തിന്റെ പ്രവർത്തനത്തെക്കുറിച്ച് സാമാന്യവിവരമുണ്ടെങ്കിലേ ആ ശബ്ദത്തിന്റെ ഉത്ഭവസ്ഥാനം കണ്ടെത്താനാവൂ.

ചക്രങ്ങളുടെ നട്ട് അയഞ്ഞുപോവുന്നത് ഏറ്റവും വലിയ അപകടത്തിലേക്ക് നയിച്ചേക്കാം. ചക്രത്തിൽനിന്നുള്ള ശബ്ദം പ്രത്യേകം ശ്രദ്ധിക്കുക.

വാഹനത്തിന്റെ പ്രധാന നിയന്ത്രണം സ്റ്റിയറിങ്ങിലൂടെയാണ് സാധിക്കുന്നത്. അനേകം ഘടകങ്ങൾ ചേർന്നതാണ് സ്റ്റിയറിങ്. ഈ ഘടകങ്ങൾ ഏതെങ്കിലും തമ്മിലുള്ള ബന്ധം വിട്ടുപോയാൽ വാഹനം നിയന്ത്രണമില്ലാത്തതായിത്തീരും. അതുകൊണ്ട് സ്റ്റിയറിങ് സിസ്റ്റത്തിൽ നിന്നുള്ള ശബ്ദങ്ങൾ പ്രത്യേക ശ്രദ്ധയർഹിക്കുന്നു. പ്രത്യേകിച്ചും ഫ്രണ്ട് വീൽ ഡ്രൈവുള്ള വാഹനങ്ങളിൽ. ഇത്തരം വാഹനങ്ങൾ ഇടയ്ക്ക്, സ്റ്റിയറിങ് പൂർണമായി ഒരു വശത്തേക്ക് തിരിച്ച് അൽപ്പം വേഗത്തിൽ ഓടിച്ചുനോക്കുക. സ്റ്റിയറിങ് സിസ്റ്റത്തിലെ തകരാറ് എളുപ്പം കണ്ടെത്താൻ കഴിയും.

സുരക്ഷയുടെ മറ്റൊരു ഘടകമാണല്ലോ ബ്രേക്ക്. ബ്രേക്ക് ഉപയോഗിക്കുമ്പോൾത്തന്നെ അതിന്റെ പോരായ്മ നമുക്ക് മനസ്സിലാവും. ബ്രേക് ഫ്ളൂയിഡിന്റെ കുറവ്, ബ്രേക്ക് ലൈനറുകളുടെ തേയ്മാനം എന്നിവ ശ്രദ്ധിക്കുക.

2. ഡ്രൈവിങ് ചട്ടങ്ങൾ

19. മോട്ടോർ വാഹനനിയമം-1988

1988-ലെ മോട്ടോർ വാഹനനിയമം 1989 ജൂലായ് ഒന്നു മുതൽ പ്രാബല്യത്തിൽവന്നു. ഈ നിയമത്തിന്റെ പ്രസക്തഭാഗങ്ങൾ പ്രത്യേകിച്ചും പഴയ വകുപ്പുകളുമായി താരതമ്യപ്പെടുത്തുമ്പോൾ വരുന്ന മാറ്റങ്ങൾ, ലൈസൻസുകൾ, വാഹനങ്ങളുടെ ഫിറ്റ്നസ്, പെർമിറ്റ് സംബന്ധിച്ച വ്യവസ്ഥകൾ തുടങ്ങിയ കാര്യങ്ങളിൽ പാലിക്കേണ്ട നിബന്ധനകൾ ആദിയായവ താഴെ ചേർക്കുന്നു.

ഡ്രൈവിങ് ലൈസൻസ്

1. മോപ്പെഡ് പോലെ 50 cc-ക്ക് താഴെയുള്ള വാഹനം ഓടിക്കുന്നതിനുള്ള ലേണേഴ്സ് ലൈസൻസിന് 16 വയസ്സ് പൂർത്തിയായ ഏതൊരാൾക്കും അപേക്ഷിക്കാം. പ്രായപൂർത്തിയാകാത്ത ആളാണെങ്കിൽ അപേക്ഷകന്റെ മാതാപിതാക്കളോ രക്ഷാകർത്താവോ ലൈസൻസിങ് അധികൃതരുടെ മുമ്പാകെ ഒപ്പിടേണ്ടതാണ്.

മറ്റു വാഹനങ്ങളുടെ ഡ്രൈവിങ് ലൈസൻസിന് ആവശ്യമായ ചുരുങ്ങിയ പ്രായം 18 വയസ്സാണ്.

2. ലേണേഴ്സ് ലൈസൻസ് ലഭിക്കുന്നതിന് അപേക്ഷകൻ നിശ്ചിത ഫോറത്തിലുള്ള അപേക്ഷയുമായി ജില്ലാ തലസ്ഥാനങ്ങളിൽ നടത്തുന്ന ലേണേഴ്സ് പരീക്ഷാ കേന്ദ്രത്തിൽ ഹാജരാവണം. അപേക്ഷയോടൊപ്പം വയസ്സ് തെളിയിക്കുന്നതിനുള്ള സർട്ടിഫിക്കറ്റും മേൽവിലാസം തെളിയിക്കുന്നതിനുള്ള രേഖയും ഹാജരാക്കണം. ഇതിന് SSLC പുസ്തകത്തിലെ പ്രസക്ത പേജിന്റെ സാക്ഷ്യപ്പെടുത്തിയ കോപ്പി മതി. അല്ലാത്തപക്ഷം ഉചിതമായ മറ്റേതെങ്കിലും രേഖ ഉണ്ടായിരിക്കണം. മേൽവിലാസം തെളിയിക്കുന്നതിന് തെളിവുകളായി റേഷൻ കാർഡ്, ഇലക്റ്ററൽ റോൾ, ലൈഫ് ഇൻഷുറൻസ് പോളിസി, പാസ്പോർട്ട്, ടെലിഫോൺ ബിൽ, വീട്ടുനികുതി

രസീത്, ജനനസർട്ടിഫിക്കറ്റ്, സ്കൂൾ സർട്ടിഫിക്കറ്റ് തുടങ്ങിയവ ഹാജരാക്കാവുന്നതാണ്. ഇത്തരം പ്രമാണങ്ങൾ ഇല്ലാത്തപക്ഷം വയസ്സിന്റെയും മേൽവിലാസത്തിന്റെയും തെളിവായി മറ്റേതെങ്കിലും പ്രമാണങ്ങൾ സ്വീകരിക്കാൻ ലൈസൻസിങ് അധികൃതർക്ക് അധികാരമുണ്ടായിരിക്കും. അപേക്ഷകൻ ഗതാഗത ചിഹ്നങ്ങളേയും ഗതാഗത നിയമങ്ങളേയും സംബന്ധിച്ച ഒരു പ്രാഥമിക പരീക്ഷക്ക് വിധേയനാവണം. അനുബന്ധം 3-ൽ കൊടുത്തിട്ടുള്ള ഗതാഗതനിയമങ്ങളെ സംബന്ധിച്ച 100 ചോദ്യങ്ങളിൽ നിന്ന് 20 എണ്ണമായിരിക്കും ചോദിക്കുക. ഇതിൽ 50 ശതമാനം മാർക്ക് ലഭിക്കണം. കൂടാതെ ഗതാഗത ചിഹ്നങ്ങളും അറിഞ്ഞിരിക്കണം. (അനുബന്ധം 5 പുസ്തകത്തിന്റെ ഏറ്റവും ഒടുവിൽ കൊടുത്തിരിക്കുന്നു). പ്രാഥമിക പരീക്ഷ പാസ്സായാൽ ആറ് മാസത്തേക്ക് പ്രാബല്യമുള്ള ലേണേഴ്സ് ലൈസൻസ് ലഭിക്കുന്നതാണ്. ലേണേഴ്സ് ലൈസൻസിന് ഇന്ത്യയിൽ എല്ലായിടത്തും പ്രാബല്യമുണ്ടായിരിക്കും.

3. ലേണേഴ്സ് ലൈസൻസിനുശേഷം കുറഞ്ഞത് നാലാഴ്ചകളെങ്കിലും പരിശീലിച്ചതിനുശേഷം സ്ഥിരം ലൈസൻസിനുള്ള ടെസ്റ്റിൽ പങ്കെടുക്കാം. ലേണേഴ്സ് ലൈസൻസ് തരുമ്പോൾ തന്നെ സ്ഥിരം ലൈസൻസിനുള്ള ടെസ്റ്റിന് ഹാജരാകേണ്ട തിയതി അതിൽ കാണിച്ചിരിക്കും. ഈ ടെസ്റ്റിൽ പരാജയപ്പെടുന്നപക്ഷം ഒരു മാസത്തിനു ശേഷമേ തുടർന്നുള്ള ടെസ്റ്റിന് ഹാജരാകുവാൻ പാടുള്ളൂ. ഇങ്ങനെയുള്ള മൂന്ന് ടെസ്റ്റുകളിൽ തുടർച്ചയായി പരാജയപ്പെടുന്നപക്ഷം ഒരു വർഷത്തിനുശേഷം മാത്രമേ നാലാമത് ടെസ്റ്റിന് ഹാജരാകാൻ പാടുള്ളൂ. അയാൾ ടെസ്റ്റ് പാസ്സായാൽ ഡ്രൈവിങ് ലൈസൻസ് നൽകുന്നതാണ്. ഈ ലൈസൻസിന് ഇരുപതു വർഷമോ, അപേക്ഷകൻ 40 വയസ്സ് പ്രായമാകുന്നതുവരെയോ പ്രാബല്യമുണ്ടായിരിക്കും.

4. 'ട്രാൻസ്പോർട്ട് വാഹനം' ഓടിക്കാനുള്ള ഡ്രൈവിങ് ലൈസൻസ് വേണമെന്നുള്ളവർക്ക് ലൈറ്റ് മോട്ടോർ വാഹനം ഓടിച്ച് രണ്ടു വർഷത്തെ പരിചയമുണ്ടെങ്കിൽ ഹെവിമോട്ടോർ വാഹനം ഓടിക്കുന്നതിനുള്ള ലൈസൻസിനും ഒരു വർഷത്തെ പരിചയമുണ്ടെങ്കിൽ മീഡിയം മോട്ടോർ വാഹനം ഓടിക്കുന്നതിനുള്ള ലൈസൻസിനും അപേക്ഷിക്കാവുന്നതാണ്.

5. ട്രാൻസ്പോർട്ട് വാഹനം ഓടിക്കാനുള്ള ലൈസൻസിന് അപേക്ഷിക്കുന്നയാൾ, സംസ്ഥാന ട്രാൻസ്പോർട്ട് അധികൃതർ അംഗീകരിച്ചിട്ടുള്ള ഡ്രൈവർ ട്രെയിനിങ് സ്കൂളിൽ നിന്നും ലഭിച്ച ഡ്രൈവിങ് സർട്ടിഫിക്കറ്റ് ലൈസൻസിങ് അധികൃതർക്ക് ലൈസൻസിനുള്ള അപേക്ഷയോടൊപ്പം നൽകേണ്ടതാണ്.

6. തന്റെ ഡ്രൈവിങ് ലൈസൻസിൽ മറ്റേതെങ്കിലുംതരം വാഹനം കൂടുതലായി ഉൾപ്പെടുത്തണമെങ്കിൽ, അതിനായി അധികൃതരോട് അപേക്ഷിക്കാവുന്നതാണ്. ഇങ്ങനെ കൂടുതലായി ഉൾപ്പെടുത്തുന്ന വാഹനം ട്രാൻസ്പോർട്ട് വാഹനമാണെങ്കിൽ ഡ്രൈവർ ട്രെയിനിങ് സ്കൂളിൽ നിന്നുള്ള ഡ്രൈവിങ് സർട്ടിഫിക്കറ്റ് അപേക്ഷയോടൊന്നിച്ച് അയയ്ക്കണം.

7. ഡ്രൈവിങ് ലൈസൻസിൽ, കൂടുതലായി മറ്റൊരു തരം വാഹനം ചേർക്കുന്നതിന് ലേണേഴ്സ് ലൈസൻസ് ഉണ്ടായിരിക്കണമെന്ന് നിർബന്ധമാണ്. ഒരു ലൈസൻസുള്ള ആൾ ലേണേഴ്സ് ലൈസൻസിനുള്ള പ്രാഥമിക പരീക്ഷക്ക് ഹാജരാകേണ്ടതില്ല. പണമടച്ച്, ഉള്ള ലൈസൻസ് സഹിതം അപേക്ഷിച്ചാൽ പുതിയ വാഹനം ഓടിക്കാനുള്ള ലേണേഴ്സ് ലൈസൻസ് ലഭിക്കും. അയാൾ, ഡ്രൈവർ ട്രെയിനിങ് സ്കൂളിലെ പരിശീലനത്തിനുശേഷം ഡ്രൈവിങ് ടെസ്റ്റിന് ഹാജരാവുകയും വേണം. ഡ്രൈവിങ് ടെസ്റ്റ് പാസ്സായാൽ ഡ്രൈവിങ് ലൈസൻസിൽ പുതിയതരം വാഹനം ചേർക്കുന്നതാണ്.

8. ട്രാൻസ്പോർട്ട് വാഹനം ഓടിക്കാനുള്ള ലൈസൻസ് വേണ്ട അപേക്ഷകർക്ക് കുറഞ്ഞത് നാലാം സ്റ്റാൻഡേർഡെങ്കിലും വിദ്യാഭ്യാസ യോഗ്യതയുണ്ടായിരിക്കണം. ട്രാൻസ്പോർട്ട് വെഹിക്കിൾ ഓടിക്കാനുള്ള ലൈസൻസ് നിലവിലുള്ളവർക്ക് അവരുടെ ലൈസൻസ് പുതുക്കുന്നതിനോ ലൈസൻസിൽ കൂടുതലായി വാഹനങ്ങൾ ചേർക്കുന്നതിനോ അപേക്ഷിക്കുമ്പോൾ വിദ്യാഭ്യാസയോഗ്യത സംബന്ധിച്ച ഈ നിബന്ധന ബാധകമല്ല. ട്രാക്ടർ ഓടിക്കാനുള്ള ലൈസൻസിന് അപേക്ഷിക്കുന്നവർക്ക് വിദ്യാഭ്യാസയോഗ്യത സംബന്ധിച്ച ഈ നിബന്ധന ബാധകമല്ല. ചരക്കുവാഹനങ്ങൾ ഓടിക്കാൻ ലൈസൻസുള്ള ഒരാൾക്ക് അപകടകാരികളായ ചരക്കുകളും മറ്റും കയറ്റുന്ന ടാങ്കർ, ട്രക്കുകൾ ഇവ ഓടിക്കുന്നതിന് ഏറ്റവും കുറഞ്ഞത് പത്താം ക്ലാസ്സ് വിദ്യാഭ്യാസ യോഗ്യതയെങ്കിലും ഉണ്ടായിരിക്കണം.

9. നോൺ ട്രാൻസ്പോർട്ട് വാഹനങ്ങൾ (കാറുകൾ, സ്കൂട്ടറുകൾ തുടങ്ങിയ വാഹനങ്ങൾ) ഓടിക്കാനുള്ള ലൈസൻസിന് 20 വർഷത്തേക്കോ 40 വയസ്സ് തികയുന്നതുവരേക്കോ, ഏതാണ് ആദ്യം വരുന്നത് അതുവരെ പ്രാബല്യമുണ്ടായിരിക്കും. അതിനുശേഷമുള്ള പുതുക്കൽ മെഡിക്കൽ സർട്ടിഫിക്കറ്റ് ഹാജരാക്കുന്നതിന് വിധേയമായി അഞ്ചുവർഷത്തേക്കായിരിക്കും.

10. സ്വന്തം ആവശ്യത്തിനുള്ള വാഹനങ്ങളും ട്രാൻസ്പോർട്ട് വാഹനങ്ങളും രണ്ടും ഓടിക്കുന്നതിന് അവകാശമുള്ള ഡ്രൈവിങ് ലൈസൻസുള്ള വരെ സംബന്ധിച്ചിടത്തോളം, ട്രാൻസ്പോർട്ട്വാഹനങ്ങൾ ഓടിക്കുന്നതിനുള്ള ലൈസൻസ് മെഡിക്കൽ സർട്ടിഫിക്കറ്റ് ഹാജരാക്കുന്നതിനനു

സരിച്ച് മൂന്നുവർഷത്തേക്കു മാത്രമേ പുതുക്കുകയുള്ളൂ. എന്നാൽ നോൺ ട്രാൻസ്പോർട്ട് വാഹനങ്ങൾ ഓടിക്കുന്നതിനുള്ള ലൈസൻസ്, 20 വർഷത്തേക്കോ, 40 വയസ്സ് ആവുന്നതുവരെയോ ഏതാണ് നേരത്തേയെന്നുവച്ചാൽ, അതുവരേക്ക് പുതുക്കപ്പെടുന്നതാണ്. ലൈസൻസുള്ളവർക്ക് 40 വയസ്സാകുമ്പോൾ, മെഡിക്കൽ സർട്ടിഫിക്കറ്റ് ഹാജരാക്കുന്നതിന് വിധേയമായി, ട്രാൻസ്പോർട്ട് വാഹനങ്ങൾ ഓടിക്കുന്നതിനുള്ള ലൈസൻസ് മൂന്നുവർഷത്തേക്കും, സ്വന്തം ആവശ്യത്തിനുള്ള വാഹനങ്ങൾക്കുള്ള ലൈസൻസ് 5 വർഷത്തേക്കും പുതുക്കപ്പെടുന്നതാണ്. രണ്ടു വിധത്തിലുള്ള പുതുക്കലുകളും ഇപ്പോഴുള്ള ഡ്രൈവിങ് ലൈസൻസിൽ അതത് സ്ഥാനങ്ങളിൽ ലൈസൻസിങ് അധികൃതർ രേഖപ്പെടുത്തുന്നതാണ്.

11. ഡ്രൈവിങ് ലൈസൻസിന്റെ കാലാവധി തീരുന്നതിനു മുമ്പായി, ഡ്രൈവിങ് ലൈസൻസ് പുതുക്കുന്നതിനുള്ള അപേക്ഷ സമർപ്പിക്കേണ്ടതാണ്. എങ്കിലും ആക്ട് അനുസരിച്ച് 30 ദിവസത്തെ ആനുകൂല്യസമയം അനുവദിക്കുന്നതാണ്; അതായത് ലൈസൻസിന്റെ കാലാവധി നവംബർ 30ന് തീരുന്നുവെങ്കിൽ, പുതുക്കുന്നതിനുള്ള അപേക്ഷ ഡിസംബർ 30നു മുമ്പായി നൽകേണ്ടതാണ്. ഈ സമയപരിധിക്കുള്ളിൽ അപേക്ഷിക്കുകയാണെങ്കിൽ, കാലാവധി തീരുന്ന ദിവസം മുതൽ ഡ്രൈവിങ് ലൈസൻസ് പുതുക്കപ്പെടുന്നതാണ്. ആനുകൂല്യ സമയത്തിനുശേഷവും 5 വർഷത്തിനു മുമ്പും ആണ് അപേക്ഷ സമർപ്പിക്കുന്നതെങ്കിൽ, അത്തരം അപേക്ഷാ തീയതി മുതൽക്ക് മാത്രമേ ഡ്രൈവിങ് ലൈസൻസ് പുതുക്കപ്പെടുകയുള്ളൂ. 5 വർഷത്തിനു ശേഷമാണ് അപേക്ഷ സമർപ്പിക്കുന്നതെങ്കിൽ, ലൈസൻസ് പുതുക്കപ്പെടുന്നതല്ല. മാത്രമല്ല ലൈസൻസിനുവേണ്ടി ഒരു പുതിയ ലൈസൻസിനുള്ള അപേക്ഷയെന്നപോലെ, എല്ലാവിധ നടപടികൾക്കും വിധേയനാവേണ്ടതാണ്.

12. പുതിയ ആക്ട് നടപ്പിൽവരുന്നതിനു മുമ്പ് ഇഷ്യൂ ചെയ്ത ലേണേഴ്സ് ലൈസൻസിനും ഡ്രൈവിങ് ലൈസൻസിനും പുതിയ ആക്ട് നടപ്പിൽ വന്നതിനുശേഷവും പ്രാബല്യമുണ്ടായിരിക്കുന്നതാണ്. ആക്ട് അനുസരിച്ച് ഒരു പുതിയ ലൈസൻസ് എടുക്കേണ്ടതായ ആവശ്യമില്ല.

13. പഴയ ആക്ടിലെ വകുപ്പുകളനുസരിച്ച് മോട്ടോർ സൈക്കിൾ ഓടിക്കുന്നതിന് ഒരാൾക്ക് ലൈസൻസുണ്ടെങ്കിൽ, ഗിയറുകളുള്ളതും ഗിയറുകളില്ലാത്തതുമായ മോട്ടോർ സൈക്കിൾ ഓടിക്കുന്നതിന് അയാൾക്ക് അവകാശമുണ്ട്. പുതിയ ആക്ട് നിലവിൽവന്നതിനുശേഷവും രണ്ടുതരം വാഹനങ്ങളും അയാൾക്ക് ഓടിക്കാവുന്നതാണ്.

14. വകുപ്പുകൾ ലംഘിക്കുന്നവരുടെയും അതുപോലെ സ്ഥിരം ലഹരി മരുന്നുകളുപയോഗിക്കുന്നവരുടെയും സ്ഥിരം മദ്യപാനികളുടേയും സ്ഥിരം കുറ്റവാളികളുടേയും ഡ്രൈവിങ് ലൈസൻസ് സസ്പെൻഡ്

ചെയ്യുന്നതിനോ റദ്ദ് ചെയ്യുന്നതിനോ ഉള്ള അധികാരം ലൈസൻസിങ് അധികൃതർക്കുണ്ട്. ബന്ധപ്പെട്ട വ്യക്തിക്ക് വിശദീകരണം നൽകുവാൻ ഒരവസരം നൽകിക്കഴിഞ്ഞ്, ലൈസൻസിങ് അധികൃതർക്ക് ഡ്രൈവിങ് ലൈസൻസ് റദ്ദാക്കുകയോ സസ്പെൻഡ് ചെയ്യുകയോ ചെയ്യാവുന്നതാണ്. ലൈസൻസ് സസ്പെൻഡ് ചെയ്യപ്പെടുകയോ റദ്ദ് ചെയ്യപ്പെടുകയോ ചെയ്താൽ, മേലുദ്യോഗസ്ഥന്മാർക്ക് അപ്പീൽ സമർപ്പിക്കുവാനുള്ള സംവിധാനവുമുണ്ട്.

15. ലൈസൻസുടമ മോട്ടോർ വാഹനങ്ങൾ ഓടിക്കുന്നതിന് വൈദ്യശാസ്ത്രപരമായി യോഗ്യനാണെങ്കിലും ലൈസൻസിങ് അധികൃതർക്ക് ഡ്രൈവിങ് ലൈസൻസ് റദ്ദ് ചെയ്യാവുന്നതാണ്.

16. ഏതെങ്കിലും വ്യക്തിയുടെ മരണത്തിനോ ഗുരുതരമായ പരിക്കിനോ കാരണമായതിന്, ഒരു വ്യക്തി കോടതിയിൽ ശിക്ഷിക്കപ്പെടുകയാണെങ്കിൽ, അയാൾ ലൈസൻസിങ് അധികൃതർ മുമ്പാകെ ഒരു പുതിയ ഡ്രൈവിങ് ടെസ്റ്റിന് ഹാജരാകേണ്ടതും മെഡിക്കൽ സർട്ടിഫിക്കറ്റ് സമർപ്പിക്കേണ്ടതുമാണ്. ഡ്രൈവിങ് ടെസ്റ്റിൽ പരാജയപ്പെടുകയോ വൈദ്യശാസ്ത്രപരമായി അയോഗ്യനാവുകയോ ചെയ്താൽ, അയാളുടെ ലൈസൻസ് റദ്ദ് ചെയ്യാവുന്നതാണ്.

17. ട്രാൻസ്പോർട്ട് വാഹനങ്ങൾ ഓടിക്കുന്നതിനുള്ള ഡ്രൈവിങ് ലൈസൻസ് ലഭിക്കണമെന്ന് ആഗ്രഹമുള്ള വ്യക്തി, ഡ്രൈവർ പരിശീലന സ്കൂളിൽ, നിശ്ചിതകാലത്തെ പരിശീലനം പൂർത്തിയാക്കേണ്ടതാണ്. ഈ സ്കൂളുകൾക്കുള്ള ലൈസൻസ് നൽകുന്നത് റീജിയണൽ ട്രാൻസ്പോർട്ട് ഓഫീസർമാരാണ്. സ്കൂളുകൾക്കുള്ള ഡ്രൈവിങ് നിർദേശങ്ങൾ സെൻട്രൽ മോട്ടോർ വെഹിക്കിൾസ് റൂൾസിനു കീഴിലുള്ള നിർദിഷ്ട സിലബസ് അനുസരിച്ചായിരിക്കും. നോൺ ട്രാൻസ്പോർട്ട് വാഹനങ്ങൾ (വ്യക്തിപരമായവ) ഓടിക്കുന്നതിന് പരിശീലകർക്കുള്ള യഥാർഥ ഡ്രൈവിങ് മണിക്കൂറുകൾ ചുരുങ്ങിയത് 24 ഉം ട്രാൻസ്പോർട്ട് വാഹനങ്ങൾ ഓടിക്കുന്നതിനുള്ള പരിശീലനത്തിന് യഥാർഥ ഡ്രൈവിങ് മണിക്കൂറുകൾ ചുരുങ്ങിയത് 30 ഉം ആണ്.

18. ഡ്രൈവിങ് ലൈസൻസിനു വേണ്ടിയുള്ള അപേക്ഷകൻ, ഡ്രൈവിങ് ടെസ്റ്റിലോ, പ്രാഥമിക ടെസ്റ്റിലോ പാസ്സാകുവാൻ സാധിക്കാതെ വരുമ്പോൾ തോൽക്കാനുള്ള കാരണങ്ങൾ സൂചിപ്പിക്കേണ്ടത് ലൈസൻസിങ് അധികൃതരുടെ ചുമതലയാണ്. ഇങ്ങനെ ചെയ്താൽ അപേക്ഷകന് തന്റെ കുറവുകളേതെല്ലാമെന്ന് മനസ്സിലാക്കുവാനും അടുത്ത ടെസ്റ്റിൽ തന്റെ പ്രകടനം മെച്ചപ്പെടുത്തുവാനും സാധിക്കുന്നു.

19. ലൈസൻസിങ് അധികൃതർ ലേണേഴ്സ് ലൈസൻസോ ഡ്രൈവിങ് ലൈസൻസോ നൽകുന്നത് നിരസിക്കുകയോ ലേണേഴ്സ് ലൈസൻസോ

ഡ്രൈവിങ് ലൈസൻസോ പുതുക്കുന്നതു നിരസിക്കുകയോ ഡ്രൈവിങ് ലൈസൻസിൽ മറ്റുതരം മോട്ടോർ വാഹനങ്ങൾ കൂട്ടിച്ചേർക്കാൻ വിസമ്മതിക്കുകയോ ചെയ്താൽ, ഓർഡർ ലഭിച്ച് 30 ദിവസത്തിനകം അപേക്ഷകന് നിർദിഷ്ട അധികൃതർക്ക് അപ്പീൽ ഫയൽ ചെയ്യാവുന്നതാണ്. ഡ്രൈവിങ് ലൈസൻസ് റദ്ദ് ചെയ്തതിനോ സസ്പെൻഡ് ചെയ്തതിനോ ഉള്ള ലൈസൻസിങ് അധികൃതരുടെ ഓർഡറിനെതിരേയും അപ്പീൽ നൽകുന്നതിനുള്ള സൗകര്യം ഏർപ്പെടുത്തിയിട്ടുണ്ട്. ആക്ഷേപമുള്ള വ്യക്തി, ലൈസൻസിങ് അധികൃതരിൽ നിന്ന് ഓർഡർ ലഭിച്ച് 30 ദിവസങ്ങൾക്കകം നിർദിഷ്ട അധികൃതർക്ക് അപ്പീൽ ഫയൽ ചെയ്യേണ്ടതാണ്.

മോട്ടോർവാഹനങ്ങളുടെ രജിസ്ട്രേഷൻ

1. മോട്ടോർവാഹനത്തെ, മെക്കാനിക്കലായി ശക്തി പ്രയോഗിച്ചു മുന്നോട്ടു നീങ്ങുന്ന വാഹനമായി നിർവചിച്ചിരിക്കുന്നു. എന്നാൽ, മെക്കാനിക്കലായി ശക്തി പ്രയോഗിച്ച് മുന്നോട്ടു നീങ്ങുന്നുണ്ടെങ്കിലും സ്ഥിരം റെയിലിൽ ഓടുന്ന വാഹനം മോട്ടോർ വാഹനം അല്ല. മോട്ടോർ വെഹിക്കിൾസ് ആക്ട് 1988 നുവേണ്ടി നാലിൽ താഴെ ചക്രങ്ങളും 35 സി.സി. യിൽ കവിയാത്ത എൻജിൻ കപ്പാസിറ്റിയുമുള്ള വാഹനത്തേയും മോട്ടോർ വാഹനമായി കണക്കാക്കുന്നില്ല. അതുകൊണ്ട് 35 സി.സി.ക്കും താഴെ എൻജിൻ കപ്പാസിറ്റിയുള്ള വാഹനം ആക്ട് അനുസരിച്ച് രജിസ്റ്റർ ചെയ്യേണ്ടതില്ല. ഈ വാഹനങ്ങൾ ഓടിക്കുന്നതിനു ഡ്രൈവിങ് ലൈസൻസ് ആവശ്യമില്ല.

2. ആക്ട് അനുസരിച്ച്, വാങ്ങി രണ്ടു ദിവസത്തിനകം മോട്ടോർ വാഹനം രജിസ്റ്റർ ചെയ്യേണ്ടതാണ്. സമയപരിധിയിൽ വീഴ്ച വരുത്തുന്നത് പ്രോസിക്യൂഷനോ പിഴയ്ക്കോ ഇടവരുത്തുന്നതാണ്. വാഹനം സ്ഥിരമായോ താൽക്കാലികമായോ രജിസ്റ്റർ ചെയ്യുന്നതിനു മുമ്പ് ഡീലർ, വാങ്ങുന്ന ആൾക്ക് ഈ വാഹനം കൈമാറുവാൻ പാടുള്ളതല്ല.

3. നോൺ ട്രാൻസ്പോർട്ട് (സ്വന്തം ആവശ്യത്തിനുള്ള) വാഹനത്തെ സംബന്ധിച്ച രജിസ്ട്രേഷൻ സർട്ടിഫിക്കറ്റിന്റെ പ്രാബല്യം 15 വർഷത്തേക്കാണ്. വാഹനത്തിന്റെ ഫിറ്റ്നസ്സിനു വിധേയമായി ഓരോ 5 വർഷത്തേക്കും അത് പുതുക്കാവുന്നതാണ്.

4. വാഹനം രജിസ്റ്റർ ചെയ്യുന്നതിനു വൈകുന്ന അപേക്ഷകന്, ഉണ്ടായ കാലതാമസത്തിനനുസരിച്ച് വിവിധ നിരക്കിലുള്ള പിഴകൾ നിശ്ചയിച്ചിട്ടുണ്ട്. ഏറ്റവും കൂടിയ പിഴ 100 രൂപയാണ്. ഒരു വാഹനം രജിസ്റ്റർ ചെയ്യുമ്പോൾ, രജിസ്റ്ററിങ് അധികൃതർ രജിസ്ട്രേഷൻ സർട്ടിഫിക്കറ്റ് നൽകുന്നു. താഴെ കാണിച്ച മാതൃക നമ്പറിങ്ങിൽ നൽകിയ വിധമാണ് വാഹനങ്ങൾക്കുള്ള പുതിയ നമ്പറിങ് സംവിധാനം K.L. 01/9999.

ഇതിൽ K.L. എന്നത് കേരള സംസ്ഥാനത്തേയും 01 എന്നത് സംസ്ഥാനത്തെ രജിസ്റ്ററിങ് അധികൃതരുടെ കോഡ് നമ്പറിനെയും സൂചിപ്പിക്കുന്നു. 01 കൊണ്ട് ഉദ്ദേശിക്കുന്നത് തിരുവനന്തപുരം ജില്ലയാണ്. 02 കൊല്ലം എന്നിങ്ങനെ 07 എറണാകുളവും 14 കാസർകോഡുമാണ്. 9999 എന്ന അക്കം വാഹനത്തിനു നൽകിയിരിക്കുന്ന രജിസ്ട്രേഷൻ നമ്പറാണ്. ആദ്യസീരിയൽ കഴിഞ്ഞാൽ K.L. 01 A 0001 എന്നിങ്ങനെ തുടങ്ങും. അതിനുശേഷം B 0001ൽ നിന്ന് തുടങ്ങുന്നു. ഒരു രജിസ്റ്ററിങ് ജില്ലയിൽ 2.5 ലക്ഷത്തിനടുത്ത് വാഹനങ്ങൾ രജിസ്റ്റർ ചെയ്യാൻ കഴിയുമെന്നതാണ് പുതിയ സംവിധാനത്തിന്റെ പ്രത്യേകത.

5. ഫിറ്റ്നസ് സർട്ടിഫിക്കറ്റ് നഷ്ടപ്പെടുകയോ നശിച്ചുപോവുകയോ ചെയ്താൽ ഉടമസ്ഥന് വാഹനം രജിസ്റ്റർ ചെയ്ത രജിസ്റ്ററിങ് അധികൃതർ മുമ്പാകെ, രജിസ്ട്രേഷനുള്ള ഡ്യൂപ്ലിക്കേറ്റ് സർട്ടിഫിക്കറ്റിന് അപേക്ഷിക്കാവുന്നതാണ്. രജിസ്ട്രേഷൻ സർട്ടിഫിക്കറ്റ് നഷ്ടപ്പെട്ടതിനുശേഷം ഡ്യൂപ്ലിക്കേറ്റിന് അപേക്ഷിക്കുന്നതിനു മുമ്പായി നഷ്ടം അല്ലെങ്കിൽ നാശം സംഭവിച്ച സ്ഥലത്തെ പരിധിയിലുള്ള പോലീസ് സ്റ്റേഷനിൽ ആക്ഷേപം ബോധിപ്പിക്കേണ്ടതാണ്.

6. മറ്റു രാഷ്ട്രങ്ങളിലെ നയതന്ത്ര ഉദ്യോഗസ്ഥന്മാരുടെ ഉടമസ്ഥതയിലുള്ള വാഹനങ്ങൾ മുകളിൽപ്പറഞ്ഞ രൂപത്തിൽ രജിസ്റ്റർ ചെയ്യേണ്ടതില്ല. ഇതിനായി, വാഹനങ്ങൾക്ക് നൽകുന്ന നമ്പറിന്റെ കൂടെ 'സിഡി' അല്ലെങ്കിൽ 'സിസി' എന്നീ അടയാളങ്ങളിട്ട് രജിസ്റ്റർ ചെയ്യുന്ന ഒരു പ്രത്യേക സംവിധാനമുണ്ട്.

7. ഒരു സംസ്ഥാനത്തിൽ രജിസ്റ്റർ ചെയ്ത വാഹനം മറ്റൊരു സംസ്ഥാനത്തേക്ക് മാറ്റുകയാണെങ്കിൽ രജിസ്റ്റർ ചെയ്ത സംസ്ഥാനത്തിന്റെ നമ്പർ തുടർന്ന് ഉപയോഗിക്കുവാൻ പാടുള്ളതല്ല. തുടർച്ചയായി 12 മാസത്തിൽ കൂടുതൽ മറ്റൊരു സംസ്ഥാനത്ത് ഓടുകയാണെങ്കിൽ ആ വാഹനം ആ സംസ്ഥാനത്ത് വീണ്ടും രജിസ്റ്റർ ചെയ്യണം. അങ്ങനെ രജിസ്റ്റർ ചെയ്യുന്ന വാഹനങ്ങൾക്ക്, വാഹന ഉടമ ആദ്യമായി രജിസ്റ്റർ ചെയ്ത രജിസ്ട്രേഷൻ അധികൃതരിൽനിന്ന് ഒരു നോ ഒബ്ജക്ഷൻ സർട്ടിഫിക്കറ്റ് വാങ്ങി അത് പുതിയ രജിസ്ട്രേഷനുള്ള അപേക്ഷാഫോറത്തിന്റെ കൂടെവച്ച് ഏത് സ്ഥലത്തേക്കാണ് താമസം മാറ്റിയത് അവിടെയുള്ള രജിസ്ട്രേഷൻ അതോറിറ്റിക്ക് സമർപ്പിക്കേണ്ടതാണ്. ഒറിജിനൽ രജിസ്ട്രേഷൻ അതോറിറ്റിയിൽനിന്ന് എൻ.ഒ.സി. കിട്ടാനുള്ള അപേക്ഷയാണെന്ന് അപേക്ഷാ ഫോറത്തിൽ കാണിച്ചിട്ടുണ്ട്. അപേക്ഷാഫോറം രജിസ്റ്റേഡ് തപാലിൽ അയയ്ക്കണം. എൻ.ഒ.സി. 30 ദിവസത്തിനുള്ളിൽ കിട്ടിയില്ലെങ്കിൽ, എൻ.ഒ.സി. നൽകിയതായി കണക്കാക്കപ്പെടുന്നതാണ്.

അപേക്ഷകന് മറുപടിയോ എൻ.ഒ.സി. യോ കിട്ടിയില്ലെങ്കിൽ അയാൾ പുനർരജിസ്ട്രേഷൻ അതോറിറ്റിക്ക് ഒരു കത്തയയ്ക്കണം. അതിൽ തപാലിൽ രജിസ്റ്റർ ചെയ്ത് അയച്ച കത്തിന്റെ വിവരവും ശരിയായ രജിസ്ട്രേഷൻ അതോറിറ്റിയിൽനിന്ന് യാതൊരു മറുപടിയും കിട്ടിയിട്ടില്ല എന്നുള്ള വിവരവും കാണിച്ചിരിക്കണം. ഈ വിവരം കിട്ടിയാൽ പുനർ രജിസ്ട്രേഷൻ ചെയ്യുന്ന അതോറിറ്റി മോട്ടോർവാഹന ഓഫീസർമാരുടെ മുമ്പാകെ വാഹനം കൊണ്ടുവരാൻ പറയുകയും വാഹനം ഫിറ്റ് ആണെന്ന് തോന്നുന്ന പക്ഷം പുനർരജിസ്ട്രേഷൻ നടത്തുകയും ചെയ്യുന്നതാണ്.

8. ഒരു പുതിയ വാഹനം രജിസ്റ്റർ ചെയ്യുവാൻ അത് രജിസ്റ്റർ ചെയ്യുന്ന അതോറിറ്റിയുടെ മുമ്പാകെ ഹാജരാക്കേണ്ടതാണ്. രജിസ്റ്ററിങ് അതോറിറ്റി വാഹനം പരിശോധിച്ച് സ്വയം തൃപ്തരാകേണ്ടതും, നിയമത്തിലെ വകുപ്പുകൾക്കനുസൃതമാണെന്ന് ഉറപ്പുവരുത്തി ഫിറ്റാണെന്ന് ബോധ്യപ്പെടേണ്ടതുമാണ്. എന്തെങ്കിലും അപാകതകൾ കാണുകയാണെങ്കിൽ അപേക്ഷകൻ ഈ അപാകതകൾ തീർക്കേണ്ടതും പുനപ്പരിശോധനയ്ക്കും സർട്ടിഫിക്കറ്റിനുംവേണ്ടി വീണ്ടും ഹാജരാകേണ്ടതാണ്. ഗവൺമെന്റ് ഉടമയിലുള്ള വാഹനങ്ങളും രജിസ്ട്രേഷനുവേണ്ടി രജിസ്റ്ററിങ് അതോറിറ്റിയുടെ മുമ്പാകെ കൊണ്ടുവരേണ്ടതാണ്.

9. വാഹനങ്ങൾക്ക് താൽക്കാലിക രജിസ്ട്രേഷനുള്ള വകുപ്പുകളുണ്ട്. ബോഡി നിർമിക്കുന്നതിനായി ചേസിസ് വാങ്ങിയാൽ, ചേസിസിന് ഒരു താൽക്കാലിക രജിസ്ട്രേഷൻ വാങ്ങേണ്ടതും, ബോഡി നിർമാണത്തിനുശേഷം വാഹനം രജിസ്റ്റർ ചെയ്യേണ്ടതുമാണ്. താൽക്കാലിക രജിസ്ട്രേഷന്റെ കാലാവധി തീരുന്നതിനുമുമ്പായി, രജിസ്ട്രേഷൻ ചെയ്യേണ്ടതാണ്. അപേക്ഷകൻ താമസിക്കുന്ന സ്ഥലത്തെ രജിസ്റ്ററിങ് അതോറിറ്റിയാണ് രജിസ്റ്റർ ചെയ്യേണ്ടത്. പുറം സംസ്ഥാനത്തുള്ള ഡീലറിൽ നിന്നാണ് വാഹനം വാങ്ങുന്നതെങ്കിൽ, അപേക്ഷകൻ ഡീലറുടെ സ്ഥലത്ത് വാഹനം താൽക്കാലികമായി രജിസ്റ്റർ ചെയ്യേണ്ടതും അതിനുശേഷം സ്ഥിരം രജിസ്ട്രേഷനുവേണ്ടി വാഹനം സ്വന്തം ജില്ലയിലേക്ക് കൊണ്ടുവരേണ്ടതുമാണ്.

10. വാഹനം മോഷ്ടിക്കപ്പെട്ടതോ യന്ത്രത്തകരാറ് ഉള്ളതോ, രജിസ്റ്ററിങ് അതോറിറ്റി സൂചിപ്പിച്ചതായ തകരാറുകൾ തീർക്കാത്തതോ ആണെന്ന് മനസ്സിലാവുന്നപക്ഷം അതിന്റെ രജിസ്റ്ററിങ് നിഷേധിക്കാനുള്ള അധികാരം അതോറിറ്റിക്കുണ്ട്.

11. ഒരു സ്വകാര്യവാഹനത്തിന്റെ രജിസ്ട്രേഷൻ സർട്ടിഫിക്കറ്റിന്റെ കാലയളവ് 15 വർഷമാണ്. അതിനുശേഷം വാഹനത്തിന്റെ കാര്യക്ഷമതയനുസരിച്ച് ഓരോ അഞ്ചു വർഷത്തേക്കും പുതുക്കേണ്ടതാണ്. ട്രാൻസ്പോർട്ട് വാഹനങ്ങളുടെ കാര്യത്തിൽ ഫിറ്റ്നസ് സർട്ടിഫിക്കറ്റിന് പ്രാബല്യമുള്ളിടത്തോളം കാലം രജിസ്ട്രേഷനും പ്രാബല്യമുണ്ടായിരിക്കും.

12. പുതിയ വാഹനങ്ങൾക്ക് രണ്ട് വർഷത്തേക്കാണ് ഫിറ്റ്നസ് സർട്ടിഫിക്കറ്റ് നൽകുന്നത്. അതിനുശേഷം വാഹനത്തിന് 10 വർഷം ആവുന്നതുവരെ എല്ലാ വർഷവും അതിനുശേഷം ഓരോ ആറുമാസത്തിലുമാണ് രജിസ്ട്രേഷൻ പുതുക്കേണ്ടത്. മോട്ടോർ വാഹനങ്ങളെ സംബന്ധിച്ച് രജിസ്ട്രേഷൻ സർട്ടിഫിക്കറ്റ് ഇന്ത്യയിലുടനീളം സാധുതയുള്ളതാണ്.

13. ഒരു വാഹന ഉടമ വാസസ്ഥലമോ ബിസിനസ്സ് സ്ഥലമോ മാറുകയാണെങ്കിൽ പുതിയ മേൽവിലാസം രജിസ്ട്രേഷൻ സർട്ടിഫിക്കറ്റിൽ ചേർക്കണം. ഇതിനായി അയാളുടെ പുതിയ സ്ഥലത്തുള്ള രജിസ്റ്ററിങ് അധികൃതർക്ക് നിർദിഷ്ട ഫോറത്തിൽ അപേക്ഷ സമർപ്പിക്കണം. ഈ സ്ഥലം മാറ്റം 6 മാസത്തിൽ കൂടുതൽ ഇല്ലെങ്കിൽ രജിസ്ട്രേഷൻ സർട്ടിഫിക്കറ്റിൽ മേൽവിലാസമാറ്റം കാണിക്കേണ്ടതില്ല.

14. ഒരു മോട്ടോർ വാഹനം ഒരാളിൽ നിന്ന് മറ്റൊരാൾക്ക് കൈമാറുകയാണെങ്കിൽ ഉടമസ്ഥതാ മാറ്റം രജിസ്ട്രേഷൻ സർട്ടിഫിക്കറ്റിൽ ചേർക്കണം. ഇതിനായി, കൊടുക്കുന്ന ആളും വാങ്ങുന്ന ആളും ഒന്നിച്ചു ഒപ്പിട്ട ഒരു അപേക്ഷാ ഫോറം വാഹനം വാങ്ങുന്ന ആളുടെ സ്ഥലത്തെ രജിസ്റ്ററിങ് അതോറിറ്റിക്ക് സമർപ്പിക്കേണ്ടതാണ്. ഈ അപേക്ഷ 45 ദിവസത്തിനകം സമർപ്പിക്കേണ്ടതാണ്. വൈകി സമർപ്പിക്കുന്ന അപേക്ഷകൾക്ക് പിഴ അടയ്ക്കേണ്ടിവരും.

15. വാഹനം വിൽക്കുന്നയാൾ താമസിക്കുന്ന സ്ഥലത്തെ രജിസ്റ്ററിങ് അതോറിറ്റിക്ക് വാഹന കൈമാറ്റത്തെപ്പറ്റി ഒരു നോട്ടീസ് അയയ്ക്കണം. അതോടൊപ്പം വാങ്ങുന്ന ആൾ താമസിക്കുന്ന സ്ഥലത്തെ രജിസ്റ്ററിങ് അതോറിറ്റിക്കും നോട്ടീസ് അയയ്ക്കണം. അങ്ങനെ നോട്ടീസ് അയച്ചാൽ രജിസ്റ്ററിങ് അതോറിറ്റി വാങ്ങുന്ന ആളുടെ പേർ കൈമാറ്റത്തീയതി തുടങ്ങിയ വിവരങ്ങൾ വിൽക്കുന്ന ആളെ അറിയിക്കുവാൻ ബാധ്യസ്ഥമാണ്. തൻമൂലം, വിൽക്കുന്ന ആൾക്ക് ഇത് ഒരു രേഖയായി സൂക്ഷിക്കാവുന്നതാണ്.

16. മോട്ടോർ വാഹനത്തിന്റെ രജിസ്റ്റർ ചെയ്ത ഉടമ മരിക്കുമ്പോൾ നിയമപ്രകാരമുള്ള അനന്തരാവകാശി അയാൾ താമസിക്കുന്ന സ്ഥലത്തുള്ള രജിസ്റ്ററിങ് അധികൃതരെ മരണവിവരം അറിയിക്കേണ്ടതും ആ വാഹനം ഉപയോഗിക്കാനുദ്ദേശിക്കുന്നു എന്ന വിവരം രജിസ്റ്ററിങ് അധികാരികളെ അറിയിക്കേണ്ടതുമാണ്. കൂടാതെ വാഹനം രജിസ്റ്റർ ചെയ്ത സർട്ടിഫിക്കറ്റ്, നിർദിഷ്ട ഫീസ്, വണ്ടിയിൽ അയാൾക്കുള്ള നിയമപരമായ അവകാശം ലഭിച്ച റിക്കാർഡ് എന്നിവയോടു കൂടി നിശ്ചിത ഫോറത്തിൽ അപേക്ഷിക്കേണ്ടതാകുന്നു.

17. ഗവൺമെന്റ് ഏജൻസികളിൽനിന്ന് പൊതുലേലം വഴി വാങ്ങിയ മോട്ടോർ വാഹനങ്ങളുടെ ഉടമസ്ഥാവകാശം ട്രാൻസ്ഫർ ചെയ്ത് കിട്ടു

വാനും നിയമത്തിൽ വകുപ്പുണ്ട്. അതിന് വാങ്ങുന്ന ആൾ നിശ്ചിത ഫോറത്തിലുള്ള അപേക്ഷ അതായത് വണ്ടി ലേലം ചെയ്ത ഓർഡർ, ഉടമ തന്റെ പേരിൽ വിൽക്കുവാൻ തീരുമാനിച്ച ഓർഡർ മുതലായവ നിശ്ചിത ഫീസോടുകൂടി രജിസ്റ്ററിങ് അതോറിറ്റിക്ക് സമർപ്പിക്കേണ്ടതാണ്.

18. ഹയർ പർച്ചേസ്, വാടക, പണയം എന്നീ വ്യവസ്ഥകളിലുള്ള വാഹനങ്ങളെ സംബന്ധിച്ച് പ്രത്യേക വകുപ്പുകൾ നിയമത്തിലുണ്ട്. മേൽപ്പറഞ്ഞ വ്യവസ്ഥയിൽ ഒരു പുതിയ വാഹനം വാങ്ങുമ്പോൾ രജിസ്ട്രേഷനുള്ള അപേക്ഷാഫോറത്തിൽ ധനസഹായം നൽകുന്ന ആളും ഒപ്പിടേണ്ടതാകുന്നു. രജിസ്റ്ററിങ് അധികാരികൾ രജിസ്ട്രേഷൻ സർട്ടിഫിക്കറ്റ് നൽകുമ്പോൾ ഈ വ്യവസ്ഥയുടെ കാര്യം രജിസ്ട്രേഷൻ സർട്ടിഫിക്കറ്റിൽ രേഖപ്പെടുത്തേണ്ടതാണ്.

19. മേൽപ്പറഞ്ഞ എഗ്രിമെന്റ് പ്രകാരത്തിലുള്ള ഒരു വണ്ടി കൈമാറ്റം ചെയ്യുമ്പോൾ വാഹനത്തിന്റെ ഉടമയും പണം മുടക്കുന്ന ആളും കൂട്ടായി ഒപ്പിട്ട ഒരു അപേക്ഷ നിശ്ചിതഫീസും രജിസ്ട്രേഷൻ സർട്ടിഫിക്കറ്റും സഹിതം രജിസ്റ്ററിങ് അധികാരികൾക്ക് സമർപ്പിക്കേണ്ടതാണ്. അങ്ങനെ ലഭിക്കുന്ന അപേക്ഷകളിന്മേൽ രജിസ്റ്ററിങ് അധികാരികൾ ഈ വ്യവസ്ഥ രജിസ്ട്രേഷൻ സർട്ടിഫിക്കറ്റിൽ രേഖപ്പെടുത്തുന്നതാണ്.

20. ഹയർ പർച്ചേസ്, വാടക തുടങ്ങിയുള്ള എഗ്രിമെന്റിൻ കീഴിൽ വാങ്ങിയ വാഹനങ്ങളുടെ എഗ്രിമെന്റ് കാലാവധി തീരുന്ന സമയത്ത് പണം മുടക്കുന്ന ആളും രജിസ്റ്റേഡ് ഉടമയും കൂട്ടായി, രജിസ്ട്രേഷൻ സർട്ടിഫിക്കറ്റും നിർദിഷ്ടഫീസും അടക്കം ഒരു അപേക്ഷ രജിസ്റ്ററിങ് അതോറിറ്റിക്ക് സമർപ്പിക്കേണ്ടതാണ്. അങ്ങനെയുള്ള അപേക്ഷ കിട്ടിയാൽ രജിസ്ട്രേഷൻ സർട്ടിഫിക്കറ്റിൽ ആദ്യം ചെയ്തിട്ടുള്ള എൻഡോഴ്സ്മെന്റ് രജിസ്റ്ററിങ് അതോറിറ്റിക്ക് ക്യാൻസൽ ചെയ്യാവുന്നതാണ്.

21. പണയ എഗ്രിമെന്റിൻ കീഴിൽ വാങ്ങിയ വാഹനത്തെ സംബന്ധിച്ചിടത്തോളം രജിസ്ട്രേഷൻ സർട്ടിഫിക്കറ്റിൽ അതിനെ സംബന്ധിച്ച വല്ല രേഖയും ഉൾപ്പെടുത്തിയിട്ടുണ്ടെങ്കിൽ പണം മുടക്കിയ ആളിന്റെ സമ്മതം കൂടാതെ വാഹനത്തിന്റെ ഉടമസ്ഥാവകാശം കൈമാറ്റം ചെയ്യാൻ പാടില്ലാത്തതാകുന്നു.

22. വാഹന ഉടമ പണം മുടക്കിയ ആൾക്ക് നൽകാനുള്ള തുക നൽകാതിരിക്കുകയാണെങ്കിൽ പണം മുടക്കിയ ആളിന് എഗ്രിമെന്റനുസരിച്ച് വാഹനം കസ്റ്റഡിയിൽ വെയ്ക്കാനുള്ള അധികാരമുണ്ട്. അങ്ങനെയുള്ള പരിതഃസ്ഥിതിയിൽ പണം മുടക്കിയ ആൾ വാഹനം കസ്റ്റഡിയിൽ വെയ്ക്കുകയും പിഴവ് വരുത്തിയ ആളോട് രജിസ്ട്രേഷൻ സർട്ടിഫിക്കറ്റ് ആവശ്യപ്പെടുകയും ചെയ്യാം. അതിനുശേഷം പണം മുടക്കിയ ആൾ രജിസ്റ്ററിങ് അതോറിറ്റിയോട് പഴയ രജിസ്ട്രേഷൻ (ഒറിജിനൽ) ക്യാൻ

സൽ ചെയ്യുവാനും മുതൽമുടക്കുകാരന്റെ പേരിൽ പുതിയ രജിസ്ട്രേഷൻ സർട്ടിഫിക്കറ്റ് നൽകുവാനും അപേക്ഷിക്കാം.

23. അങ്ങനെയുള്ള എഗ്രിമെന്റിൻ കീഴിലുള്ള വാഹനങ്ങൾക്ക് അതായത് രജിസ്ട്രേഷൻ പുതുക്കൽ, ഡ്യൂപ്ലിക്കേറ്റ് രജിസ്ട്രേഷൻ സർട്ടിഫിക്കറ്റ് നൽകൽ, എഗ്രിമെന്റിൽ പുതുതായി രജിസ്ട്രേഷൻ കാണിക്കുക, എഗ്രിമെന്റ് ക്യാൻസൽ ചെയ്യുക, ഉടമസ്ഥാവകാശം ട്രാൻസ്ഫർ ചെയ്യുക, വ്യത്യാസങ്ങൾ വരുത്തുക മുതലായവ ചെയ്യുമ്പോൾ രജിസ്റ്ററിങ് അതോറിറ്റി ആ വിവരം പണം മുടക്കിയ ആളിനെ അറിയിക്കേണ്ടതാകുന്നു.

24. ഒരു മോട്ടോർ വാഹനത്തിന്റെ രജിസ്ട്രേഷൻ സർട്ടിഫിക്കറ്റിൽ മാറ്റം രേഖപ്പെടുത്തുവാൻ നിയമത്തിൽ വ്യവസ്ഥയുണ്ട്. എൻജിൻ മാറ്റുക, വാഹനത്തിന്റെ അൺലേഡൻ ഭാരം അല്ലെങ്കിൽ രജിസ്റ്റേഡ് ലേഡൻ ഭാരം എന്നിവയിൽ വ്യത്യാസം വരുത്തുക, വാഹനത്തിന്റെ സീറ്റിൽ വ്യത്യാസം വരുത്തുക തുടങ്ങി വാഹനത്തിന്റെ അടിസ്ഥാന ഘടനയിൽ വ്യത്യാസം വരാത്ത മാറ്റങ്ങൾ ഇതിൽപ്പെടുന്നു. ഇത്തരം മാറ്റങ്ങൾ രജിസ്ട്രേഷൻ സർട്ടിഫിക്കറ്റിൽ രേഖപ്പെടുത്തേണ്ടതാണ്. അങ്ങനെയുള്ള ആവശ്യങ്ങൾക്ക് രജിസ്റ്ററിങ് അതോറിറ്റിക്ക് സമ്മതത്തിനുവേണ്ടി ഒരപേക്ഷ കൊടുക്കേണ്ടതും രജിസ്റ്ററിങ് അതോറിറ്റിയിൽ നിന്നും സമ്മതം കിട്ടിയതിനു ശേഷം മാത്രം വേണ്ട മാറ്റങ്ങൾ വരുത്താവുന്നതുമാകുന്നു.

25. ഒരു മോട്ടോർ വാഹനത്തിന്റെ സ്ഥിതി പൊതുസ്ഥലത്ത് ഓടിക്കുന്നത് അപകടകരമാണെന്ന് രജിസ്റ്ററിങ് അധികൃതർക്ക് അഭിപ്രായമുണ്ടാവുകയോ, നിയമപ്രകാരമുള്ള നിഷ്കർഷത പാലിക്കുന്നതിൽ പരാജയപ്പെടുകയോ ചെയ്യുന്നപക്ഷം അവ ശരിയാക്കുന്നതുവരെ രജിസ്റ്ററിങ് അധികൃതർക്ക് രജിസ്ട്രേഷൻ സസ്പെൻഡ് ചെയ്യാവുന്നതാണ്. ഇത്തരം കുറവുകൾ ആറു മാസത്തിൽ കൂടുതൽ ശരിയാക്കാതെ തുടരുകയാണെങ്കിൽ രജിസ്ട്രേഷൻ അധികൃതർക്ക് രജിസ്ട്രേഷൻ സർട്ടിഫിക്കറ്റ് റദ്ദ് ചെയ്യാവുന്നതാണ്. അതിനുശേഷം ഈ വാഹനം പൊതുനിരത്തിൽ ഉപയോഗിക്കാൻ പാടുള്ളതല്ല.

26. പ്രാബല്യത്തിലുള്ള ഒരു പെർമിറ്റില്ലാതെ, ഒരു വാഹനം യാത്രക്കാരെയോ സാധനങ്ങളോ പ്രതിഫലം പറ്റിക്കൊണ്ട് ഓടിക്കുകയാണെങ്കിൽ രജിസ്റ്ററിങ് അധികൃതർക്ക് പ്രസ്തുത വാഹനത്തിന്റെ രജിസ്ട്രേഷൻ നാലുമാസത്തേക്ക് സസ്പെൻഡ് ചെയ്യാവുന്നതാണ്. വാഹനം പാടേ നശിക്കുക, പൊതുനിരത്തിൽ ഓടിക്കാൻവേണ്ട യോഗ്യതകൾ ഇല്ലാതിരിക്കുക, വാഹനത്തിൽ രേഖപ്പെടുത്തിയ എൻജിൻ നമ്പരും ചേസിസ് നമ്പരും രജിസ്ട്രേഷൻ സർട്ടിഫിക്കറ്റിൽ രേഖപ്പെടുത്തിയതിൽനിന്ന് വ്യത്യസ്തമായിരിക്കുക തുടങ്ങിയ വിവിധ കാരണങ്ങളാൽ രജിസ്ട്രേഷൻ സർട്ടിഫിക്കറ്റ് റദ്ദ് ചെയ്യാനും നിയമത്തിൽ വ്യവസ്ഥ ചെയ്തിട്ടുണ്ട്.

ഇത്തരം സന്ദർഭങ്ങളിൽ, റദ്ദാക്കുന്നതിനു മുമ്പായി വാഹന ഉടമയ്ക്ക് വിശദീകരണം നൽകാൻ രജിസ്റ്ററിങ് അധികൃതർ അവസരം നൽകണം.

27. രജിസ്ട്രേഷൻ സസ്പെൻഡ് ചെയ്യുക, റദ്ദ് ചെയ്യുക, വാഹനത്തിന്റെ ഉടമസ്ഥാവകാശം കൈമാറ്റം ചെയ്യുന്നത് നിഷേധിക്കുക തുടങ്ങിയ രജിസ്റ്ററിങ് അധികൃതരുടെ നടപടികളിന്മേൽ അപ്പീലിനും വ്യവസ്ഥയുണ്ട്. അത്തരം നടപടികളുടെ ഓർഡർ കൈപ്പറ്റി 30 ദിവസത്തിനകം നിർദിഷ്ട അധികൃതർക്ക് അപ്പീൽ നൽകാവുന്നതാണ്.

28. എല്ലാ ട്രാൻസ്പോർട്ട് വാഹനങ്ങൾക്കും ഫിറ്റ്നസ് സർട്ടിഫിക്കറ്റ് ഉണ്ടായിരിക്കണം. അത്തരം ഒരു സർട്ടിഫിക്കറ്റില്ലാതെ, വാഹനം നിയമപരമായി രജിസ്റ്റർ ചെയ്യപ്പെട്ടതായി പരിഗണിക്കുന്നതല്ല. ഫിറ്റ്നസ് സർട്ടിഫിക്കറ്റ്, മോട്ടോർ വെഹിക്കിൾ ഡിപ്പാർട്ടുമെന്റിലെ ഓഫീസർമാർ നൽകിയതായിരിക്കണം. സംസ്ഥാന സർക്കാരുകൾ ഇതിനായി അംഗീകരിച്ച വിവിധ ടെസ്റ്റിങ് കേന്ദ്രങ്ങൾക്കും അവിടെ നിർദിഷ്ട ഉപകരണങ്ങളുടേയും യന്ത്രങ്ങളുടേയും ലഭ്യതയ്ക്ക് വിധേയമായി ഫിറ്റ്നസ് സർട്ടിഫിക്കറ്റുകൾ നൽകാം.

29. ട്രാൻസ്പോർട്ടിങ് വാഹനങ്ങളുടെ കാര്യത്തിൽ, വാഹനത്തിന്റെ മൊത്തം തൂക്കം രജിസ്റ്ററിങ് അധികൃതർ വാഹനത്തിന്റെ രജിസ്ട്രേഷൻ ബുക്കിൽ രേഖപ്പെടുത്തേണ്ടതാണ്. ഇത് അതത് വാഹനങ്ങൾക്ക് നിർദേശിക്കപ്പെട്ടിട്ടുള്ള അനുവദനീയമായ സെയ്ഫ് ആക്സിൽ ലോഡിന്റെ അടിസ്ഥാനത്തിലായിരിക്കും. ഇതു സംബന്ധിച്ചുള്ള കേന്ദ്രഗവൺമെന്റ് പ്രഖ്യാപിച്ച നിർദിഷ്ടപരിധി രജിസ്റ്ററിങ് അധികൃതർ കൃത്യമായി പാലിക്കേണ്ടതാണ്.

രണ്ട് ആക്സിലുകളുള്ള സാധാരണ ട്രക്കുകളുടെ സെയ്ഫ് രജിസ്റ്റേഡ് ലേഡൻ വെയ്റ്റ് 16.2 ടണ്ണാണെന്ന് കേന്ദ്രഗവൺമെന്റ് പ്രഖ്യാപിച്ചിട്ടുണ്ട്. ലോഡ് കൊണ്ടുപോകുന്ന പ്രവർത്തനം സുഗമമാക്കാൻ ഈ വ്യവസ്ഥ സഹായിക്കും.

30. പുതിയ നിയമത്തിൽ, പൊതുസുരക്ഷിതത്വം തുടങ്ങിയ വിവിധ കാര്യങ്ങൾ കണക്കിലെടുത്ത് വിവിധതരം മോട്ടോർ വാഹനങ്ങൾ ഉപയോഗിക്കാവുന്നതിന്റെ കാലയളവ് നിശ്ചയിക്കാൻ ഉതകുന്ന തരത്തിൽ അധികാരം നൽകുന്നുണ്ട്.

31. രാജ്യരക്ഷാവശ്യങ്ങൾക്കായി ഉപയോഗിക്കുന്ന കേന്ദ്രഗവൺമെന്റ് ഉടമസ്ഥതയിലുള്ള വാഹനങ്ങളും ഈ നിയമപ്രകാരം രജിസ്റ്റർ ചെയ്യണം. ഈ വാഹനങ്ങൾ രജിസ്റ്ററിങ് അധികൃതരല്ല രജിസ്റ്റർ ചെയ്യേണ്ടത്; ആർമി, നേവി, എയർഫോഴ്സ് എന്നിവയിലെ അവരുടെ സ്വന്തം ഓഫീസർമാരാണ്. കേന്ദ്രഗവൺമെന്റിന്റെ മറ്റു വാഹനങ്ങൾ രജിസ്റ്ററിങ്

അധികൃതർ രജിസ്റ്റർ ചെയ്യുന്നതാണ്. സൈനിക അധികൃതർ രജിസ്റ്റർ ചെയ്യുന്ന വാഹനങ്ങൾക്ക് ഒരു അമ്പിന്റെ അടയാളത്തോടു കൂടിയ പ്രത്യേക രജിസ്ട്രേഷൻ നമ്പർ ഉണ്ടായിരിക്കും.

32. സംസ്ഥാന സർക്കാരുകൾ, ഡ്രൈവിങ് ലൈസൻസുകളുടേയും വാഹന രജിസ്ട്രേഷന്റെയും ഒരു സംസ്ഥാന രജിസ്റ്റർ സൂക്ഷിക്കുകയും അതിന്റെ കോപ്പി കേന്ദ്രഗവൺമെന്റിലേക്ക് അയയ്ക്കുകയും വേണം. രജിസ്ട്രേഷന്റെയും ഡ്രൈവിങ് ലൈസൻസുകളുടേയും റിക്കാർഡുകൾ കമ്പ്യൂട്ടർവൽക്കരിക്കാനുള്ള ഒരു ആദ്യ നടപടിയെന്ന നിലയ്ക്കാണ് ഈ നിബന്ധന ഏർപ്പെടുത്തിയിരിക്കുന്നത്. ഒരാൾതന്നെ പല ലൈസൻസുകൾ കൈവശം വയ്ക്കുക, മോഷ്ടിക്കപ്പെട്ട സാധനങ്ങൾ യഥാർഥമായി രജിസ്റ്റർ ചെയ്യുക തുടങ്ങിയ കുറ്റകൃത്യങ്ങൾ കണ്ടുപിടിക്കാൻ കമ്പ്യൂട്ടറൈസേഷൻ സഹായകമായിരിക്കും. ഒരു ഡ്രൈവറുടെ വിശദവിവരങ്ങൾ, ശിക്ഷണ നടപടികളുടെ വിവരങ്ങൾ, ലൈസൻസിന്റെ പ്രാബല്യം, ഏതൊക്കെ വാഹനങ്ങൾ ഓടിക്കാൻ അയാൾക്ക് അധികാരമുണ്ട് എന്നീ വിവരങ്ങൾ, വാഹനങ്ങളെ സംബന്ധിച്ച അവയുടെ ചേസിസ് നമ്പർ, ഉടമസ്ഥത, നികുതി വിവരങ്ങൾ എന്നിവ താമസം കൂടാതെ ലഭിക്കാൻ കഴിയണം.

ട്രാൻസ്പോർട്ട് വാഹനങ്ങളുടെ നിയന്ത്രണവും പെർമിറ്റുകളും

1. പൊതുസ്ഥലത്ത് ട്രാൻസ്പോർട്ട് വാഹനം ഓടിക്കുന്നതിന് വാഹന ഉടമസ്ഥന്റെ പക്കൽ സാധുതയുള്ള പെർമിറ്റ് ഉണ്ടായിരിക്കേണ്ടതാണ്. എന്നിരുന്നാലും ചിലയിനം വാഹനങ്ങൾക്ക് പെർമിറ്റ് എടുക്കേണ്ടതില്ല. മൊത്തം തൂക്കം 3000 കിലോഗ്രാമിൽ അധികം വരാത്ത ചരക്കു വാഹനങ്ങൾ, കേന്ദ്ര-സംസ്ഥാന സർക്കാരുകളുടെ അംഗീകാരമുള്ള വിദ്യാഭ്യാസ സ്ഥാപനങ്ങളുടെ ഉടമസ്ഥതയിലുള്ളതും സർക്കാർ ആവശ്യത്തിന് ഉപയോഗിക്കുന്നതുമായ വാഹനങ്ങൾ, ആംബുലൻസ്, ഫയർ ബ്രിഗേഡ്, പൊലീസ് എന്നിവരുടെ ആവശ്യങ്ങൾക്കു മാത്രമായി ഉപയോഗിക്കുന്ന വാഹനങ്ങൾ മുതലായവ ഇങ്ങനെ ഒഴിവാക്കപ്പെട്ട വിഭാഗങ്ങളിൽപ്പെടുന്നു.

2. പുതിയ ആക്ട് പെർമിറ്റുകൾ നൽകുന്ന കാര്യത്തിൽ പോളിസിയും നടപടിക്രമങ്ങളും ലളിതമാക്കിയിട്ടുണ്ട്. നാഷനലൈസ് ചെയ്യാത്ത റൂട്ടുകളിൽ നൽകേണ്ടതായ ബസ്പെർമിറ്റിന്റെ എണ്ണത്തിന്റെ കാര്യത്തിൽ പരിധിയില്ല. ഏതൊരാൾക്കും പെർമിറ്റിനു അപേക്ഷിക്കാവുന്നതാണ്. ഏതു തരം പെർമിറ്റുകളുടെയും എണ്ണത്തിന്റെ കാര്യത്തിൽ പരിധിയില്ല. അത്തരം പെർമിറ്റുകൾ സാധാരണഗതിയിൽ നിഷേധിക്കാവുന്നതുമല്ല. എങ്കിലും അഞ്ചുലക്ഷവും അതിലധികവും ജനസംഖ്യയുള്ള നഗരങ്ങളിലും പട്ടണങ്ങളിലും സ്റ്റേജ് കേര്യേജുകളുടെയും കോൺട്രാക്ട് കേര്യേജുകളുടെയും എണ്ണം നിജപ്പെടുത്തുന്നതിന് സംസ്ഥാന സർക്കാരുകളോട് ഉപദേശിക്കുവാൻ വകുപ്പുണ്ട്.

3. പെർമിറ്റുകൾ പുതുക്കുന്നതിനുള്ള കാലാവധി 5 വർഷമായി നിജപ്പെടുത്തിയിരിക്കുന്നു. കാലാവധി തീരുന്നതിന് 15 ദിവസം മുമ്പ് പുതുക്കുന്നതിനുള്ള അപേക്ഷകൾ സമർപ്പിക്കേണ്ടതാണ്. എങ്കിലും വൈകിക്കിട്ടുന്ന അപേക്ഷകളിൽ ഇളവുനൽകുന്നതിനുള്ള അധികാരം ആർ.ടി.എ.യ്ക്ക് ഉണ്ടായിരിക്കുന്നതാണ്.

4. പ്രൈവറ്റ് കേര്യേജ് പെർമിറ്റും പബ്ലിക് കേര്യേജ് പെർമിറ്റും തമ്മിലുള്ള വിവേചനം നിർത്തലാക്കി. രണ്ടുതരത്തിലും ഉപയോഗിക്കാവുന്ന സംസ്ഥാനത്തുടനീളം സാധുതയുള്ള ഒരു ചരക്കുവാഹന പെർമിറ്റ് യാതൊരു നിബന്ധനയും ഇല്ലാതെ നൽകുന്നു.

5. വ്യാവസായിക സ്ഥാപനങ്ങളുടെ സ്റ്റാഫ് ബസ്സുകളെ കൂടി ഉൾക്കൊള്ളിച്ചുകൊണ്ടു പ്രൈവറ്റ് സർവീസ് വാഹനമെന്ന നിലയിൽ ഒരു പുതിയ തരംതിരിക്കൽ ഉണ്ടാക്കിയിട്ടുണ്ട്.

6. സ്വസംസ്ഥാനമടക്കം തൊട്ടടുത്ത മൂന്നു സംസ്ഥാനങ്ങളിൽ പെർമിറ്റുള്ള ടൂറിസ്റ്റ് വാഹനങ്ങൾക്ക് ഓൾ ഇന്ത്യാ ടൂറിസ്റ്റ് പെർമിറ്റ് നൽകുന്ന സംവിധാനവും ഏർപ്പെടുത്തിയിട്ടുണ്ട്. ബസ്സുകൾക്ക് ടൂറിസ്റ്റ് പെർമിറ്റുകൾ നൽകുന്നതിൽ സംസ്ഥാന തലത്തിൽ നിലവിലുണ്ടായിരുന്ന ഉയർന്ന പരിധി നിശ്ചയിക്കൽ സംവിധാനം നിർത്തലാക്കി. എങ്കിലും ഒരു വ്യക്തിക്കോ, കമ്പനിക്കോ കൈവശം വയ്ക്കാവുന്ന പെർമിറ്റുകളുടെ എണ്ണം യഥാക്രമം പത്ത്, ഇരുപത് എന്നിങ്ങനെ പരിമിതപ്പെടുത്തിയിട്ടുണ്ട്. ഓൾ ഇന്ത്യാ ടൂറിസ്റ്റ് പെർമിറ്റിൽ ഓടേണ്ട ടൂറിസ്റ്റ് വാഹനങ്ങൾ അവയ്ക്ക് നിർദേശിക്കപ്പെട്ടിട്ടുള്ള ഇരിപ്പിട സൗകര്യങ്ങൾ, അനുബന്ധ ഫിറ്റിങ്ങുകൾ, ലൈറ്റിങ് എന്നിവ ഘടിപ്പിച്ചിട്ടുണ്ടെന്ന് ഉറപ്പുവരുത്തേണ്ടതാണ്.

7. മുമ്പ് നാഷനൽ പെർമിറ്റ് സ്കീമിൽ ഒരു പബ്ലിക് കാരിയർ വാഹനത്തിന് സർവീസ് നടത്തുന്നതിന് സ്വസംസ്ഥാനമടക്കം ചുരുങ്ങിയത് 5 സംസ്ഥാനങ്ങളെങ്കിലും തിരഞ്ഞെടുക്കേണ്ടത് ആവശ്യമായിരുന്നു. ഇപ്പോൾ ഇത് 4 സംസ്ഥാനങ്ങളായി ചുരുക്കിയിരിക്കുന്നു.

8. നാഷനൽ പെർമിറ്റിന്റെ കാര്യത്തിൽ സംസ്ഥാനത്തിൽനിന്നും അനുവദിക്കപ്പെടുന്ന ഓൾ ഇന്ത്യാ ടൂറിസ്റ്റ് പെർമിറ്റിന് മറ്റേതെങ്കിലും സംസ്ഥാനങ്ങളിൽ നിന്നുള്ള കീഴൊപ്പ് ഇല്ലെങ്കിൽ പോലും ആ സംസ്ഥാനത്തിൽ പ്രസ്തുത പെർമിറ്റിന് സാധുത ഉണ്ടായിരിക്കുന്നതാണ്.

നാഷനൽ പെർമിറ്റിന് മറ്റേതെങ്കിലും സംസ്ഥാനത്ത് അടയ്ക്കേണ്ടതായ നികുതികൾ ഒരു ഏകീകൃത വഴിയെന്ന നിലയിൽ സ്വസംസ്ഥാനത്ത് അടയ്ക്കാൻ സൗകര്യമുണ്ടായിരിക്കുന്നതാണ്.

9. ദേശീയ ആഘോഷവേളകളിലും ചില പ്രത്യേക കാലങ്ങളിൽ നടത്തപ്പെടുന്ന ഫെയറുകളിലും താൽക്കാലിക സർവീസുകൾ നടത്തു

വാനുള്ള പ്രത്യേകം പെർമിറ്റുകൾ നൽകുവാൻ സംസ്ഥാനഉടമസ്ഥതയിലുള്ള ട്രാൻസ്പോർട്ട് സ്ഥാപനങ്ങൾക്കു കഴിയുമാറ് വ്യവസ്ഥകളുണ്ട്.

10. നിലവിലുള്ള ദേശസാൽക്കരണ നടപടിക്രമത്തിൽ റൂട്ട് പ്രത്യേക സ്ഥലങ്ങൾ ദേശസാൽക്കരിക്കുമ്പോൾ, ആ റൂട്ട് അല്ലെങ്കിൽ പ്രത്യേക സ്ഥലം ദേശസാൽക്കരിക്കേണ്ട ആവശ്യകതയെപ്പറ്റി എസ്.ടി.യു. പബ്ലിഷ് ചെയ്യണമെന്ന വ്യവസ്ഥയ്ക്കു പകരം സംസ്ഥാനസർക്കാർ പബ്ലിഷ് ചെയ്യണമെന്ന വ്യവസ്ഥയാക്കി പരിഷ്കരിച്ചിരിക്കുന്നു. ഇങ്ങനെയുള്ള പദ്ധതിക്ക് അന്തിമമായി സംസ്ഥാന സർക്കാരിന്റെ അംഗീകാരം ഒരു വർഷത്തിനകം ലഭിക്കാത്തപക്ഷം ആ പദ്ധതി സ്വമേധയാ ലാപ്സായിപ്പോവുന്നതും പ്രസ്തുത കാലയളവിൽ പെർമിറ്റ് ഉടമസ്ഥർക്ക് അവരുടെ സർവീസ് തുടർന്നു നടത്താവുന്നതുമാണ്.

11. 'റെന്റ് എ കാബ്' എന്ന പദ്ധതി ആവിഷ്കരിച്ചിരിക്കുന്നു. സ്വന്തം ആവശ്യങ്ങൾക്കുവേണ്ടിയോ, ബന്ധപ്പെട്ട മറ്റു ആവശ്യങ്ങൾക്കുവേണ്ടിയോ മോട്ടോർ വാഹനങ്ങൾ വാടകയ്ക്ക് എടുത്ത് ഓടിക്കാൻ ആഗ്രഹിക്കുന്ന വ്യക്തികൾക്ക്, വാടകയ്ക്ക് കൊടുക്കുന്ന വ്യാപാരത്തെ നിയന്ത്രിക്കാനാണ് ഈ പദ്ധതി ആവിഷ്കരിച്ചിരിക്കുന്നത്. അത്തരത്തിൽ ഒരു വ്യാപാരം നടത്തണമെങ്കിൽ ഒരു വ്യക്തി ബന്ധപ്പെട്ട ട്രാൻസ്പോർട്ട് അതോറിറ്റിയിൽനിന്ന് ലൈസൻസ് സമ്പാദിച്ചിരിക്കണം. അത്തരത്തിലുള്ള ഒരപേക്ഷകന് 50 എണ്ണത്തിൽ കുറയാത്ത വാടക വണ്ടി ഉണ്ടായിരിക്കേണ്ടതും ആയതിന്റെ 50 ശതമാനം എയർകണ്ടീഷൻ ചെയ്തിരിക്കേണ്ടതും ആണ്. പ്രസ്തുത വാഹനങ്ങൾക്ക് സാധുതയുള്ള ഇൻഷുറൻസ് സർട്ടിഫിക്കറ്റ്, ഫിറ്റ്നസ് സർട്ടിഫിക്കറ്റ്, പെർമിറ്റ് മുതലായവ ഉണ്ടായിരിക്കേണ്ടതാണ്. അപേക്ഷകന് അത്തരം വാഹനങ്ങൾ സൂക്ഷിക്കുന്നതിനും പരിപാലിക്കുന്നതിനും ആവശ്യമായ ഇടവും സൗകര്യവും ഉണ്ടായിരിക്കണം. അത്തരം ലൈസൻസിന്റെ കാലാവധി പ്രസ്തുത ലൈസൻസ് പുതുക്കി അനുവദിച്ച തീയതി മുതൽ അഞ്ച് വർഷമായിരിക്കും. ഈ പദ്ധതിയിലേയും മോട്ടോർ വെഹിക്കിൾസ് ആക്ടിലേയും വ്യവസ്ഥകൾ അനുസരിക്കാത്ത ലൈസൻസ് ഉടമയ്ക്ക് സംശയനിവാരണം വരുത്തുവാൻ അവസരം കൊടുത്തശേഷം പ്രസ്തുത ലൈസൻസ് സസ്പെന്റ് ചെയ്യുവാനോ റദ്ദ് ചെയ്യുവാനോ ലൈസൻസിങ് അതോറിറ്റിക്ക് അധികാരം ഉണ്ടായിരിക്കും.

20. ഡ്രൈവിങ് ലൈസൻസിനുവേണ്ടി മോട്ടോർ വെഹിക്കിൾസ് ഇൻസ്പെക്ടറുടെ മുമ്പാകെ ഹാജരാകുമ്പോൾ അറിഞ്ഞിരിക്കേണ്ട കാര്യങ്ങൾ

I. ട്രാഫിക് ചിഹ്നങ്ങളും സിഗ്നലുകളും അറിഞ്ഞിരിക്കണം. (അനുബന്ധം 5)

II. മോട്ടോർവാഹന നിയമത്തിന്റെ വകുപ്പ് 118-ലെ താഴെ പറയുന്ന കാര്യങ്ങൾ അറിഞ്ഞിരിക്കണം.

1. ഡ്രൈവർ റോഡിന്റെ ഇടതുവശം ചേർത്ത് വാഹനം ഓടിക്കുകയും എതിർദിശയിൽ നിന്നുവരുന്ന വാഹനങ്ങളെ വലതുവശത്തുകൂടി കടന്നുപോകാൻ അനുവദിക്കുകയും വേണം.

2. വാഹനം ഇടത്തേക്കു തിരിയുമ്പോൾ, ഇടതുവശം ചേർന്നും വലതു വശത്തേക്കു തിരിയുമ്പോൾ, റോഡിന്റെ മധ്യഭാഗത്തായി ഒരു പോയിന്റ് കണക്കാക്കി ചുറ്റിത്തിരിയേണ്ടതും പ്രവേശിക്കുന്ന റോഡിന്റെ ഇടതുവശത്ത് പ്രവേശിക്കേണ്ടതുമാണ്.

3. മുൻപിൽ പോകുന്ന വാഹനത്തിന്റെ വലതുവശത്തുകൂടെ മാത്രമേ ഓവർടേക്ക് ചെയ്യാവൂ.

4. മുൻപേ പോകുന്ന വാഹനത്തിന്റെ ഇടതുവശത്തുകൂടി ഓവർടേക്ക് ചെയ്യണമെങ്കിൽ, ആ വാഹനം വലത്തേക്കു തിരിയാൻ പോകുന്നു എന്ന് സിഗ്നൽ കിട്ടി പകുതി തിരിഞ്ഞതിനുശേഷം മാത്രമേ ഓവർടേക്ക് ചെയ്യാവൂ. ട്രാം വണ്ടിയുടെ ഇടതുഭാഗത്തുകൂടിയും കടന്നുപോകാം. എന്നാൽ, അവ നിർത്തി ആളുകൾ ഇറങ്ങുമ്പോഴും കയറുമ്പോഴും കടന്നുപോകരുത്.

5. മറ്റുള്ളവർക്ക് അപകടവും അസൗകര്യവും വരത്തക്കവിധത്തിൽ വണ്ടി ഓവർടേക്ക് ചെയ്യരുത്. ജങ്ഷനോ കയറ്റമോ കയറുന്ന സന്ദർഭങ്ങളിലും, റോഡ് ശരിയായി കാണാൻ കഴിയാത്ത അവസരങ്ങളിലും ഓവർടേക്കു ചെയ്യുകയോ ഓവർടേക്ക് ചെയ്യാൻ അനുവദിക്കുകയോ അരുത്. പിറകിൽവരുന്ന വാഹനം തന്റെ വാഹനത്തെ ഓവർടേക്കു ചെയ്യുവാൻ തുടങ്ങിക്കഴിഞ്ഞാൽ, മറ്റൊരു വാഹനത്തെ ഓവർടേക്കു ചെയ്യുവാൻ പാടില്ല. മുമ്പിൽ പോകുന്ന വാഹനത്തിന്റെ ഡ്രൈവർ ഓവർടേക്കു ചെയ്യാൻ സിഗ്നൽ തരാത്തപക്ഷവും ഓവർടേക്ക് ചെയ്യാൻ പാടില്ല.

6. മറ്റു വണ്ടികളെ കടത്തിവിടുമ്പോൾ, സ്പീഡു വർധിപ്പിച്ചോ, മറ്റുതരത്തിലോ തടസ്സം ഉണ്ടാക്കരുത്.

7. റോഡ് യോജിക്കുന്നിടത്തോ ജങ്ഷനിലോ കാൽനടക്കാർക്ക് റോഡ് മുറിച്ചു കടക്കാനുള്ളിടത്തോ എത്തുമ്പോൾ ഡ്രൈവർ വാഹനത്തിന്റെ വേഗത കുറയ്ക്കേണ്ടതാണ്. ഇത്തരം സന്ദർഭങ്ങളിൽ മറ്റു വ്യക്തികൾക്ക് അപകടം സംഭവിക്കാനിടയില്ലെന്ന് ശരിയായി ഉറപ്പുവരുത്തിയതിനുശേഷമേ കടന്നുപോകാവൂ.

8. നാം കയറുന്നത് ഒരു മെയിൻറോഡിലേക്കാണെങ്കിൽ വാഹനം നിർത്തി എല്ലാ വാഹനങ്ങളെയും കടത്തിവിടുകയും മെയി

ൻറോഡുകൾ ചേരുന്ന സ്ഥലമാണെങ്കിൽ വലതുവശത്തുനിന്നു വരുന്ന വാഹനങ്ങളെ കടത്തിവിടുകയും വേണം.

9. ഫയർ സർവീസ് വാഹനങ്ങളെയും ആംബുലൻസുകളെയും സ്വതന്ത്രമായി കടത്തിവിടുന്നതിനുവേണ്ടി നമ്മുടെ വാഹനം റോഡിന്റെ വശത്തേക്ക് ഒതുക്കേണ്ടതാണ്.

10. യൂണിഫോമിലുള്ള ഒരു പോലീസ് ഓഫീസറുടെ നിർദേശം കൂടാതെ വഴിയാത്രക്കാർക്കും സൈക്കിൾ യാത്രക്കാർക്കും വേണ്ടി അനുവദിച്ചിട്ടുള്ള സ്ഥലത്തുകൂടി വാഹനം ഓടിക്കാൻ പാടില്ല.

11. തിരക്കുള്ള റോഡുകളിലും 'യു' (U) ടേൺ നിരോധിച്ചിട്ടുള്ള സ്ഥലങ്ങളിലും 'യു' ടേൺ തിരിയുവാൻ പാടില്ല. 'യു' ടേൺ തിരിയാൻ അനുവാദമുള്ള സ്ഥലങ്ങളിൽ ഡ്രൈവർ കൈകൊണ്ട് വലതുവശത്തേക്കു തിരിയാൻ സിഗ്നൽ കാട്ടേണ്ടതും റിയർ വ്യൂ മിററിൽ നോക്കി അപകടമില്ലെന്ന് ഉറപ്പുവരുത്തേണ്ടതുമാണ്.

12 (a) വാഹനത്തിന്റെ വേഗത കുറയ്ക്കേണ്ടിവരുമ്പോൾ ഡ്രൈവർ വലതുകൈ വലതുവശത്തേക്കു നീട്ടി, കൈ കമിഴ്ത്തി പിന്നിൽനിന്നു വരുന്ന വാഹനഡ്രൈവർമാർക്ക് കാണാവുന്ന വിധത്തിൽ പലതവണ ഉയർത്തുകയും താഴ്ത്തുകയും ചെയ്യേണ്ടതാണ്.

(b) വാഹനം നിർത്തേണ്ടിവരുമ്പോൾ ഡ്രൈവർ തന്റെ വലതുകൈ വലതുവശത്തേക്കു നീട്ടി, കൈമുട്ടുവരെയുള്ള ഭാഗം നേരേ മുകളിലേക്ക് ഉയർത്തിക്കാണിക്കേണ്ടതാണ്.

(c) വാഹനം വലതുവശത്തേക്കു തിരിക്കേണ്ടിവരുമ്പോൾ ഡ്രൈവർ തന്റെ വലതുകൈപ്പത്തി നേരേ നിവർത്തി പുറത്തു കാണിക്കണം.

(d) ഇടത്തോട്ടു തിരിയാനോ, ഇടതുവശം ചേരാനോ തുടങ്ങുമ്പോൾ വലതുകൈ വെളിയിൽ നേരേ നീട്ടി ഇടത്തേക്കു കറക്കണം.

(e) പിറകിൽനിന്നു വരുന്ന വാഹനത്തെ ഓവർടേക്ക് ചെയ്യാൻ അനുവാദം നൽകാൻ, വലതുകൈ വലതുവശത്തേക്കു നീട്ടി അർധവൃത്താകൃതിയിൽ മുൻപോട്ടും പിറകോട്ടും ചലിപ്പിക്കണം.

13. 'യു' ടേൺ തിരിയുമ്പോൾ ഏതെങ്കിലും വിധത്തിലുള്ള ഇൻഡിക്കേറ്റർ ഉപയോഗിച്ചാലും മതി.

14. (a) മറ്റുള്ളവർക്ക് അസൗകര്യമോ അപകടമോ ഉണ്ടാകുന്ന വിധത്തിൽ വാഹനം പാർക്ക് ചെയ്യാൻ പാടില്ല. പാർക്കിങ് പ്രദേശത്ത് ഏതെങ്കിലും വിധത്തിലുള്ള നിർദേശങ്ങൾ ഉണ്ടെങ്കിൽ അത് പാലിക്കേണ്ടതാണ്.

(b) താഴെ പറയുന്ന സ്ഥലങ്ങളിൽ വാഹനം പാർക്ക് ചെയ്യാൻ പാടില്ല.

ജങ്ഷനിലും, വളവിലും, മലമുകളിലും, പാലത്തിലും, ഫുട്പാത്തിലും, വഴിയാത്രക്കാർ ക്രോസ് ചെയ്യുന്നിടത്തും, ട്രാഫിക് ലൈറ്റിനടുത്തും, മെയിൻ റോഡിലും, തിരക്കേറിയ വീഥികളിലും വാഹനങ്ങൾ പാർക്ക് ചെയ്യാൻ പാടില്ല. കൂടാതെ പാർക്ക് ചെയ്തിരിക്കുന്ന വാഹനത്തിനെതിരായും മറ്റു വാഹനങ്ങൾക്ക് തടസ്സമുണ്ടാകുന്ന വിധത്തിലും പാർക്ക് ചെയ്യരുത്.

തുടർച്ചയായി വെള്ളവരയിട്ട സ്ഥലങ്ങളിലും ഇടവിട്ട് വെള്ളവരയുള്ള സ്ഥലങ്ങളിലും പാർക്ക് ചെയ്യരുത്. ബസ് സ്റ്റോപ്പിനടുത്തോ, സ്കൂളുകളുടെയും, ആശുപത്രികളുടെയും പ്രവേശനകവാടങ്ങൾക്കടുത്തോ പാർക്ക് ചെയ്യാൻ പാടില്ല. ട്രാഫിക് സൈനുകൾ (ചിഹ്നങ്ങൾ) മറയ്ക്കുന്നവിധത്തിലോ, ഫയർഫോഴ്സിന്റെ ആവശ്യത്തിലേക്കുള്ള പൈപ്പ് മറയ്ക്കുന്നവിധത്തിലോ പാർക്ക് ചെയ്യാൻ പാടില്ല.

റോഡിന്റെ വലതുവശത്തും പാർക്കിങ് നിരോധനമേഖലയിലും ഫുട്പാത്തിന്റെ കവാടത്തിലും പാർക്ക് ചെയ്യാൻ പാടില്ല.

15. (a) വാഹനത്തിന്റെ രജിസ്ട്രേഷൻ നമ്പറും ലൈറ്റുകളും വാഹനത്തിൽ എഴുതി പ്രദർശിപ്പിച്ചിരിക്കുന്ന കാര്യങ്ങളും മറയത്തക്കവിധത്തിൽ വാഹനത്തിൽ സാധനങ്ങൾ കയറ്റാൻ പാടില്ല.

(b) വാഹനത്തിന്റെ രജിസ്ട്രേഷൻ നമ്പർ, മറ്റു മാർക്കുകൾ എന്നിവ എപ്പോഴും വ്യക്തമായും ശരിയായും വായിക്കത്തക്കവിധത്തിൽ സൂക്ഷിക്കണം.

16. വൺവേ റോഡുകളിൽ നിർദേശിച്ചിട്ടുള്ള ദിശയിലൂടെ മാത്രമേ വാഹനങ്ങൾ ഓടിക്കാവൂ. കൂടാതെ വൺവേയിലൂടെ വാഹനങ്ങൾ പുറകോട്ട് ഓടിക്കാൻ പാടില്ല.

17. (a) ഗതാഗതത്തിന് പ്രത്യേക ലൈനുകളുള്ള റോഡിലൂടെ വാഹനം ഓടിക്കുമ്പോൾ ഡ്രൈവർ സിഗ്നൽ നൽകിയതിനുശേഷം മാത്രമേ, ലൈനിൽ മാറ്റം വരുത്താവൂ.

(b) മഞ്ഞവരകൾകൊണ്ടു വിഭജിക്കപ്പെട്ടിട്ടുള്ള റോഡുകളിൽ ഓവർടേക്ക് ചെയ്യുമ്പോൾ, വാഹനം മഞ്ഞവര ക്രോസ് ചെയ്യാൻ പാടില്ല.

18. വാഹനം നിർത്താൻ വേണ്ടി റോഡിൽ മാർക്കുചെയ്തിട്ടുള്ള സ്ഥലങ്ങളിൽ പോലീസ് ഓഫീസറുടെയോ, അല്ലെങ്കിൽ ട്രാഫിക് സിഗ്നലിന്റെയോ നിർദേശം കിട്ടാതെ വാഹനം മുമ്പോട്ട് ഓടിക്കാൻ പാടില്ല. മേൽപ്പറഞ്ഞ ലൈൻ 50 മി.മീ.ൽ കുറയാത്ത വീതിയും വെള്ള, കറുപ്പ്, മഞ്ഞ ഇതിലേതെങ്കിലും നിറത്തിലുള്ളതും ആയിരിക്കണം.

19. (a) യന്ത്രതകരാറു സംഭവിച്ച വാഹനങ്ങൾ, പണി പൂർത്തിയാവാത്ത വാഹനങ്ങൾ, രജിസ്റ്റർ ചെയ്ത ട്രെയിലർ, സൈഡ് കാർ എന്നിവയല്ലാതെ ഒരു വാഹനവും റോഡിലൂടെ കെട്ടി വലിച്ചുകൊണ്ടുപോകാൻ പാടില്ല.

(b) വാഹനങ്ങൾ വലിച്ചുകൊണ്ടുപോകുമ്പോൾ, വലിക്കപ്പെടുന്ന വാഹനത്തിന്റെ ഡ്രൈവർസീറ്റിൽ ലൈസൻസുള്ള ഒരു ഡ്രൈവർ ഉണ്ടാവണം. അതല്ലെങ്കിൽ മുൻചക്രങ്ങൾ ക്രെയിനോ മറ്റേതെങ്കിലും ഉപകരണമോ കൊണ്ട് ഉയർത്തി വയ്ക്കേണ്ടതാണ്.

(c) ഒരു വാഹനം കെട്ടിവലിച്ചുകൊണ്ടുപോകുമ്പോൾ, വലിക്കുന്ന വാഹനത്തിന്റെ പിറകുവശവും മറ്റേ വാഹനത്തിന്റെ മുൻവശവും തമ്മിലുള്ള അകലം ഒരു സമയത്തും 5 മീറ്ററിൽ കൂടുവാൻ പാടില്ല. കെട്ടിവലിക്കാൻ ഉപയോഗിക്കുന്ന കയർ/ചെയിൻ മറ്റുള്ളവർക്ക് വേഗത്തിൽ തിരിച്ചറിയാൻ കഴിയുന്നതായിരിക്കണം. കെട്ടിവലിക്കപ്പെടുന്ന വാഹനത്തിന്റെ പിറകുവശത്തു കറുത്ത അക്ഷരങ്ങളിൽ 75 സെ.മീ. ഉയരത്തിൽ 'ON TOW' എന്ന് എഴുതിയിരിക്കണം.

(d) സൈഡ്കാറും ട്രെയിലറും അല്ലാത്ത വാഹനങ്ങൾ കെട്ടിവലിക്കുമ്പോൾ വേഗത 24 കിലോമീറ്ററിൽ കൂടാൻ പാടില്ല.

20. ഡ്രൈവർ ആവശ്യമില്ലാതെ ഉച്ചത്തിലും തുടർച്ചയായും ഹോൺ ഉപയോഗിക്കാൻ പാടില്ല. നിശബ്ദമേഖലകളിൽ ഹോൺ അടിക്കാൻ പാടില്ല. സൈലൻസറിൽ കൂടെയല്ലാതെ എക്സ്ഹോസ്റ്റ് ഗ്യാസ് പുറത്തുവിടാൻ പാടില്ല.

വിവിധ ശബ്ദങ്ങൾ ഉണ്ടാക്കുന്ന ഹോണുകൾ ഉപയോഗിക്കാൻ പാടില്ല.

അപശബ്ദങ്ങൾ ഉണ്ടാക്കുന്ന വാഹനങ്ങൾ റോഡിൽ ഉപയോഗിക്കാൻ പാടില്ല.

പേടിപ്പെടുത്തുന്ന ശബ്ദങ്ങൾ പുറപ്പെടുവിക്കുന്ന മഫ്‌ളറുകൾ വാഹനത്തിൽ ഉപയോഗിക്കാൻ പാടില്ല.

21. ഡ്രൈവറും മറ്റു റോഡ് ഉപയോക്താക്കളും അനുസരിക്കേണ്ട കാര്യങ്ങൾ.
    (a) ട്രാഫിക് നിയന്ത്രണത്തിൽ ഏർപ്പെട്ടിരിക്കുന്ന ഉദ്യോഗസ്ഥൻ നൽകുന്ന നിർദേശങ്ങളും സിഗ്നലുകളും അനുസരിക്കണം.
    (b) ബന്ധപ്പെട്ട അധികാരികൾ പ്രദർശിപ്പിക്കുന്ന ട്രാഫിക് സൈൻബോർഡുകളിലെ നിർദേശങ്ങൾ പാലിക്കണം.
    (c) ജങ്ഷനുകളിൽ സ്ഥാപിച്ചിട്ടുള്ള ഓട്ടോമാറ്റിക് ഇൻഡിക്കേറ്ററിൽ നിന്നുള്ള നിർദേശങ്ങൾ പാലിക്കണം.
22. മുൻപേ പോകുന്ന വാഹനം പെട്ടെന്ന് നിർത്തേണ്ടിവരുമ്പോൾ തന്റെ വാഹനം മുൻപിൽ പോകുന്ന വാഹനത്തിൽ മുട്ടി അപകടം വരാതിരിക്കാൻ ആവശ്യമായ അകലത്തിലേ വാഹനം ഓടിക്കാവൂ.
23. ഒഴിച്ചുകൂടാനാവാത്ത സാഹചര്യത്തിലല്ലാതെ ഡ്രൈവർ സഡൻബ്രേക്ക് ചെയ്യാൻ പാടില്ല.
24. മലമ്പ്രദേശങ്ങളിൽ വാഹനം ഓടിക്കുമ്പോൾ കയറ്റം കയറിവരുന്ന വാഹനങ്ങൾക്ക് കടന്നുപോകാൻ മുൻഗണന നൽകുകയും ആവശ്യമാകുന്ന സന്ദർഭങ്ങളിൽ വാഹനം നിർത്തിക്കൊടുക്കുകയും ചെയ്യേണ്ടതാണ്.
25. വണ്ടി നിയന്ത്രിക്കുന്നതിന് തടസ്സം വരത്തക്കവിധത്തിൽ ആരെയെങ്കിലും സമീപത്ത് നിർത്തുകയോ സാധനങ്ങൾ വയ്ക്കുകയോ ചെയ്യരുത്.
26. പോലീസ് മാർച്ചിങ്, റോഡ് റിപ്പയർ, മീറ്റിങ്, ഘോഷയാത്രകൾ തുടങ്ങിയ സ്ഥലങ്ങളിൽ 25 കിലോമീറ്ററിൽ കൂടുതൽ വേഗതയിൽ വണ്ടി ഓടിക്കരുത്.
27. ട്രാക്റ്ററിൽ മറ്റു യാത്രക്കാർ കയറാൻ ഡ്രൈവർ അനുവദിക്കരുത്. ഗുഡ്സ് വാഹനങ്ങളുടെ ക്യാബിനിൽ അനുവദിക്കപ്പെട്ടിട്ടുള്ളതിൽ കൂടുതൽ ആളുകളെ കയറ്റാൻ പാടില്ല. വാടകയ്ക്കോ, അല്ലാതെയോ യാത്രക്കാരെ കയറ്റാൻ പാടില്ല.
28. ഏതെങ്കിലും ഭാഗത്തേക്ക് തള്ളിനിന്ന് അപകടസാധ്യത ഉണ്ടാക്കുന്ന ലോഡുകളൊന്നും വാഹനത്തിൽ കയറ്റാൻ പാടില്ല.

29. വാഹനത്തിന്റെ ആവശ്യത്തിനുള്ള ഇന്ധനമല്ലാതെ സ്ഫോടക വസ്തുക്കളോ, തീ പിടിക്കുന്ന വസ്തുക്കളോ പൊതുവാഹനങ്ങളിൽ സൂക്ഷിക്കാൻ പാടില്ല.

30. അപകടങ്ങളോ, മറ്റ് അസൗകര്യങ്ങളോ ഉണ്ടാവില്ലെന്ന് സ്വയം ബോധ്യപ്പെടുത്തിയതിനുശേഷം മാത്രമേ ഡ്രൈവർ വാഹനം പുറകോട്ട് ഓടിക്കാൻ പാടുള്ളൂ.

31. വാഹനത്തിൽ സൂക്ഷിക്കേണ്ട രേഖകൾ:
    (a) രജിസ്ട്രേഷൻ, ടാക്സേഷൻ, ഇൻഷുറൻസ്, ലൈസൻസ് എന്നീ സർട്ടിഫിക്കറ്റുകൾ.
    (b) ട്രാൻസ്പോർട്ട് വാഹനങ്ങളിൽ പെർമിറ്റ്, ഫിറ്റ്നസ് സർട്ടിഫിക്കറ്റ് എന്നിവയും ഉണ്ടായിരിക്കണം.
    (c) അധികാരപ്പെട്ട പോലീസ് ഉദ്യോഗസ്ഥനോ മോട്ടോർ വാഹന ഉദ്യോഗസ്ഥനോ മറ്റ് അധികാരപ്പെട്ട ഉദ്യോഗസ്ഥനോ ആവശ്യപ്പെട്ടാൽ രേഖകൾ കാണിക്കേണ്ടതാണ്.

32. മോട്ടോർ വാഹന നിയമത്തിലെ 112, 113, 121, 122, 125, 132, 134, 185, 186, 194, 207 എന്നീ വകുപ്പുകൾ ഡ്രൈവർ അറിഞ്ഞിരിക്കണം. അവ താഴെ ചേർക്കുന്നു:

    വകുപ്പ് 112: കാലാകാലങ്ങളിൽ സർക്കാർ പുറപ്പെടുവിക്കുന്ന സ്പീഡ് നിയന്ത്രണ ചട്ടങ്ങൾ ഡ്രൈവർമാർ പാലിക്കേണ്ടതാണ്.

    വകുപ്പ് 113: വാഹനത്തിന്റെ പെർമിറ്റ് പ്രകാരവും രജിസ്ട്രേഷൻ സർട്ടിഫിക്കറ്റ് പ്രകാരവും അനുവദിച്ചിട്ടുള്ളതിൽ കൂടുതൽ ഭാരം കയറ്റുവാൻ പാടില്ല.

    വകുപ്പ് 121: വലതുവശത്ത് സ്റ്റിയറിങ് കൺട്രോൾ ഉള്ള വാഹനത്തിൽ മെക്കാനിക്കലോ, ഇലക്ട്രിക്കലോ ആയ സിഗ്നൽ കാണിക്കുന്ന ഉപകരണങ്ങൾ വാഹനത്തിൽ പിടിപ്പിക്കണമെന്ന് നിർബന്ധമില്ല. എന്നാൽ ഇടതുവശത്ത് സ്റ്റിയറിങ് കൺട്രോൾ ഉള്ള വാഹനങ്ങൾ ഇത്തരം ഉപകരണം നിർബന്ധമായും പിടിപ്പിക്കേണ്ടതാണ്.

    വകുപ്പ് 122: പൊതുജനങ്ങൾക്ക് അസൗകര്യവും അപകടവും വരത്തക്കവിധം വാഹനം നിർത്തുവാൻ പാടില്ല.

    വകുപ്പ് 125: വാഹനം കൺട്രോൾ ചെയ്യുന്നതിന് തടസ്സം വരത്തക്കവിധം ആരെയും നിർത്തുവാനോ സാധനങ്ങൾ വയ്ക്കുവാനോ പാടില്ല.

വകുപ്പ് 132: താഴെപ്പറയുന്ന സാഹചര്യങ്ങളിൽ ഡ്രൈവർ വാഹനം നിർത്തിയിടേണ്ടതാണ്.

(a) യൂണിഫോമിലുള്ള പോലീസ് ഉദ്യോഗസ്ഥൻ ആവശ്യപ്പെടുമ്പോൾ.

(b) നിയന്ത്രിക്കാൻ പറ്റാത്തവിധമുള്ള മൃഗങ്ങളെ കാണുമ്പോൾ.

(c) വാഹനം ഒരു അപകടത്തിൽ ഉൾപ്പെടുമ്പോൾ. ഇത്തരം സന്ദർഭങ്ങളിൽ അപകടം പറ്റിയ ആൾ ആവശ്യപ്പെടുകയാണെങ്കിൽ ഡ്രൈവറുടെയും ഉടമയുടേയും പേരും വിലാസവും നൽകേണ്ടതാണ്. അപകടം പറ്റിയ ആളും ഇപ്രകാരം ചെയ്യണം.

വകുപ്പ് 134: വാഹനം മുട്ടി അപകടം സംഭവിച്ചാൽ (സ്വരക്ഷയ്ക്ക് അപകടമില്ലാത്ത) എല്ലാ സന്ദർഭങ്ങളിലും പരിക്കേറ്റയാൾക്ക് വൈദ്യസഹായം നൽകാനുള്ള ഏർപ്പാടുകൾ ചെയ്യേണ്ടതാണ്. കൂടാതെ അപകടവിവരങ്ങൾ സമീപത്തുള്ള പോലീസ് ഉദ്യോഗസ്ഥനോടോ അല്ലെങ്കിൽ 24 മണിക്കൂറിനകം അടുത്ത പോലീസ് സ്റ്റേഷനിലോ അറിയിക്കേണ്ടതാണ്.

വകുപ്പ് 185: ലഹരിപദാർഥങ്ങൾ ഉപയോഗിച്ചുകൊണ്ട് വാഹനം ഓടിക്കാൻ പാടില്ല. ഇവ ഉപയോഗിച്ച് വാഹനം ഓടിച്ചാൽ വകുപ്പ് 15 പ്രകാരമുള്ള ശിക്ഷ അനുഭവിക്കേണ്ടിവരും.

വകുപ്പ് 186: ശരിയായ രീതിയിൽ വാഹനം നിയന്ത്രിക്കാൻ പറ്റാത്തവിധം മാനസികമോ ശാരീരികമോ ആയ അസുഖമുണ്ടെങ്കിൽ വാഹനം ഓടിക്കാൻ പാടില്ല.

വകുപ്പ് 194: അനുവദനീയമായതിൽ കൂടുതൽ ഭാരം കയറ്റി വാഹനം ഓടിക്കുന്നത് ശിക്ഷാർഹമാണ്.

വകുപ്പ് 207: നിയമാനുസൃതമുള്ള രജിസ്ട്രേഷനോ പെർമിറ്റോ ഇല്ലാത്ത വാഹനങ്ങൾ കസ്റ്റഡിയിലെടുത്ത് സൂക്ഷിക്കാൻ അധികാരപ്പെട്ട ഉദ്യോഗസ്ഥന്മാർക്ക് അനുവാദമുണ്ട്.

അപകടം സംഭവിച്ചാൽ ഡ്രൈവറുടെ ചുമതല

യാത്രക്കാർക്ക് ഏതെങ്കിലും വിധത്തിലുള്ള പരിക്കുകൾ ഉണ്ടെങ്കിൽ പ്രഥമശുശ്രൂഷ ചെയ്യണം. അതിനുശേഷം ഏറ്റവും അടുത്തുള്ള ആശുപത്രിയിൽ എത്തിക്കുകയും അടുത്തുള്ള പോലീസ് സ്റ്റേഷനിൽ വിവരം അറിയിക്കുകയും വേണം. അപകടം സംഭവിച്ച വാഹനം പോലീസ് ഓഫീസറുടെ അനുമതികൂടാതെ സംഭവസ്ഥലത്തുനിന്നും മാറ്റാൻ പാടില്ല.

കാവൽക്കാരനില്ലാത്ത ലെവൽക്രോസിൽ ഡ്രൈവർ എടുക്കേണ്ട മുൻകരുതലുകൾ

കാവൽക്കാരനും ഗേറ്റും ഇല്ലാത്ത ലെവൽക്രോസ്സിൽ വാഹനം കടക്കുന്നതിനു മുമ്പായി വാഹനത്തിൽനിന്നും ഡ്രൈവർ പുറത്തിറങ്ങി പാളത്തിന്റെ ഇരുഭാഗങ്ങളിലും നോക്കി ട്രെയിൻ ഒന്നും വരുന്നില്ലെന്ന് ഉറപ്പുവരുത്തിയതിനുശേഷം മാത്രമേ വാഹനം ഓടിച്ച് പാളം കടക്കാൻ പാടുള്ളൂ.

വാഹനത്തിൽ സൂക്ഷിക്കേണ്ട രേഖകൾ

രജിസ്ട്രേഷൻ സർട്ടിഫിക്കറ്റ്, ഇൻഷുറൻസ് സർട്ടിഫിക്കറ്റ്, ടാക്സ് അടച്ച രസീത്, ഡ്രൈവറുടെ ലൈസൻസ്.

21. ഡ്രൈവറുടെ ചുമതലകൾ

ഒരു പബ്ലിക് സർവീസ് വാഹനത്തിലെ ഡ്രൈവർ ജോലിസമയത്ത് ട്രാൻസ്പോർട്ടു കമ്മിഷണർ നിശ്ചയിച്ചിട്ടുള്ള യൂണിഫോം വൃത്തിയായി ധരിക്കുകയും മെറ്റൽ ബാഡ്ജ് നെഞ്ചിന്റെ ഇടതുവശത്ത് അണിഞ്ഞിരിക്കുകയും വേണം.

യൂണിഫോം ധരിച്ച സബ്ഇൻസ്പെക്ടറേക്കാൾ താഴെയല്ലാത്ത ഒരു പോലീസ് ഓഫീസറോ, അസിസ്റ്റന്റ് മോട്ടോർ വെഹിക്കിൾ ഇൻസ്പെക്ടർക്ക് താഴെയല്ലാത്ത മോട്ടോർ വെഹിക്കിൾ ഡിപ്പാർട്ടുമെന്റിലെ ഒരു ഓഫീസറോ, അസിസ്റ്റന്റ് സെയിൽടാക്സ് ഓഫീസർക്ക് താഴെയല്ലാത്ത കാർഷികാദായ നികുതി-വിൽപ്പന നികുതി വകുപ്പിലെ ഒരു ഓഫീസറോ ആവശ്യപ്പെട്ടാൽ ജോലിയിലിരിക്കുന്ന ഡ്രൈവർ തന്റെ ബാഡ്ജ് പരിശോധനക്കായി കാണിക്കേണ്ടതാണ്. സ്വന്തം ബാഡ്ജ് മറ്റൊരാൾക്ക് കൈമാറ്റം ചെയ്യാനോ മറ്റൊരാൾ ഉപയോഗിക്കാനോ പാടില്ല.

വലതുഭാഗത്ത് സ്റ്റിയറിങ്ങുള്ള വണ്ടിയാണെങ്കിൽ ഡ്രൈവറുടെ വലതുഭാഗത്തും ഇടതുഭാഗത്ത് സ്റ്റിയറിങ്ങുള്ള വണ്ടിയാണെങ്കിൽ ഡ്രൈവറുടെ ഇടതുഭാഗത്തും ആരെയെങ്കിലും ഇരിക്കുന്നതിനോ സാധനങ്ങൾ വയ്ക്കുന്നതിനോ അനുവദിക്കരുത്.

മദ്യമോ മയക്കുമരുന്നോ ഉപയോഗിച്ച് പൊതുസ്ഥലത്ത് വാഹനം ഓടിക്കുകയോ ഓടിക്കാൻ ശ്രമിക്കുകയോ അരുത്. വണ്ടിയിലിരുന്ന് പുക വലിക്കുകയോ മുറുക്കുകയോ ചെയ്യാൻ പാടില്ല.

പബ്ലിക് സർവീസ് വാഹനത്തിലെ ഡ്രൈവർ വാഹനത്തിലെ യാത്രക്കാരോടും യാത്ര ചെയ്യാൻ ഉദ്ദേശിക്കുന്നവരോടും വളരെ മര്യാദയോടെ പെരുമാറേണ്ടതും യാത്രക്കാർ വാഹനം നിർത്തിക്കൊടുക്കാൻ ആവശ്യപ്പെടുന്നിടത്തു നിർത്തിക്കൊടുക്കേണ്ടതുമാണ്. എന്നാൽ നിയമപ്രകാരം വണ്ടി നിർത്തി ആളുകളെ കയറ്റുകയോ ഇറക്കുകയോ ചെയ്യാൻ പാടില്ലാത്ത സ്ഥലങ്ങളിൽ നിർത്തേണ്ടതില്ല. യാത്ര ചെയ്യാനുള്ള ഉദ്ദേശ്യത്തോടെ വാഹനം കൈകാണിച്ച് നിർത്താൻ ആവശ്യപ്പെട്ടാൽ ആ യാത്രക്കാരനെ കൊണ്ടുപോകാൻ വാഹനത്തിൽ സൗകര്യമുണ്ടെങ്കിൽ വണ്ടി നിർത്തിക്കൊടുക്കേണ്ടതാണ്.

തന്റെ വാഹനം എല്ലായ്പ്പോഴും നല്ല നിലയിൽ ഇരിക്കുന്നു എന്ന് ഉറപ്പുവരുത്തേണ്ടത് ഡ്രൈവറുടെ ചുമതലയാണ്. വണ്ടിയുടെ ബ്രേക്ക്, ടയർ, ലൈറ്റുകൾ എന്നിവയ്ക്കോ അല്ലെങ്കിൽ യാത്രക്കാർക്കോ മറ്റാളുകൾക്കോ അപകടം പറ്റാവുന്ന വിധത്തിൽ വണ്ടിയുടെ ഏതെങ്കിലും ഭാഗത്തിന് കേടുവന്നിട്ടുണ്ടെന്നറിഞ്ഞുകൊണ്ട് വണ്ടി ഓടിക്കാൻ പാടില്ല. അതുപോലെ തൊട്ടടുത്ത പെട്രോൾ ബങ്കുവരെ ഓടിയെത്താനുള്ള ഇന്ധനം ഇല്ലെന്നറിഞ്ഞുകൊണ്ടും വണ്ടി ഓടിക്കാൻ പാടില്ല.

പബ്ലിക് സർവീസ് വാഹനത്തിലെ കണ്ടക്ടറുടെ അഭാവത്തിൽ അയാളുടെ ചുമതലകളെല്ലാം ഡ്രൈവർക്കുള്ളതാണ്.

ഡ്രൈവർക്ക് അനായാസമായി ഇരുന്ന് വേണ്ടവിധം വാഹനം നിയന്ത്രിച്ചു കൊണ്ടുപോകാൻ അസൗകര്യമുണ്ടാകുന്ന വിധത്തിൽ ഡ്രൈവറുടെ സീറ്റിൽ ഏതെങ്കിലും മൃഗത്തെയോ മറ്റാരെയെങ്കിലുമോ ഇരുത്താനോ സാധനങ്ങൾ വയ്ക്കാനോ പാടില്ല.

യാത്രക്കാരുടെ ശ്രദ്ധ ആകർഷിക്കുന്നതിന് ഡ്രൈവർ ഒച്ചകൂട്ടുകയോ അട്ടഹസിക്കുകയോ ചെയ്യരുത്.

ഒരു പബ്ലിക് സർവീസ് വാഹനം യാത്രക്കാരെ കയറ്റുവാനോ ഇറക്കുവാനോ നിർത്തിയിരിക്കുമ്പോൾ അതേ ആവശ്യത്തിനു തന്നെ മറ്റൊരു പബ്ലിക് സർവീസ് വാഹനം അതിന്റെ അടുത്ത് കൊണ്ടുചെന്ന് നിർത്തരുത്. ഇങ്ങനെയുള്ള സന്ദർഭങ്ങളിൽ രണ്ടാമത് വരുന്ന വാഹനം ആദ്യത്തേതിന്റെ പിന്നിലായി റോഡിന്റെ ഇടതുവശത്ത് ഒതുക്കി നിർത്തേണ്ടതാണ്. ഡ്രൈവർ മറ്റൊരു വാഹനത്തിലെ ഡ്രൈവറുമായോ കണ്ടക്ടറുമായോ ഈ സന്ദർഭങ്ങളിൽ ഇടപെടാൻ പാടില്ല.

ഡ്രൈവർ മറ്റൊരു വാഹനത്തിൽ കയറാൻ ശ്രമിക്കുന്നവരുമായി ഇടപെടരുത്.

ഡ്രൈവർ തന്റെ വാഹനം പുറപ്പെടുന്നതിന് അനാവശ്യമായ താമസം വരുത്തുകയോ മെല്ലെ ഓടിക്കുകയോ ചെയ്യരുത്. നിശ്ചയിച്ചിരിക്കുന്ന റൂട്ടിലൂടെ സമയപ്പട്ടികയനുസരിച്ച് ഓടിക്കേണ്ടതാണ് (ബസ്സ് ഡ്രൈവറെ സംബന്ധിക്കുന്നതാണ് ഈ നിയമം).

പകർച്ചവ്യാധിയുണ്ടെന്നു ന്യായമായും സംശയിക്കുന്നവരെയും മൃതശരീരത്തെയും പബ്ലിക് വാഹനത്തിൽ കയറ്റാൻ പാടില്ല.

യാത്രക്കാരെ ഇരുത്തിക്കൊണ്ട് പബ്ലിക് സർവീസ് വാഹനത്തിൽ ഇന്ധനം, നിറയ്ക്കാൻ പാടില്ല.

ഗുഡ്സ് വാഹനത്തിലെ ഡ്രൈവർ ക്യാബിനിൽ അനുവദിച്ചിരിക്കുന്നതിലും അധികം പേരെ കയറ്റാൻ പാടില്ല. ഗുഡ്സ് വാഹനത്തിൽ കയറ്റിയിരിക്കുന്ന സാധനങ്ങൾക്കു മീതെയോ, താഴെവീണ് അപകടം ഉണ്ടാവാൻ ഇടയുള്ള വിധത്തിലോ വണ്ടി നിൽക്കുന്ന തലത്തിൽനിന്നു മൂന്നു മീറ്ററിൽ കൂടുതൽ ഉയരത്തിൽ ശരീരാവയവങ്ങൾ വരുംവിധത്തിലോ ആരെയും ഇരുത്തരുത്. ഗുഡ്സ് വാഹനത്തിൽ കൂടുതൽ ആളുകളെ കയറ്റിക്കൊണ്ടുപോകുവാൻ പ്രത്യേകം പെർമിറ്റ് വാങ്ങിക്കേണ്ടതാണ്.

ഒരു മോട്ടോർ വാഹനത്തിന്റെ റണ്ണിങ് ബോർഡിലോ അല്ലെങ്കിൽ വാഹനത്തിന്റെ ബോഡിക്ക് പുറമെയായി മറ്റേതെങ്കിലും ഭാഗത്തോ ആരെയെങ്കിലും കയറ്റിക്കൊണ്ടു പോവുകയോ കയറ്റിക്കൊണ്ടുപോകാൻ അനുവദിക്കുകയോ ചെയ്യരുത്. വണ്ടി പുറപ്പെട്ട് നീങ്ങിക്കൊണ്ടിരിക്കുമ്പോൾ ആളുകളെ കയറ്റുവാനോ ഇറക്കുവാനോ പാടില്ല. ഓടിക്കൊണ്ടിരിക്കുമ്പോൾ അതിൽ പിടിച്ചു മറ്റൊരു വാഹനത്തെ കൊണ്ടുപോകാൻ ശ്രമിക്കുകയോ അങ്ങനെ ചെയ്യാൻ അനുവദിക്കുകയോ ചെയ്യരുത്.

മോട്ടോർ വാഹനം പൊതുസ്ഥലത്തു നിർത്തിയിരിക്കുകയാണെങ്കിൽ അതിന്റെ ഡ്രൈവർസീറ്റിൽ ഡ്രൈവിങ് ലൈസൻസുള്ള ഒരാൾ ഉണ്ടായിരിക്കണം. ഡ്രൈവറുടെ അഭാവത്തിൽ വണ്ടി നീങ്ങിപ്പോകാത്തവിധം ഹാൻഡ്ബ്രേക്ക് ഉപയോഗിച്ചിരിക്കണം.

മലമ്പ്രദേശറോഡിലോ മറ്റ് ഇറക്കങ്ങളിലോ ഗിയർ ന്യൂട്രലാക്കിയോ ക്ലച്ച് പെഡൽ അമർത്തിയോ എൻജിനും ചക്രവുമായുള്ള ബന്ധം വേർപെടുത്തി വണ്ടിയോടിക്കാൻ പാടില്ല. ഇറക്കം ഇറങ്ങിക്കൊണ്ടിരിക്കുന്ന മോട്ടോർവാഹനം കയറ്റം കയറിവരുന്ന വാഹനത്തെ കടന്നുപോകാൻ അനുവദിക്കണം. ഫുട്ട്പാത്തിലൂടെയോ വേറെ വാഹനങ്ങൾക്ക് പോകാൻ പ്രത്യേകം നിശ്ചയിച്ചിട്ടുള്ള ഇടങ്ങളിലൂടെയോ വണ്ടി ഓടിക്കരുത്.

മെക്കാനിക്കൽ തകരാറു സംഭവിച്ചിട്ടുള്ള വാഹനങ്ങളും പണിപൂർത്തിയാവാത്ത വാഹനങ്ങളും രജിസ്റ്റേർഡ് ട്രെയിലറുകളും സൈഡ്കാറുകളും ഒഴിച്ചു മറ്റൊന്നും തന്നെ ഒരു വാഹനത്തിൽ കെട്ടിവച്ചു കൊണ്ടു

പോവാൻ പാടില്ല. സൈക്കിളും കെട്ടിവലിക്കാൻ പാടില്ല. കെട്ടിവലിക്കപ്പെടുന്ന മോട്ടോർ വാഹനത്തിൽ ഡ്രൈവിങ് ലൈസൻസുള്ള ആൾ ഡ്രൈവിങ് സീറ്റിൽ ഉണ്ടായിരിക്കണം.

മോട്ടോർ വാഹനത്തെ മറ്റൊരു മോട്ടോർ വാഹനം കെട്ടിവലിക്കുമ്പോൾ അവ തമ്മിലുള്ള അകലം 4.5 മീറ്ററിൽ അധികമാവരുത്. രണ്ട് വണ്ടികൾ തമ്മിൽ കെട്ടിയിരിക്കുന്നത് റോഡിലുള്ളവർക്ക് വ്യക്തമാവുന്ന വിധത്തിലായിരിക്കണം. കൂടാതെ കെട്ടിവലിക്കപ്പെടുന്ന വണ്ടിയുടെ പിന്നിൽ വെളുത്ത പശ്ചാത്തലത്തിൽ കറുത്ത അക്ഷരത്തിൽ 'ON TOW' എന്നു എഴുതി വച്ചിരിക്കണം. ഇങ്ങനെ കെട്ടിവലിച്ചു കൊണ്ടുപോകുമ്പോൾ മണിക്കൂറിൽ 24 കിലോമീറ്ററിൽ അധികം വേഗത പാടില്ല.

റോഡ് യാത്രക്കാർക്ക് റോഡ് മുറിച്ചുകടക്കാനുള്ള പെഡസ്ട്രിയൻ ക്രോസുകളിലോ ജങ്ഷനുകളിലോ പോലീസ്, വാഹനം നിർത്തുന്നതിന് സിഗ്നൽ കാണിക്കുകയോ ചുവന്ന സിഗ്നൽ കിട്ടുകയോ ചെയ്താൽ നിശ്ചിത അടയാളത്തിനോ വരയ്ക്കോ അപ്പുറം കടക്കാതെ വണ്ടി നിർത്തണം.

യൂണിഫോറത്തോടു കൂടിയ ഒരു പോലീസ് ഉദ്യോഗസ്ഥൻ ആവശ്യപ്പെടുമ്പോഴും വാഹനത്തിന്റെ ശബ്ദം കേട്ട് വിരണ്ട് നിയന്ത്രണാതീതമായ ഒരു മൃഗത്തെ കൊണ്ടുപോവുന്ന ആൾ ആവശ്യപ്പെടുമ്പോഴും വണ്ടിനിർത്തേണ്ടതാണ്. മറ്റൊരു മോട്ടോർ വാഹനമോ, വ്യക്തിയോ, മൃഗമോ (കുതിര, കന്നുകാലികൾ, ആന, ഒട്ടകം, കഴുത, ആട് എന്നിവ) മറ്റേതെങ്കിലും വസ്തുക്കളോ ആയി അപകടം ഉണ്ടായാൽ, അപകടത്തിനു കാരണക്കാരൻ നിങ്ങൾ ആണെങ്കിലും അല്ലെങ്കിലും വാഹനം അവിടെ നിർത്തേണ്ടതാണ്. അപകടം മൂലം നഷ്ടം സംഭവിച്ച ആരെങ്കിലും അയാളുടെ പേരും വിലാസവും നൽകാതെ ഡ്രൈവറുടെയും വണ്ടിയുടെ ഉടമസ്ഥന്റെയും പേരും മേൽവിലാസവും ആവശ്യപ്പെടുകയാണെങ്കിൽ അത് നൽകാൻ ഡ്രൈവർ ബാധ്യസ്ഥനാണ്. അതുപോലെ ഒരു വ്യക്തി അയാളുടെ പേരും മേൽവിലാസവും തന്നുകൊണ്ട് ഡ്രൈവറുടെ ശിക്ഷാർഹമായ അശ്രദ്ധമൂലമോ അത്യധികമായ വേഗതമൂലമോ ആണ് അപകടം സംഭവിച്ചതെന്ന് ആരോപിക്കുന്നുവെങ്കിൽ അയാൾക്കും ഡ്രൈവർ തന്റെ പേരും മേൽവിലാസവും നൽകേണ്ടതാണ്. അപകടത്തിൽ ആർക്കെങ്കിലും പരിക്കുപറ്റുകയാണെങ്കിൽ വാഹനത്തിലെ ഡ്രൈവറോ അല്ലെങ്കിൽ ചാർജ് വഹിക്കുന്ന ആളോ ആ വ്യക്തികൾക്ക് വൈദ്യശുശ്രൂഷ ലഭിക്കാനുള്ള നടപടികൾ കൈക്കൊള്ളേണ്ടതും ആവശ്യമെങ്കിൽ അവരെ ഏറ്റവും അടുത്ത ആശുപത്രിയിൽ എത്തിക്കേണ്ടതും ആണ്. പ്രായപൂർത്തി വരാത്ത കുട്ടിയാണ് അപകടത്തിന് ഇരയായിരിക്കുന്നതെങ്കിൽ കുട്ടിയുടെ രക്ഷാകർത്താക്കൾ വൈദ്യശുശ്രൂഷയ്ക്ക് താല്പര്യപ്പെടാത്ത പക്ഷം ചെയ്യേണ്ടതില്ല. എന്നാൽ ഡ്രൈവർ വൈദ്യസഹായത്തിന് ശ്രമിച്ചില്ലെന്ന

ആരോപണം പിന്നീട് ഉണ്ടാകാതിരിക്കാൻ വൈദ്യശുശ്രൂഷ ആവശ്യമില്ലെന്നു പറയുന്നവരിൽനിന്നും അക്കാര്യം എഴുതി വാങ്ങിക്കുന്നത് നന്നായിരിക്കും. അപകടത്തെക്കുറിച്ച് ഡ്രൈവറോ വണ്ടിയുടെ ചുമതല വഹിക്കുന്ന ആളോ കഴിയുന്നത്ര വേഗം ഏറ്റവും അടുത്ത പോലീസ് സ്റ്റേഷനിൽ അറിയിക്കണം. യാതൊരു കാരണവശാലും ഇങ്ങനെ അറിയിക്കുന്നതിന് 24 മണിക്കൂറിൽ അധികം താമസിക്കരുത്. മനുഷ്യർക്ക് പരിക്കേറ്റിട്ടുണ്ടെങ്കിൽ ഇൻഷുറൻസ് സർട്ടിഫിക്കറ്റും കാണിക്കേണ്ടതാണ്. വാഹനത്തിനോ മറ്റു സാധനങ്ങൾക്കോ മാത്രമേ ക്ഷതം സംഭവിച്ചിട്ടുള്ളൂ എങ്കിൽ ഇരു കക്ഷികൾക്കും വിരോധമില്ലെങ്കിൽ പോലീസിൽ റിപ്പോർട്ടു ചെയ്യേണ്ടതില്ല.

22. പുതിയ വാഹനം രജിസ്റ്റർ ചെയ്യൽ

പുതിയ മോട്ടോർവാഹനം വാങ്ങിയാൽ രജിസ്റ്റർ ചെയ്തശേഷം മാത്രമേ പൊതുനിരത്തിൽ ഓടിക്കാൻ അനുവാദമുള്ളൂ. വണ്ടി രജിസ്റ്റർ ചെയ്യുന്നതിനു ആവശ്യമായ സഹായം സാധാരണയായി ഡീലർ തന്നെ ചെയ്തുതരുന്നതാണ്. മോട്ടോർവാഹനം വാങ്ങിക്കുന്ന സംസ്ഥാനത്തു തന്നെ അത് രജിസ്റ്റർ ചെയ്യേണ്ടതുണ്ട്. സ്വകാര്യ വാഹനമാണെങ്കിൽ ഇന്ത്യയുടെ ഏതുഭാഗത്ത് ഓടിക്കുന്നതിനും ഏതെങ്കിലും ഒരിടത്ത് രജിസ്റ്റർ ചെയ്ത് ടാക്സ് അടച്ചാൽ മതി. കേരളത്തിൽ ഓരോ ജില്ലകളിലും രജിസ്റ്റർ ചെയ്യുമ്പോൾ ജില്ലയെ സൂചിപ്പിക്കുന്ന ഇംഗ്ലീഷ് അക്ഷരവും തുടർന്ന് അനുവദിക്കുന്ന നമ്പറും ആയിരുന്നു പുതിയ മോട്ടോർ വാഹനനിയമം നിലവിൽ വരുന്നതുവരെ രജിസ്ട്രേഷൻ നമ്പറായി അനുവദിച്ചിരുന്നത്. ഉദാഹരണത്തിന് KLT 9999, KLE 463, KBV 796 എന്നിങ്ങനെ, 1988-ലെ പുതിയ നിയമപ്രകാരം നമ്പർ നൽകുന്നത് KL 01 2700 എന്നിങ്ങനെയാണ്.

ഫാൻസി നമ്പർ ലഭിക്കാൻ പ്രത്യേക ഫീസ് അടയ്ക്കണം.

രജിസ്ട്രേഷൻ നമ്പർ വാഹനത്തിന്റെ മുമ്പിലും പിമ്പിലും വ്യക്തമായി പ്രദർശിപ്പിച്ചിരിക്കേണ്ടതാണ്. മോട്ടോർസൈക്കിൾ, ഇൻവാലിഡ് കാരിയേജ് എന്നിവ ഒഴികെയുള്ള എല്ലാ വാഹനങ്ങളിലും നമ്പർപ്ലേറ്റിലെ അക്ഷരങ്ങൾക്ക് ചുരുങ്ങിയത് 6.5 സെന്റിമീറ്റർ ഉയരവും 1.5 സെ.മീറ്റർ വീതിയും ഉണ്ടായിരിക്കണം. അക്കങ്ങൾക്ക് 9 സെ.മീറ്ററിൽ കുറയാതെ ഉയരവും 2 സെ. മീറ്ററിൽ കുറയാതെയുള്ള വീതിയും ഉണ്ടായിരിക്കണം. ഓരോ അക്കവും അക്ഷരവും തമ്മിൽ 1.5 സെന്റിമീറ്റർ അകലമുണ്ടായിരിക്കണം. മോട്ടോർസൈക്കിൾ, ഇൻവാലിഡ് കാരിയേജ് തുടങ്ങിയ വാഹനങ്ങളിലാണെങ്കിൽ മുകളിൽപ്പറഞ്ഞ അളവുകളുടെ ⅔ ഭാഗമെങ്കിലും വലിപ്പം ഉണ്ടായിരിക്കണം.

ഓരോ വാഹനവും രജിസ്റ്റർ ചെയ്യുന്നതിന് കാലാകാലങ്ങളിൽ നിശ്ചയിച്ചിട്ടുള്ള ഫീസ് അടയ്ക്കണം. പുതിയ വാഹനം രജിസ്റ്റർ ചെയ്യു

മ്പോൾ ടാക്സ് 15 വർഷത്തേക്ക് മുഴുവനായും അടയ്ക്കണം. ടാക്സ് മാർച്ച് 31-ാം തീയതിവരേക്കാണ് അടയ്ക്കുന്നതെങ്കിലും അടുത്ത 14 ദിവസത്തേക്കുകൂടി അതിന് സാധുതയുണ്ട്. ഈ കാലത്തിനുള്ളിൽ പിഴ കൂടാതെ ടാക്സ് അടയ്ക്കാം.

ടാക്സ് അടയ്ക്കുവാൻ രജിസ്ട്രേഷൻ പുസ്തകവും തേഡ്പാർട്ടി ഇൻഷുറൻസ് സർട്ടിഫിക്കറ്റും ഹാജരാക്കണം. ഇൻഷുറൻസ് സാധുവല്ലെങ്കിൽ ടാക്സ് സ്വീകരിക്കുന്നതല്ല. ടാക്സ് അടയ്ക്കുന്ന രീതിയും അതിന്റെ സാധുതയുടെ കാലാവധിയും രജിസ്ട്രേഷൻ പുസ്തകത്തിൽ രേഖപ്പെടുത്തുന്നതോടൊപ്പം വണ്ടിയുടെ രജിസ്ട്രേഷൻ നമ്പർ, ഉടമയുടെ പേര് എന്നിവ രേഖപ്പെടുത്തിയിട്ടുള്ള ലൈസൻസ് സർട്ടിഫിക്കറ്റും ലഭിക്കുന്നു.

ഉടമാവകാശം കൈമാറൽ

വാഹനം കൈമാറിക്കഴിഞ്ഞാൽ വിൽക്കുന്ന ആൾ നിശ്ചിത ഫോറത്തിൽ അക്കാര്യം ലൈസൻസിങ് അതോറിറ്റിയെ അറിയിക്കണം. വാങ്ങുന്ന ആൾ നിശ്ചിത ഫോറത്തിൽ ആദ്യ ഉടമയുടെ കയ്യൊപ്പുള്ള സെയിൽ സർട്ടിഫിക്കറ്റും രജിസ്ട്രേഷൻ പുസ്തകവും ലൈസൻസ് അതോറിറ്റിക്കു സമർപ്പിക്കേണ്ടതാണ്.

23. ഇൻഷുറൻസ്

പൊതുനിരത്തിലോടിക്കുന്ന എല്ലാ മോട്ടോർ വാഹനങ്ങൾക്കും തേഡ് പാർട്ടി ഇൻഷുറൻസ് ഉണ്ടായിരിക്കണം. മറ്റൊരാൾക്ക് പരിക്കോ മരണമോ സംഭവിക്കുന്നതു സംബന്ധിച്ചുള്ളതാണ് തേഡ്പാർട്ടി ഇൻഷുറൻസ്. അതായത് ഏതെങ്കിലും ഒരു ഇൻഷുറൻസ് കമ്പനിയുമായി വാഹനത്തിന്റെ ഉടമ നടത്തുന്ന ഒരു കരാറാണിത്. ആർക്കെങ്കിലും തന്റെ വാഹനം മൂലം പരിക്കോ അപായമോ ഉണ്ടായാൽ അയാൾ നിയമപരമായി ആവശ്യപ്പെടുന്ന പണം കമ്പനി നൽകിക്കൊള്ളാം എന്നതാണ് ഈ കരാറ്. അതിനായി കമ്പനിക്ക് എല്ലാ വർഷവും ഒരു നിശ്ചിത തുക കൊടുക്കണം. ഇത്തരത്തിലുള്ള നാലു ദേശസാൽകൃത ഇൻഷുറൻസ് കമ്പനികളും വേറെ സ്വകാര്യ കമ്പനികളും ഇന്ത്യയിലുണ്ട്.

കമ്പനിയാണ് ഒന്നാമത്തെ കക്ഷി. ഇൻഷുറൻസ് ചെയ്ത വാഹന ഉടമ രണ്ടാമത്തെ കക്ഷി. ഇൻഷുർ ചെയ്ത വാഹനത്തിൽ സഞ്ചരിക്കുന്നവർ ഉൾപ്പെടെ പരിക്കേൽക്കാൻ സാധ്യതയുള്ളവർ എല്ലാം മൂന്നാം കക്ഷിയിൽപ്പെടുന്നു. അപകടം സംഭവിച്ചാൽ മൂന്നാം കക്ഷിയിൽപ്പെടുന്നവർക്കെല്ലാം നിയമപരമായ നഷ്ടപരിഹാരം ഇൻഷുറൻസ് കമ്പനി നൽകുന്നതായിരിക്കും. തേഡ്പാർട്ടി (മൂന്നാം കക്ഷി) ഇൻഷുറൻസ് എന്നാണിതിനെപ്പറയുന്നത്.

വാഹനം ഓടിക്കുന്ന ആൾക്കും അപായസാധ്യതയുള്ള പൊതുജനങ്ങൾക്കും സഹായകരമായ ഒരു പദ്ധതിയാണ് തേഡ്പാർട്ടി ഇൻഷുറൻസ്. ഈ ഇൻഷുറൻസ് നിയമപരമായി എല്ലാ മോട്ടോർ വാഹനങ്ങൾക്കും എടുത്തിരിക്കേണ്ടതാണ്. തേഡ്പാർട്ടി ഇൻഷുറൻസ് ഉണ്ടെങ്കിൽ മാത്രമേ വണ്ടിയുടെ ടാക്സ് സ്വീകരിക്കുകയുള്ളൂ. ടാക്സ് ലൈസൻസ് ലഭിക്കുകയുള്ളൂ. തേഡ്പാർട്ടി ഇൻഷുറൻസ് എടുക്കാതെ ഒരുവാഹനം മൂലം സംഭവിക്കുന്ന എല്ലാ നാശനഷ്ടങ്ങൾക്കും വേണ്ട നഷ്ടപരിഹാരം വാഹനഉടമ നൽകേണ്ടതായിവരും.

തേഡ്പാർട്ടി ഇൻഷുറൻസ് വാഹനത്തിന് ഉണ്ടാവുന്ന കേടുപാടുകൾക്ക് ബാധകമല്ല. മോട്ടോർ വാഹനങ്ങൾക്ക് അപകടംമൂലം ഉണ്ടാകുന്ന നഷ്ടം പരിഹരിക്കണമെങ്കിൽ കോംപ്രിഹെൻസീവ് ഇൻഷുറൻസ് എടുത്തേ മതിയാവൂ. കോംപ്രിഹെൻസീവ് ഇൻഷുറൻസ്, നിയമപ്രകാരം നിർബന്ധമായി എടുക്കേണ്ടതില്ല. തേഡ്പാർട്ടി ഇൻഷുറൻസിനു വേണ്ടതിന്റെ പത്തോ ഇരുപതോ ഇരട്ടിത്തുക ഇതിനായി വേണ്ടിവരുന്നു. കോംപ്രിഹെൻസീവ് ഇൻഷുറൻസ് എടുക്കുകയാണെങ്കിൽ പിന്നെ തേഡ്പാർട്ടി ഇൻഷുറൻസ് പ്രത്യേകം എടുക്കേണ്ടതില്ല. കാരണം തേഡ്പാർട്ടി ഇൻഷുറൻസും കോപ്രിഹെൻസീവ് ഇൻഷുറൻസിൽ ഉൾപ്പെടുന്നു.

ഇതിൽ അപകടംമൂലം വാഹനത്തിനുണ്ടാവുന്ന എല്ലാ നാശനഷ്ടങ്ങൾക്കും ചെലവാക്കുന്ന പണം കമ്പനി നൽകുന്നു. തീപിടുത്തം, മോഷണം എന്നിവയ്ക്കും ഈ ഇൻഷുറൻസ് സംരക്ഷണം നൽകുന്നു.

അപകടവും ഇൻഷുറൻസും

അപകടമുണ്ടായാൽ കമ്പനിയെ ഉടനെ വിവരം അറിയിക്കണം. അപകടം സംഭവിച്ചാൽ താഴെ പറയുന്ന കാര്യങ്ങൾ കുറിച്ചുവയ്ക്കേണ്ടതാണ്.

1. അപകടം കാണാൻ ഇടയായ രണ്ടുപേരുടെ പേരും മേൽവിലാസവും.
2. അപകടത്തിന് ഇരയായ അല്ലെങ്കിൽ കാരണമായ മറ്റു വാഹനത്തിന്റെ നമ്പറും ഉടമയുടേയും ഡ്രൈവറുടേയും പേരും മേൽവിലാസവും.
3. അപകടത്തിന്റെ ഒരു ഏകദേശ സ്കെച്ച്.
4. ആർക്കെങ്കിലും അപകടം സംഭവിച്ചിട്ടുണ്ടെങ്കിൽ അവരുടെ മേൽവിലാസവും ഏത് ആശുപത്രിയിലാണ് അവരെ കൊണ്ടുപോയിരിക്കുന്നത് എന്ന വിവരവും.

യാതൊരു കാരണവശാലും കുറ്റവും ഉത്തരവാദിത്വവും സമ്മതിച്ചുകൊണ്ട് ആർക്കും എഴുതിക്കൊടുക്കാതിരിക്കുക.

മനുഷ്യർക്ക് പരിക്കോ ജീവാപായമോ ഉണ്ടെങ്കിൽ മാത്രമേ പോലീസിൽ വിവരം അറിയിക്കേണ്ടതുള്ളൂ. അല്ലെങ്കിൽ അപകടം സംഭവിച്ച വാഹനം, കമ്പനിയെ അറിയിച്ചശേഷം അപകടസ്ഥലത്തുനിന്നും വർക്ക്ഷോപ്പിലേക്കോ സൗകര്യപ്രദമായ സ്ഥലത്തേക്കോ നീക്കാം. ഇങ്ങനെ നീക്കം ചെയ്യുന്നതിനുവേണ്ട ചെലവും (ടോയിങ് ചാർജ്) കമ്പനി നൽകുന്നതാണ്.

വർക്ക്ഷോപ്പിൽ എത്തിച്ചുകഴിഞ്ഞാൽ ഉടനെ വാഹനത്തിന്റെ രണ്ടു ഫോട്ടോ എടുക്കണം. ഇതിന്റെ ചെലവും ഇൻഷുറൻസ് കമ്പനി വഹിക്കും.

അപകടം സംഭവിച്ചാൽ കമ്പനിയെ അറിയിക്കാതെ യാതൊരുവിധ റിപ്പയറുകളും ചെയ്തുകൂടാ. അങ്ങനെയാണെങ്കിൽ ആ റിപ്പയറുകൾക്ക് കമ്പനി ഉത്തരവാദികളാവുകയില്ല. അപകടം സംഭവിച്ചാൽ കമ്പനിയെ അറിയിച്ചശേഷം അവർ നൽകുന്ന ക്ലെയിം ഫോറത്തിൽ വർക്ക്ഷോപ്പുകാരന്റെ റിപ്പയറുകൾക്ക് ആവശ്യമായ എസ്റ്റിമേറ്റ് കമ്പനിയെ ഏൽപ്പിക്കണം. തുടർന്ന് കമ്പനിയുടെ ഇൻസ്പെക്ടർ ഗാരേജിൽ വന്ന് എസ്റ്റിമേറ്റ് പരിശോധിക്കുന്നു. അധികമെന്നോ അനാവശ്യമെന്നോ തോന്നുന്ന ചെലവുകൾ കുറയ്ക്കുകയാണ് അദ്ദേഹത്തിന്റെ ജോലി. അദ്ദേഹം നിശ്ചയിക്കുന്ന എസ്റ്റിമേറ്റ് നിങ്ങൾക്കു സ്വീകാര്യമാണെങ്കിൽ അത് സമ്മതിക്കാം. സ്വീകാര്യമല്ലെങ്കിൽ പരിശോധനയ്ക്കായി കമ്പനി മറ്റൊരാളെ നിയോഗിക്കുന്നു.

റിപ്പയർ തുടങ്ങാനുള്ള സമ്മതം കിട്ടിയശേഷം മാത്രമേ റിപ്പയർ ആരംഭിക്കാവൂ. പുതുതായി മാറ്റിവയ്ക്കുന്ന ഘടകങ്ങൾക്ക് ബില്ല് പ്രകാരമുള്ള തുക ലഭിക്കുന്നു. റിപ്പയറുകൾക്ക് കരാർ പ്രകാരമുള്ള ചെലവു ലഭിക്കും. റിപ്പയറുകൾ കഴിഞ്ഞാൽ മാറ്റിയ പഴയ ഘടകങ്ങൾ എല്ലാം തന്നെ കമ്പനിക്കു നൽകണം. തൃപ്തികരമായി പണിചെയ്ത് വണ്ടി കൈപ്പറ്റിയെന്ന സർട്ടിഫിക്കറ്റ് കമ്പനിക്കു നൽകിയാൽ പണം ലഭിക്കുന്നു.

കോംപ്രിഹെൻസീവ് ഇൻഷുറൻസുള്ള എല്ലാ വാഹനങ്ങൾക്കും അപകടം സംഭവിക്കണമെന്നില്ലല്ലോ. ഇങ്ങനെ അപകടം സംബന്ധിച്ച് ക്ലെയ്മുകൾ ഇല്ലാത്ത വാഹനങ്ങൾക്ക് തുടർന്നുള്ള വർഷം ഇൻഷുറൻസ് പുതുക്കുമ്പോൾ പോളിസി തുകയിൽ ഇളവു ലഭിക്കും. അടുത്ത വർഷം ക്ലെയിമില്ലെങ്കിലും ഇനിയും ഡിസ്കൗണ്ട് ലഭിക്കും.

ഇൻഷുർ ചെയ്ത വാഹനം മോഷണം പോയാൽ വിവരം ഉടനെ കമ്പനിയെയും പോലീസിനെയും അറിയിക്കണം. പോലീസ്കേസിന്റെ അടിസ്ഥാനത്തിൽ ഡിപ്രീസിയേഷൻ കഴിച്ച് വണ്ടിയുടെ മുഴുവൻ വിലയും ലഭിക്കും. പക്ഷേ ഇതിന് ആറ് മാസത്തിലേറെ സമയമെടുക്കും. തീപിടിത്തം, റിപ്പയർ ചെയ്യാൻ കഴിയാത്ത വിധത്തിലുള്ള അപകടങ്ങൾ തുടങ്ങിയ അവസ്ഥകളിലും മുഴുവൻ നഷ്ടവും അവകാശപ്പെടാം.

മോഷണം, തീപിടിത്തം, മറ്റുള്ളവർ മൂലവും സ്വന്തം തകരാറുകൊണ്ടും സംഭവിക്കുന്ന കേടുപാടുകൾ എന്നിവയ്ക്ക് കോംപ്രിഹെൻസീവ് ഇൻഷുറൻസ് സംരക്ഷണം നൽകുന്നു. എന്നാൽ മെക്കാനിക്കൽ തകരാറുകൾകൊണ്ടോ തേയ്മാനത്തിനോ ഈ ഇൻഷുറൻസ് ബാധകമല്ല. അപകടം സംഭവിക്കുന്ന സമയത്ത് വാഹനം ഓടിച്ചിരുന്ന ഡ്രൈവർക്ക് ലൈസൻസ് ഉണ്ടായിരിക്കണം. ഡ്രൈവർക്ക് ലേണേഴ്സ് ലൈസൻസാണെങ്കിൽ ക്ലെയിം ലഭിക്കുകയില്ല.

24. വാഹന അപകടത്തിൽ നഷ്ടപരിഹാരം

കോംപ്രിഹെൻസീവ് ഇൻഷുറൻസുള്ള വാഹനങ്ങൾക്ക്, അപകടത്തിൽ നാശനഷ്ടങ്ങൾ വരുമ്പോൾ ലഭിക്കുന്ന നഷ്ടപരിഹാരമാണ് മുമ്പേ പരാമർശിച്ചത്. എന്നാൽ വാഹനം മൂലം മറ്റുള്ളവർക്ക് സംഭവിക്കുന്ന നഷ്ടങ്ങൾക്ക് ഇൻഷുറൻസ് കമ്പനി പരിഹാരം നൽകും. ഇത് തേഡ് പാർട്ടി ഇൻഷുറൻസിന്റെ അടിസ്ഥാനത്തിലാണ്. തേഡ്പാർട്ടി ഇൻഷുറൻസ് ഇല്ലാതെ ഒരു വാഹനവും റോഡിൽ ഓടിക്കാൻ പാടില്ല.

നിങ്ങളുടെ വാഹനം മൂലം മറ്റൊരാൾക്ക് സംഭവിക്കുന്ന അപകടങ്ങൾക്കും നഷ്ടങ്ങൾക്കും ഇൻഷുറൻസ് കമ്പനി പരിഹാരം നൽകണമെങ്കിൽ നിയമാനുസൃതമായ രീതിയിലായിരിക്കണം നിങ്ങൾ വാഹനം ഉപയോഗിച്ചത്.

1. ലൈസൻസിനു അർഹതയില്ലാത്ത ആളോ ലൈസൻസ് ഇല്ലാത്ത ആളോ വാഹനം ഓടിച്ചാൽ;
2. വാടകയ്ക്ക് ഓടാൻ പെർമിറ്റില്ലാത്ത വാഹനം വാടകയ്ക്കോ മറ്റേതെങ്കിലും പാരിതോഷികം സ്വീകരിച്ചോ ഓടിച്ചാൽ;
3. വാഹനങ്ങളുടെ മത്സര ഓട്ടത്തിലോ സ്പീഡ് ടെസ്റ്റിലോ പങ്കെടുക്കുമ്പോൾ;
4. ചരക്കുകളോ യാത്രക്കാരെയോ മാത്രം കൊണ്ടുപോകുന്ന വാഹനം പെർമിറ്റിലെ വ്യവസ്ഥകൾ ലംഘിച്ച് ഓടിച്ചാൽ;
5. വാഹനത്തെ സംബന്ധിച്ച പ്രധാന കാര്യങ്ങൾ ഏതെങ്കിലും മറച്ചുവച്ചോ തെറ്റായി ബോധ്യപ്പെടുത്തിയോ ഉടമസ്ഥൻ പോളിസി കൈവശമാക്കിയിട്ടുണ്ടെങ്കിൽ.

മുകളിൽ പരാമർശിച്ച സ്ഥിതികളിൽ ഇൻഷുറൻസ് കമ്പനി പരിഹാരം നൽകുന്നതിനുള്ള ഉത്തരവാദിത്വത്തിൽനിന്ന് ഒഴിവാക്കാൻ വാദിച്ചെന്ന് വരും.

തേഡ്പാർട്ടി ഇൻഷുറൻസും ഡ്രൈവിങ് ലൈസൻസും ഇല്ലാതെ വണ്ടി ഓടിച്ചാൽ സംഭവിക്കുന്ന നഷ്ടങ്ങൾക്ക് നമ്മൾ തന്നെ ഉത്തരവാദിയാവുന്നു.

പുതിയ മോട്ടോർ വാഹന നിയമത്തിൽ നഷ്ടപരിഹാരത്തെ സംബന്ധിച്ച് പല മാറ്റങ്ങളുമുണ്ട്. നഷ്ടപരിഹാരസംഖ്യയുടെ തോത്, ഇൻഷുറൻസ് കമ്പനിയുടെ ബാധ്യത, നഷ്ടപരിഹാരത്തിന് അപേക്ഷിക്കേണ്ട കാലപരിധി എന്നിവയിലാണ് പ്രധാനമായും മാറ്റങ്ങൾ സംഭവിച്ചിരിക്കുന്നത്.

പുതിയ നിയമപ്രകാരം അപകടത്തിൽ പരിക്കുപറ്റുകയോ മരിക്കുകയോ ചെയ്യുന്ന ആൾക്ക് അല്ലെങ്കിൽ ആശ്രിതന് അയാളുടെ തെറ്റ് കണക്കിലെടുക്കാതെ തന്നെ ഒരു നിശ്ചിത തുക പരിഹാരം ലഭിക്കുന്നു. ഉദാഹരണത്തിന് വേഗത്തിൽ ഓടിക്കൊണ്ടിരിക്കുന്ന ഒരു വാഹനത്തിനു മുന്നിലേക്ക് ഇരുവശവും നോക്കാതെ അശ്രദ്ധമായി ഒരാൾ ചാടുകയും അപകടത്തിൽ അയാൾ മരിക്കുകയും ചെയ്തു എന്നിരിക്കട്ടെ. ഈ അപകടത്തിൽ കൊല്ലപ്പെട്ടവന്റെ ആശ്രിതന് പുതിയ നിയമപ്രകാരം 25,000 രൂപ ലഭിക്കുന്നതാണ്. അംഗവൈകല്യം സംഭവിക്കുക മാത്രമാണെങ്കിൽ 12,000 രൂപയും ലഭിക്കുന്നു.

ഈ നഷ്ടപരിഹാരം നൽകലിന്റെ പുറകിലുള്ള പ്രധാന കാര്യം വാഹനം ഓടിച്ചിരുന്ന ഡ്രൈവർ തെറ്റുകാണിച്ചോ ഇല്ലയോ എന്ന കാര്യം അപേക്ഷകൻ തെളിയിക്കേണ്ടതില്ല. അതായത് തെറ്റ് ആരുടേതെന്ന കാര്യം തികച്ചും അപ്രസക്തം. വാഹന അപകടത്തിൽ മരിക്കുകയോ അപകടം സംഭവിക്കുകയോ ചെയ്യുന്ന ആൾക്ക് അല്ലെങ്കിൽ ആശ്രിതന് പരിഹാരം ലഭിക്കും എന്നു സാരം. ഒരുപക്ഷേ ഏതു വാഹനം മൂലമാണ് അപകടം ഉണ്ടായതെന്ന് അറിയില്ലെങ്കിൽ പോലും അതായത്, അപകടം ഉണ്ടാക്കിയ വാഹനം നിറുത്താതെ പോയാലും ഈ നിലയ്ക്കുള്ള നഷ്ടപരിഹാരം ലഭിക്കുന്നു. മാത്രവുമല്ല ഇപ്രകാരമുള്ള നഷ്ടപരിഹാരം അപേക്ഷ ലഭിച്ചാൽ എത്രയും വേഗം അനുവദിക്കേണ്ടതുണ്ടെന്നും പുതിയ നിയമത്തിൽ വ്യവസ്ഥ ചെയ്തിരിക്കുന്നു. അപകടം മൂലം കഷ്ടതയനുഭവിക്കുന്നവർക്ക് എത്രയും വേഗം സഹായമെത്തിക്കുകയെന്ന ഉദ്ദേശ്യത്തോടെയുള്ള വ്യവസ്ഥയാണ് ഇത്. അതുകൊണ്ട് ഈ നഷ്ടപരിഹാരം ഉടനെ ലഭിക്കുന്നു. പിന്നീട് തെറ്റു പരിഗണിച്ചുകൊണ്ടു ബാധ്യത നിശ്ചയിക്കുന്നു. ഉദാഹരണമായി ഒരാൾ വഴിമുറിച്ച് കടക്കുമ്പോൾ അശ്രദ്ധമൂലമാണ് അപകടമുണ്ടായത് എന്നു തെളിഞ്ഞാൽ അശ്രദ്ധയുടെ ഏറ്റക്കുറച്ചിൽ അനുസരിച്ച് നഷ്ടപരിഹാരത്തുക കൂടുകയും കുറയുകയും ചെയ്യുന്നു. ഒരുപക്ഷേ നഷ്ടപരിഹാര തുക തീരെ ലഭിക്കാതെയും വരാം. ഇതേ രീതിയിൽ തന്നെയാണ് ഡ്രൈവറുടെ ബാധ്യതയും നിശ്ചയിക്കുന്നത്. രണ്ടു വാഹനങ്ങൾ തമ്മിൽ കൂട്ടിയിടിക്കുന്ന അപകടത്തിൽ അശ്രദ്ധ അല്ലെങ്കിൽ തെറ്റ് ആരുടെ ഭാഗത്ത് അല്ലെങ്കിൽ തെറ്റിന്റെ തോത് ഓരോരുത്തരുടെ ഭാഗത്തും എത്രവീതം തുടങ്ങിയ കാര്യങ്ങൾ പരിഗണിച്ച്, ബാധ്യതയ്ക്ക് അനുസൃതമായാണ് നഷ്ടപരിഹാരസംഖ്യ കണക്കാക്കുന്നത്. ഈ തത്വമനുസരിച്ച് കണക്കുകൂട്ടുമ്പോൾ മരിച്ചവന്റെ അല്ലെങ്കിൽ പരിക്കു പറ്റിയവന്റെ ജോലി,

വരുമാനം, പ്രായം, അംഗവൈകല്യത്തിന്റെ തോത്, ഭാവിയിലെ വരുമാനത്തിന്റെ നഷ്ടം, ചികിത്സയ്ക്കുള്ള ചെലവ് തുടങ്ങിയ കാര്യങ്ങൾ പരിഗണിക്കുന്നു.

തെറ്റ് പരിഗണിക്കാതെ തന്നെ മരിച്ച ആളുടെ ആശ്രിതന് ഉടനെതന്നെ 25,000 രൂപ നൽകിക്കഴിഞ്ഞല്ലോ. ഇനി തെറ്റ് കണക്കിലെടുത്തുള്ള ബാധ്യത അനുസരിച്ച് 50,000 രൂപ ലഭിക്കാൻ അർഹതയുണ്ടെന്ന് കോടതി വിധിക്കുന്ന പക്ഷം ആദ്യം തെറ്റ് പരിഗണിക്കാതെ നൽകിയ 25,000 രൂപ കഴിച്ചുള്ള 25,000 രൂപയ്ക്കു കൂടി ആളുടെ ആശ്രിതൻ അർഹനാകുന്നു. എന്നാൽ തെറ്റു കണക്കിലെടുക്കാതെയുള്ള ബാധ്യത അനുസരിച്ചുള്ള സംഖ്യക്ക് തുല്യമോ അതിൽ കുറവോ ആയുള്ള സംഖ്യ ലഭിക്കാനേ അർഹതയുള്ളൂ എന്ന് കോടതി വിധിക്കുന്ന പക്ഷം ഈ ബാധ്യത അനുസരിച്ച് ലഭ്യമായ സംഖ്യ ഒരു കാരണവശാലും തിരിച്ചടയ്ക്കേണ്ടതില്ല.

സ്ഥിരവൈകല്യം എന്നുദ്ദേശിക്കുന്നത് താഴെപ്പറയുന്നവയിൽ ഏതെങ്കിലും ഒന്നാണ്:

1. അപകടത്തെ തുടർന്ന് കണ്ണിന്റെ കാഴ്ചശക്തിയോ ചെവിയുടെ കേൾവിയോ സ്ഥിരമായി ഇല്ലാതാകൽ.
2. ഏതെങ്കിലും സന്ധിയോ അവയവമോ സ്ഥിരമായി പ്രവർത്തനരഹിതമാവുകയോ അതിനുള്ള കഴിവ് നഷ്ടപ്പെടുകയോ ചെയ്താൽ.
3. തലയ്ക്കോ മുഖത്തിനോ സ്ഥിരവൈരൂപ്യം സംഭവിക്കൽ.

ഈവക വൈകല്യങ്ങൾക്ക് നഷ്ടപരിഹാരം കണക്കാക്കുമ്പോൾ ആ വ്യക്തി ചെയ്തിരുന്ന ജോലിക്ക് വരുന്ന തടസ്സം, വിവാഹിതനോ അല്ലയോ എന്ന കാര്യം, പ്രായം ആദിയായവ കൂടി പരിഗണിക്കുന്നു.

ഇൻഷുർ ചെയ്ത വാഹനം മൂലമുണ്ടാകുന്ന മരണം, പരിക്ക് എന്നിവയിൽ കോടതി വിധിക്കുന്ന നഷ്ടപരിഹാരസംഖ്യ എത്ര കൂടിയാലും അതു മുഴുവനും ഇൻഷുറൻസ് കമ്പനി നൽകിയേ മതിയാവൂ. പഴയ നിയമപ്രകാരം വാഹനത്തിലെ യാത്രക്കാരെ സംബന്ധിച്ചിടത്തോളം സാധാരണഗതിയിൽ 15,000 രൂപ മാത്രമായിരുന്നു പരമാവധി നഷ്ടപരിഹാരം. അങ്ങനെ അപകടത്തിൽ സ്ഥിര അംഗവൈകല്യം, സ്ഥിരമായി ഓർമശക്തി നഷ്ടപ്പെടൽ തുടങ്ങിയ കേസുകളിൽ 15,000 രൂപകൊണ്ടു തൃപ്തിപ്പെടേണ്ടതായി വന്നിരുന്നു. കോടതിവിധി പ്രകാരമുള്ള ബാക്കി സംഖ്യ വാഹന ഉടമകളിൽ നിന്ന് കരസ്ഥമാക്കാൻ ഏറെ പ്രയാസവുമായിരുന്നു. അതുപോലെ വാഹനം മൂലം വസ്തുക്കൾക്ക് കേടുപാടുകൾ സംഭവിച്ചാൽ സാധാരണഗതിയിൽ ഇൻഷുറൻസ് കമ്പനി നൽകേണ്ട പരമാവധി ബാധ്യത 6000 രൂപയാണ്. അതായത് വാഹനം ഒരു കെട്ടിടത്തിൽ ചെന്നിടിച്ച് അനേകായിരം രൂപയുടെ നാശനഷ്ടമുണ്ടായാലും പരമാവധി 6000 രൂപ മാത്രമേ കമ്പനി നൽകേണ്ടതുള്ളൂ.

പുതിയ നിയമത്തിലെ ഏറ്റവും സ്വാഗതാർഹമായ മറ്റൊരു മാറ്റം, നഷ്ടപരിഹാരസംഖ്യക്ക് അപേക്ഷ സമർപ്പിച്ച തീയതി മുതൽ ബാധ്യത യുള്ള ആൾ സംഖ്യ കോടതിയിൽ കെട്ടിവയ്ക്കുന്നതുവരെ 12% പലി ശയും കോടതി ചെലവും നൽകാൻ ബാധ്യസ്ഥനാവുന്നു എന്നതാണ്.

25. വാഹനത്തിൽ നിർബന്ധമായും ഉണ്ടായിരിക്കേണ്ട ഘടകങ്ങൾ

എപ്പോഴും ഫലപ്രദമായി പ്രവർത്തിക്കുന്ന രീതിയിൽ ബ്രേക്ക് മെയിന്റയിൻ ചെയ്യണം. രണ്ട് തരത്തിലുള്ള ബ്രേക്ക് സംവിധാനം ഉണ്ടാ യിരിക്കണം. ഒന്നിന്റെ അഭാവത്തിൽ മറ്റൊന്ന് സ്വതന്ത്രമായി പ്രവർത്തി പ്പിക്കാൻ കഴിയുന്നതും ആയിരിക്കണം. ടയറുകൾ തീരെ തേയ്മാനം വന്ന വയാകരുത്. അവയിൽ കൃത്യമായ കണക്കിൽ കാറ്റു നിറച്ചിരിക്കണം.

ഒരു ഹോൺ നിർബന്ധമാണ്. എന്നാൽ ചിലയിടങ്ങളിൽ നിരോധിച്ചി ട്ടുള്ള പ്രത്യേകതരം എയർ ഹോൺ, മ്യൂസിക്കൽ ഹോൺ എന്നിവ മാത്ര മാവരുത്. ആൾതാമസമുള്ള സ്ഥലങ്ങളിൽ രാത്രി 11.30നു ശേഷവും രാവിലെ 7 മണിക്കു മുൻപും ഹോൺ ഉപയോഗിക്കരുത്.

ഒരു റിയർ വ്യൂ മിററെങ്കിലും ഉണ്ടായിരിക്കണം. വാഹനങ്ങൾ ഓവർ ടേക്ക് ചെയ്യുന്നത് കാണാനാണ് പ്രത്യേകിച്ച് ഇതിന്റെ ഉപയോഗം. മിറർ കാറിനകത്താണെങ്കിൽ പിന്നിലെ ചില്ലിനെ മറയ്ക്കുന്നതൊന്നും തന്നെ ഉണ്ടാവരുത്. അതായത് കർട്ടനോ സ്റ്റിക്കറുകളോ.

സൈലൻസറിൽ കൂടി വേണം പുക പുറത്തു കളയുവാൻ. അധികരിച്ച തോതിൽ പുക പുറത്തു വിടുന്നത് കുറ്റകരമാണ്. എൻജിന്റെ ശബ്ദം കുറയ്ക്കാൻ പര്യാപ്തമായ രീതിയിലുള്ളതായിരിക്കണം സൈലൻസർ. അസഹ്യമായ ശബ്ദം പുറപ്പെടുവിക്കുന്ന വാഹനം നിരത്തിൽ ഓടിക്കു ന്നത് കുറ്റകരമാണ്.

സ്പീഡോമീറ്റർ പ്രവർത്തനക്ഷമമായിരിക്കണം. അപകടമുണ്ടായാൽ ചീളുകളായി തെറിക്കാവുന്ന രീതിയിലുള്ള ചില്ലുകൾ മാത്രമേ കാറിൽ ഉപ യോഗിക്കാൻ പാടുള്ളൂ. മഴവെള്ളം തുടച്ചുമാറ്റുന്നതിന് പര്യാപ്തമായ ഓട്ടോമാറ്റിക് വിൻഡ് സ്ക്രീൻ വൈപ്പർ ഉണ്ടായിരിക്കണം. ആവശ്യമായ വെളിച്ചം നൽകുന്ന രണ്ട് ഹെഡ്‌ലൈറ്റുകൾ മുന്നിലുണ്ടായിരിക്കണം.

പിന്നിൽ രണ്ടു ചുവന്ന ലൈറ്റുകൾ ആവശ്യമാണ്. 20 മീറ്റർ അകലെ നിന്ന് വണ്ടിയുടെ നമ്പർ വായിക്കാൻ കഴിയുന്ന വിധത്തിൽ പുറകിലെ നമ്പർ പ്ലേറ്റിൽ ഒരു ലൈറ്റ് ഉണ്ടായിരിക്കണം. മുന്നിൽ രണ്ട് ലൈറ്റുകൾക്ക് പുറമേ വേറെ ലൈറ്റുകൾ വയ്ക്കുകയാണെങ്കിൽ അവ 10 മീറ്റർ അകലെ നിൽക്കുന്ന ഒരാളുടെ കണ്ണിൽ അടിക്കാത്തവിധമുള്ളതായിരിക്കണം. ഹെഡ്‌ലൈറ്റിനു ഡിപ് സംവിധാനവും ഉണ്ടായിരിക്കണം.

രാത്രിയിൽ പൊതുസ്ഥലങ്ങളിൽ പാർക്ക് ചെയ്യുമ്പോൾ പാർക്ലൈറ്റ് പ്രകാശിപ്പിക്കേണ്ടതാണ്. വാഹനം ബ്രേക്ക് ചെയ്യുമ്പോൾ പ്രകാശിക്കുന്ന രണ്ട് പൈലറ്റ് ലൈറ്റുകൾ പുറകിൽ ഉണ്ടായിരിക്കണം. ഇന്റിക്കേറ്റർ ലൈറ്റുകളും പ്രധാനമാണ്.

രാത്രി പട്ടണങ്ങളിൽ വണ്ടിയോടിക്കുമ്പോൾ ഹെഡ്‌ലൈറ്റ് ഡിപ് ചെയ്ത് ഓടിക്കാൻ പ്രത്യേകം ശ്രദ്ധിക്കണം.

റിവേഴ്സ് ലൈറ്റ് ഉപയോഗിക്കണം. പക്ഷേ, അത് സദാ പ്രകാശിച്ചുകൊണ്ടിരിക്കാൻ പാടില്ല. റിവേഴ്സ് ഗിയർ ഇടുമ്പോൾ ഓട്ടോമാറ്റിക്കായി പ്രവർത്തിക്കുന്ന രീതിയിലുള്ളതായിരിക്കും നല്ലത്.

സ്വകാര്യ കാറുകളിൽ എല്ലായ്പ്പോഴും അതിന്റെ ഇൻഷുറൻസ് സർട്ടിഫിക്കറ്റ്, രജിസ്ട്രേഷൻ സർട്ടിഫിക്കറ്റ്, ടാക്സ് ലൈസൻസ് എന്നിവയും ഡ്രൈവറുടെ ഡ്രൈവിങ് ലൈസൻസും ഉണ്ടായിരിക്കണം. ടാക്സികാറിൽ ഇവയ്ക്കുപുറമേ പെർമിറ്റ് പാർട്ട് ബി, ട്രിപ്ഷീറ്റ്, ഫസ്റ്റ് എയിഡ് ബോക്സ്, ഫിറ്റ്നസ് സർട്ടിഫിക്കറ്റ് എന്നിവയും ഡ്രൈവർക്ക് ബാഡ്ജും ഉണ്ടായിരിക്കണം. വാടകയ്ക്ക് ഓടാൻ അനുവദിക്കുന്ന രേഖകളെയാണ് പെർമിറ്റ് എന്ന് പറയുന്നത്. പെർമിറ്റിന്റെ പാർട്ട് ബി മാത്രമേ വണ്ടിയിൽ കരുതേണ്ടതുള്ളൂ. പാർട്ട് എ വണ്ടിയുടെ ഉടമസ്ഥൻവശം സൂക്ഷിക്കേണ്ടതാണ്. കാര്യക്ഷമമായി ഓടുന്നതിനുള്ള കണ്ടിഷൻ വണ്ടിയ്ക്കുണ്ടെന്ന് അധികാരികൾ പരിശോധിച്ചു നൽകുന്ന സർട്ടിഫിക്കറ്റാണ് ഫിറ്റ്നസ് സർട്ടിഫിക്കറ്റ്.

വണ്ടി രാവിലെ സ്റ്റാർട്ടാക്കുന്നതിനു മുമ്പ് റേഡിയേറ്ററിൽ നിറയെ വെള്ളം അല്ലെങ്കിൽ ഫ്ളൂയിഡ് ഉണ്ടോയെന്നും ഓയിൽ നിർദിഷ്ട ലവൽ വരെയുണ്ടോ എന്നും നോക്കണം. വണ്ടി രാവിലെ സ്റ്റാർട്ടാക്കുമ്പോൾ, ഉടനെ റെയിസ്സാക്കരുത്. ഒരു മിനിറ്റ് കഴിഞ്ഞശേഷം മാത്രമേ റെയിസ്സാക്കാവൂ. ഇത്രയും സമയം എൻജിൻ സ്ലോറണ്ണിങ്ങിൽ പ്രവർത്തിച്ചാലേ ലൂബ്രിക്കേറ്റ് ചെയ്യേണ്ട ഇടങ്ങളിലേക്കു ഓയിൽ പമ്പ് ഓയിൽ എത്തിക്കുകയുള്ളൂ. ഉടനെ റെയിസാക്കിക്കഴിഞ്ഞാൽ കുറച്ചുനേരം ലൂബ്രിക്കേഷൻ കൂടാതെ യന്ത്രഘടകങ്ങൾ പ്രവർത്തിക്കാൻ ഇടവരുന്നു. ഇത് കൂടിയ തേയ്മാനത്തിനു കാരണമാകും.

എൻജിൻ സ്റ്റാർട്ടു ചെയ്താൽ ഓയിൽ പ്രഷർഗേജ് നോക്കണം. ആക്സിലറേറ്റർ അൽപ്പം കൂട്ടിയാൽ ഓയിൽ പ്രഷർ കാണിക്കുന്ന ലൈറ്റ് കെടേണ്ടതാണ്. അതുപോലെ ഇഗ്നീഷൻ ലൈറ്റ് കെടുകയും വേണം. സ്റ്റെപ്പിനി ഉൾപ്പെടെ എല്ലാ ടയറുകളിലും വേണ്ടത്ര കാറ്റുണ്ടോ; ജാക്ക്, വീൽസ്പാനർ തുടങ്ങിയവ വണ്ടിയിലുണ്ടോ തുടങ്ങിയ കാര്യങ്ങളും ദിവസേന രാവിലെ പരിശോധിക്കുന്നതു നല്ലതാണ്. ഡ്രൈവർക്ക് വാഹനത്തിന്റെ എല്ലാ ഘടകങ്ങളെക്കുറിച്ചും സാമാന്യമായ പരിജ്ഞാനം ഉണ്ടായിരിക്കണം.

26. പഴയ കാർ വാങ്ങുമ്പോൾ

പുതിയ കാർ അംഗീകൃത ഡീലറിൽ നിന്ന് വാങ്ങി ഉപയോഗിക്കാനാണ് എല്ലാവരും ഇഷ്ടപ്പെടുന്നത്. നല്ലതും അതുതന്നെ. എന്നാൽ സാമ്പത്തിക കാരണങ്ങൾ പലരേയും ഇതിൽനിന്ന് അകറ്റുന്നു. അങ്ങനെ വരുമ്പോൾ ഉപയോഗിച്ച കാർ വാങ്ങേണ്ടിവരുന്നു.

പഴയ കാർ വാങ്ങുന്നതിന് പുതിയ കാറിനെ അപേക്ഷിച്ച് ആദ്യം മുടക്കേണ്ട തുക വളരെ കുറവായിരിക്കും. അതുതന്നെയാണല്ലോ പഴയ കാർ വാങ്ങാൻ പ്രേരിപ്പിക്കുന്ന പ്രധാന ഘടകവും. പക്ഷേ തുടക്കത്തിൽ മുടക്കേണ്ട തുക കുറവാണെങ്കിലും പഴയ കാർ ഉപയോഗിക്കുന്നതിനുള്ള ചെലവ് - ടയർ, റിപ്പയറുകൾ എന്നിവയ്ക്ക് വേണ്ടിവരുന്നത് - തുടക്കത്തിലുള്ള ലാഭത്തെ കുറയ്ക്കുന്നു. പഴയ കാർ നല്ലതുപോലെ ശ്രദ്ധിച്ച് വാങ്ങാതിരുന്നാൽ ഒടുവിൽ അത് വൻ നഷ്ടത്തിൽ കലാശിച്ചെന്നും വരും. കൂടുതൽ പണച്ചെലവ് വരുന്നതിനു പുറമേ നല്ലതല്ലാത്ത വാഹനങ്ങൾ മനസ്സിന് ചെയ്യുന്ന ശല്യവും നിസ്സാരമല്ല.

പുതിയ കാറാണെങ്കിൽ ആദ്യത്തെ വർഷത്തിലോ തുടർന്ന് ഏതാനും വർഷങ്ങൾക്കിടയിലോ അതിലുണ്ടാകുന്ന തകരാറുകൾക്ക് ഗ്യാരണ്ടിയുണ്ട്. ചെലവു കൂടാതെ അത്തരം തകരാറുകൾ മാറ്റിക്കിട്ടുന്നു. എന്നാൽ ഉപയോഗിച്ച കാറിന് ഇത്തരത്തിലുള്ള ഒരു ഗ്യാരണ്ടിയില്ല. എല്ലാ തകരാറുകൾക്കും ഉത്തരവാദി വാങ്ങുന്ന ആൾ തന്നെ. അതുകൊണ്ട് ഉപയോഗിച്ച കാർ വാങ്ങുമ്പോൾ പ്രത്യേകം ശ്രദ്ധിക്കേണ്ടതുണ്ട്.

ഉപയോഗിച്ച കാർ വാങ്ങാൻ ഉദ്ദേശ്യമുണ്ടെങ്കിൽ ആദ്യം ഏത് രീതിയിലുള്ള കാറാണ് ആവശ്യം എന്ന് തീരുമാനിക്കുക. നമുക്ക് യഥാർഥത്തിൽ ആവശ്യമില്ലെങ്കിലും വില കുറച്ചു കിട്ടുന്നു എന്ന ഒരൊറ്റ കാരണം കൊണ്ട് വലിയൊരു കാർ വാങ്ങാൻ ഇടയുണ്ട്. ഇത് എന്നുമെന്നും അതൃപ്തിക്ക് വഴിയൊരുക്കും. കാരണം, കൂടിയ പെട്രോൾ ചെലവ്, മെയിന്റനൻസ്, കൂടാതെ ഒന്നോ രണ്ടോ പേർക്ക് സഞ്ചരിക്കാൻ വലിയ കാർ ഉപയോഗിക്കുക എന്ന അസൗകര്യവും. വീതി കുറഞ്ഞ വഴികളിലും, പാർക്കു ചെയ്യുമ്പോഴും എല്ലാം അതിന്റെ വലിപ്പം ശല്യം ചെയ്തുകൊണ്ടിരിക്കും. അതുകൊണ്ട് ചെറിയ കുടുംബമാണെങ്കിൽ, മിക്കപ്പോഴും ഒന്നോ രണ്ടോ പേരാണ് സഞ്ചരിക്കാൻ ഇടയുള്ളത് എങ്കിൽ താരതമ്യേന ചെറിയ ഒരു കാർ കരസ്ഥമാക്കുക. അധികം ഓട്ടമില്ലെങ്കിൽ ഡീസൽകാർ അഭികാമ്യമല്ല.

ഉപയോഗിച്ച കാർ എവിടെ നിന്നു വാങ്ങണം? നമുക്ക് പരിചയമുള്ള ഒരു വ്യക്തി ഉപയോഗിച്ചുകൊണ്ടിരിക്കുന്നതും ഏറെ പഴക്കമില്ലാത്തതും ആയ ഒരു കാർ വാങ്ങുന്നതാവും ഏറ്റവും നല്ലത്. പ്രത്യേകിച്ചും മൂന്നു വർഷത്തിൽ അധികം പഴക്കമില്ലാത്തത് . പക്ഷേ, നമുക്കാവശ്യമായി വരുമ്പോൾ ഇങ്ങനെയുള്ള ഒരു കാർ കിട്ടണമെന്നില്ല. അഥവാ ഒത്തുവന്നാൽ

തന്നെ നമ്മുടെ സാമ്പത്തികശേഷിയുമായി അത് പൊരുത്തപ്പെടണമെന്നില്ല. ഇങ്ങനെ വരുമ്പോൾ നമുക്ക് അപരിചിതരായവർ ഉപയോഗിച്ച കാർ വാങ്ങേണ്ടിവരുന്നു. പഴയകാറുകളുടെ ഡീലർമാർ വഴിയോ പത്രപരസ്യം വഴിയോ നമുക്ക് ഇത് സാധിക്കാം.

കാറിന്റെ കാഴ്ചയ്ക്കുള്ള ഭംഗിയായിരിക്കും പലപ്പോഴും അത് വാങ്ങാൻ നമ്മെ പ്രേരിപ്പിക്കുന്ന പ്രധാന ഘടകം. എന്നാൽ കാഴ്ചയ്ക്കുള്ള ഭംഗി ഒരു കാറിനെ സംബന്ധിച്ചിടത്തോളം അത്ര പ്രധാനമല്ല. ഏതൊരു കാറും കാഴ്ചയ്ക്ക് ആകർഷകമാക്കിയെടുക്കാൻ അത്രയേറെ പണമൊന്നും വേണ്ടി വരികയില്ല. അതുകൊണ്ട് കാണാനുള്ള ഭംഗിയിൽ മാത്രം ഭ്രമിച്ച് കാർ വാങ്ങാതിരിക്കുക.

കാറിന്റെ കടലാസുകളാണ് ആദ്യം പരിശോധിക്കേണ്ടത്. രജിസ്ട്രേഷൻ പുസ്തകം അസ്സൽ (ഒറിജനൽ) തന്നെയെന്ന് നോക്കുക. എങ്കിൽ കാർ എത്രപേർ കൈമാറിയിട്ടുണ്ട് എന്നറിയാൻ കഴിയും. വളരെ പേർ ഉപയോഗിച്ചതും ടാക്സിയായി ഉപയോഗിച്ചതും അത്ര അഭികാമ്യമല്ല. കാറിന്റെ ചേസിസ് നമ്പർ, എൻജിൻ നമ്പർ എന്നിവ പുസ്തകത്തിൽ കാണിച്ചിരിക്കുന്നതും കാറിലുള്ളതും ഒന്നു തന്നെയാണെന്ന് ഉറപ്പുവരുത്തണം. ഇത് വളരെ പ്രധാനമാണ്. ടാക്സ്, ഇൻഷുറൻസ് എന്നിവ നിലവിലത്തേതാണോ (കറണ്ട് ആണോ) എന്നും ശ്രദ്ധിക്കണം.

വിശദമായ ഒരു പരിശോധന കൂടാതെ യാതൊരു കാരണവശാലും ഒരു പഴയ കാർ വാങ്ങരുത്. വളരെ സാവകാശത്തിൽ നല്ല പകൽ വെളിച്ചത്തിൽ വേണം കാർ പരിശോധിക്കാൻ. ഇത് പഴയ കാർ വാങ്ങുന്നതിലെ പ്രധാനതത്വമാണ്. പകൽ വെളിച്ചത്തിൽ മാത്രമേ വണ്ടിയുടെ ബോഡി ഷേയ്പ്പ് മനസ്സിലാവൂ. പെയിന്റ് എവിടെയെങ്കിലും പ്രത്യേകമായി, അതേ നിറത്തിലാണെങ്കിലും പഴയതുമായി ഒത്തുചേരാതെ നിൽക്കുന്നത് ആ ഭാഗത്ത് വണ്ടിക്ക് പറ്റിയ അപകടത്തിന്റെ സൂചനയാണ്.

കാറിനുണ്ടാകുന്ന ഏറ്റവും ചെലവു പിടിച്ച ഒരു പണിയാണ് പാച്ച് വർക്ക്. പാച്ച് വർക്ക് തീരെ ഇല്ലാത്ത വണ്ടി നോക്കിവാങ്ങുക. എവിടെയെങ്കിലും പാച്ച് വർക്ക് ഉണ്ടെങ്കിൽ അതിനുള്ള ചെലവുകൂടി പരിഗണിക്കണം. ഡോറിന്റെ അടിവശം, ബംബറിന്റെ അടിവശം, ഫ്ളോർ, ഡിക്കി എന്നിവ പ്രത്യേകം പരിശോധിക്കുക. ഫ്ളോർമാറ്റ്, ചവിട്ടി എന്നിവ എടുത്തു മാറ്റിയ ശേഷം പരിശോധിക്കണം. പെയിന്റിനു മുകളിൽ ചെറിയ പരുക്കൾ പോലെ ഉണ്ടെങ്കിൽ ഉള്ളിൽ തുരുമ്പെടുത്തതായി കരുതാം. തുരുമ്പ് വളരെ ഉള്ളതാണെങ്കിൽ ആ കാറ് വാങ്ങാതിരിക്കുകയാണ് നല്ലത്. കാരണം പാച്ച് വർക്കിന്റെ ചെലവ് നാം പ്രതീക്ഷിക്കുന്നതിലും അധികമാകാനാണ് സാധ്യത.

ഡോറിന്റെ ലോക്ക്, ഗ്ലാസ് വൈന്റർ പവർ വിൻഡോ എന്നിവ പ്രവർത്തിപ്പിച്ചു നോക്കണം. വൈന്ററിലുള്ള ചെറിയ പിടുത്തം ചില്ലിനെ നാശമാക്കും. ഗുണത്തിലേറെ ദോഷവും സൃഷ്ടിക്കാം.

ഒരു കാറ് മാന്യമായാണോ ഉപയോഗിച്ചുകൊണ്ടിരിക്കുന്നത് എന്ന് ഏതാനും ഘടകങ്ങളുടെ സൂക്ഷ്മമായ പരിശോധനയിൽ നിന്നറിയാൻ കഴിയും. ഡ്രൈവറുടെ സീറ്റ് സാധാരണയിൽ കവിഞ്ഞ് കുഴിഞ്ഞാണിരിക്കുന്നതെങ്കിൽ ആ കാർ വളരെയേറെ ഉപയോഗിച്ചതാണെന്നനുമാനിക്കാം. കാറിന്റെ താക്കോൽ-രണ്ടെണ്ണം- പെഡലുകൾ, സ്റ്റിയറിങ് വീൽ എന്നിവയും വളരെ തേയ്മാനമുള്ളതാണോ എന്ന് ശ്രദ്ധിക്കണം. ഇതെല്ലാം കാറിന്റെ വിപുലമായ ഉപയോഗത്തെയാണ് സൂചിപ്പിക്കുന്നത്. ടയറുകൾ ഏകസമാനമായല്ല തേഞ്ഞിരിക്കുന്നതെങ്കിൽ, മുൻസസ്പെൻഷനിൽ കുഴപ്പം പ്രതീക്ഷിക്കാം. ഇത് അൽപ്പം ചെലവുള്ള കാര്യമാണ്.

ബ്രേക്ക് പെഡൽ ഒരു മിനിറ്റ് നേരം ശക്തിയായി അമർത്തുക. ഒരു മിനിറ്റ് കഴിഞ്ഞ ശേഷവും തുടർന്ന് അമർത്തുമ്പോൾ പെഡൽ താഴോട്ട് പോകുന്നെങ്കിൽ ബ്രേക്ക് സംവിധാനത്തിൽ റിപ്പയർ വേണ്ടിവരും എന്നാണ് സൂചന. ബ്രേക്ക് സിസ്റ്റത്തിലെ യഥാർഥ സ്ഥിതി അഴിച്ചു നോക്കിയാൽ മാത്രമേ പറയാൻ കഴിയൂ.

കാർ സ്റ്റാർട്ടാക്കുമ്പോൾ വലിയ ശബ്ദമുണ്ടാകുന്നുണ്ടോ എന്ന് ശ്രദ്ധിക്കണം. എൻജിൻ സ്റ്റാർട്ടാക്കിക്കഴിഞ്ഞാൽ പാനലിലെ എല്ലാ ഘടകങ്ങളും പ്രവർത്തിക്കുന്നുണ്ടോ എന്ന് നോക്കണം. സ്റ്റാർട്ടാക്കി അൽപ്പം കഴിഞ്ഞാൽ ഇഗ്നീഷൻ ലൈറ്റ്, ഓയിൽ പ്രഷർ ലൈറ്റ് എന്നിവ കെടേണ്ടതാണ്. ഇവയിൽ ഏതെങ്കിലും പ്രവർത്തനവൈകല്യം കാണിക്കുന്നുവെങ്കിൽ വിദഗ്ധനായ ഒരു മെക്കാനിക്കിനെ കാണിക്കേണ്ടതാണ്.

മുൻചക്രങ്ങൾ ഓരോന്നും ജാക്കിയിൽ കയറ്റിയ ശേഷം ശക്തിയായി ആട്ടിനോക്കണം. ജാക്കിയിൽ നിർത്താൻ പ്രയാസമാണെങ്കിൽ അല്ലാത്ത സ്ഥിതിയിൽ തന്നെ ശക്തിയായി മുന്നോട്ടും പുറകോട്ടും ഇളക്കി നോക്കുക. വീൽ വളരെ ഏറെ അനങ്ങുന്നെങ്കിൽ, ഒരിഞ്ചിന്റെ 16-ൽ ഒരു ഭാഗത്തിൽ അധികം, തീർച്ചയായും വീൽ ബെയിറിങ് തേയ്മാനം വന്നതാണ്, മാറ്റേണ്ടതാണ്.

ഓയിൽ ഡിപ്സ്റ്റിക് എടുത്ത് ഓയിൽ പരിശോധിക്കണം. ഓയിൽ കറുകറാ കറുത്താണ് ഇരിക്കുന്നതെങ്കിൽ വണ്ടി ഉപയോഗിക്കുന്ന ആൾ വണ്ടിയുടെ മെയിന്റനൻസിന്റെ കാര്യത്തിൽ ശ്രദ്ധയില്ലാത്ത ആളാണെന്ന് കരുതാം. വാഹനത്തിന്റെ ആയുസ്സിന് ക്ഷതമുണ്ടാക്കുന്ന രീതിയിൽ ആയിരിക്കണം വണ്ടി അയാൾ ഉപയോഗിച്ചിരുന്നത്.

കാറിന്റെ സസ്പെൻഷൻ ചെലവുപിടിച്ചതാണ്. പ്രത്യേകിച്ച് പുതിയ ഇനം കാറുകളുടെ മുന്നിലെ സ്റ്റർട്ട്. ഇതിന്റെ പ്രവർത്തനം പരിശോധിക്കാൻ, ബോണറ്റിൽ സസ്പെൻഷനു മുകളിലായി ശക്തിയായി അമർത്തുക. ബോണറ്റ് സാവധാനത്തിൽ മുകളിലേക്കുയർന്ന് കുലുങ്ങാതെ

സമതുലിതാവസ്ഥയിൽ നിൽക്കുകയാണെങ്കിൽ കുഴപ്പമില്ല. മുകളിലേക്ക് പൊടുന്നനേ ഉയരുകയും കുലുങ്ങുകയും ഉലയുകയും ചെയ്യുന്നെങ്കിൽ ഷോക്അബ്സോർബർ സ്റ്റർട്ട് കേടുള്ളതാണ് എന്നുവേണം കരുതാൻ.

അൽപ്പസമയമെങ്കിലും ഓടിച്ചുനോക്കാതെ യാതൊരു കാരണവശാലും പഴയ കാർ വാങ്ങരുത്. ഒരു പതിനഞ്ചു മിനിട്ട് ഓടിക്കാൻ സാധിച്ചാൽ നന്ന്. ഇത്രയും ഓടിച്ചശേഷം വൃത്തിയുള്ള ഒരു സ്ഥലത്ത് കാർ അൽപ്പനേരം നിർത്തുക. ഓയിൽ ലീക്കുണ്ടെങ്കിൽ അടിയിൽ ഏതാനും തുള്ളികൾ ഇറ്റുവീണ പാട് കാണാം.

വണ്ടി സ്റ്റാർട്ട് ചെയ്ത് നിർത്തുമ്പോൾ വളരെ കലപിലാ ശബ്ദങ്ങൾ ഉണ്ടെങ്കിൽ അതിനു റിപ്പയറുകൾ പ്രതീക്ഷിക്കാം. വണ്ടി പലപ്രാവശ്യം സ്റ്റാർട്ടാക്കി മുമ്പോട്ടും പുറകോട്ടും പലവട്ടം ചലിപ്പിക്കുക. ക്ലച്ചിൽനിന്ന് കാലെടുക്കുമ്പോൾ കുലുക്കമോ കുടച്ചിലോ ഉണ്ടാവരുത്. കുറഞ്ഞ വേഗതയിൽ ചലിക്കുമ്പോൾ ടോപ്ഗിയറിലാക്കി ക്ലച്ചിൽനിന്ന് കാലെടുത്ത് നന്നായി ആക്സിലറേറ്റർ അമർത്തുക. ഇപ്പോഴും എൻജിൻ റയിസ് ആവുന്നെങ്കിൽ ക്ലച്ചിൽ സ്ലിപ്പുണ്ടെന്നർഥം. എല്ലാ ഗിയറിലും വണ്ടി ഓടിച്ചുനോക്കി, ഏതിലെങ്കിലും ശബ്ദമുണ്ടാവുന്നുണ്ടോ എന്ന് നോക്കണം.

25-40 കിലോമീറ്റർ വേഗത്തിൽ ടോപ്ഗിയറിൽ പോകുമ്പോൾ പൊടുന്നനെ ആക്സിലറേറ്റർ വർധിപ്പിക്കുക. ഈ സമയത്ത് സുഗമമായി വണ്ടിയുടെ വേഗത വർധിക്കുന്നെങ്കിൽ എൻജിന്റെ സ്ഥിതി തൃപ്തികരമാണെന്ന് അനുമാനിക്കാം.

തിരക്കില്ലാത്ത വഴിയിൽ വച്ച് 70 കിലോമീറ്റർ വേഗത്തിൽ വണ്ടി ബ്രേക്കുചെയ്യുക. ബ്രേക്കിന്റെ കാര്യക്ഷമത വ്യക്തമാകും. ബ്രേക്ക് പെഡൽ പതമായി (സ്പോഞ്ച്) ഇരിക്കരുത്. വണ്ടിക്ക് വിറയലോ പാർശ്വത്തിലേക്ക് വലിവോ ഉണ്ടോ എന്ന് ശ്രദ്ധിക്കണം.

മുകളിൽ പരാമർശിച്ച നിരീക്ഷണങ്ങളിൽ നിന്ന് നിങ്ങൾക്ക് ശ്രദ്ധേയമായ തകരാറുകൾ ഒന്നും കാണാൻ കഴിയുന്നില്ലെങ്കിൽ വണ്ടി സാമാന്യം തൃപ്തികരമാണെന്ന് കരുതാം. എങ്കിലും കഴിയുമെങ്കിൽ പരിചയസമ്പന്നനായ ഒരു മെക്കാനിക്കിനെക്കൊണ്ടു പരിശോധിപ്പിക്കുന്നത് നല്ലതാണ്. നിങ്ങൾക്ക് കാണാൻ കഴിയാത്ത തകരാറുകൾ അനുഭവത്തിൽനിന്ന് അയാൾക്ക് കണ്ടെത്താൻ കഴിഞ്ഞെന്നുവരാം.

കാർവാങ്ങാൻ തീരുമാനിച്ചാൽ കണ്ടെത്തിയ ഓരോ തകരാറുകളും ശരിപ്പെടുത്താൻവേണ്ട ചെലവുകൂടി കണക്കാക്കി വില നിശ്ചയിക്കുക. എന്നാൽ യാതൊരു കാരണവശാലും പൂർണസംതൃപ്തിയില്ലാത്ത പഴയ കാർ വാങ്ങരുത്.

പണം നൽകിക്കഴിഞ്ഞാൽ കൈമാറ്റത്തിനുള്ള എല്ലാ ഫോറങ്ങളും ഒപ്പിട്ട് വാങ്ങണം. രജിസ്ട്രേഷൻ പുസ്തകം, ഇൻഷുറൻസ് പോളസിസർട്ടിഫിക്കറ്റ് എന്നിവയും വാങ്ങണം.

27. പഴയ കാർ വിൽക്കുമ്പോൾ

പഴയ കാർ വിൽക്കുന്നതിനുമുമ്പ് അൽപ്പം തയ്യാറെടുപ്പ് ആവശ്യമാണ്. ഏതൊരാളെയും ആദ്യം ആകർഷിക്കുന്നത് കാറിന്റെ കാഴ്ചയ്ക്കുള്ള വൃത്തിയാണ്. കാറിന്റെ അകത്തോടൊപ്പം പുറവും വൃത്തിയാക്കുക. ആദ്യം വണ്ടി സർവീസ് ചെയ്യുക. അകത്തെ കാർപ്പെറ്റ്, ചവിട്ടി എന്നിവ പുറത്തെടുത്ത് വൃത്തിയാക്കണം. എവിടെയെങ്കിലും പെയിന്റ് പോയിട്ടുണ്ടെങ്കിൽ അതും ടച്ച് ചെയ്യണം. അപ്ഹോൾസ്റ്ററി കഴിയുന്നത്ര വൃത്തിയാക്കാൻ ശ്രമിക്കുക. എവിടെയെങ്കിലും അൽപ്പാൽപ്പമായി തുരുമ്പുണ്ടെങ്കിൽ അവിടം വൃത്തിയാക്കി പെയിന്റ് ചെയ്യണം.

കാറിന്റെ എല്ലാ കടലാസുകളും ശരിയാക്കി വയ്ക്കണം. കാർ വാങ്ങാൻ വരുന്ന ആൾ ആദ്യം പരിശോധിക്കുന്നത് ഇവയായിരിക്കും. ബ്രേക്ക്, ഹോൺ, വിളക്കുകൾ, പാനൽ വിളക്കുകൾ എന്നിവയെല്ലാം പ്രവർത്തിക്കുന്ന സ്ഥിതിയിലാക്കിവയ്ക്കണം.

ആദ്യമായി മൂന്നോ നാലോ കാർ ഡീലർമാരെ കണ്ട് നിങ്ങളുടെ വണ്ടിയുടെ മതിപ്പുവില മനസ്സിലാക്കണം. വേണമെങ്കിൽ അവർ വഴി വിൽപ്പന നടത്താം. അല്ലെങ്കിൽ പത്രത്തിൽ പരസ്യം കൊടുക്കാം.

വണ്ടിയുടെ വില പൂർണമായും ഒരുമിച്ച് വാങ്ങാൻ ശ്രമിക്കണം. ചെക്ക് സ്വീകരിക്കാതിരിക്കുക. സെയിൽ പേപ്പറിൽ തീയതി വച്ച് ഒപ്പിട്ടുകൊടുക്കുക. കാരണം, തീയതി വച്ചുകഴിഞ്ഞാൽ ഒരു നിശ്ചിത കാലത്തിനുള്ളിൽ നിങ്ങളുടെ പേരിൽ നിന്ന് മാറ്റാതെ വയ്യ. അജ്ഞാതനായ ഒരാൾവശം നിങ്ങളുടെ പേരിലുള്ള വാഹനം ഇരിക്കുന്നത് തീർച്ചയായും അഭികാമ്യമല്ല. പുതിയ മോട്ടോർവാഹന നിയമപ്രകാരം വാങ്ങിച്ച ആളുടെ പേരിലേക്ക് വണ്ടി മാറ്റുന്നതോടൊപ്പം അക്കാര്യം രജിസ്റ്റർ ചെയ്ത കത്തുവഴി മോട്ടോർവാഹന വകുപ്പ് നിങ്ങളെ അറിയിക്കേണ്ടതാണ്.

28. ചോദ്യങ്ങൾ

1. ഡ്രൈവിങ് സുരക്ഷിതമാക്കുന്ന രണ്ട് ഘടകങ്ങളാണ് ഡ്രൈവറുടെ ഡ്രൈവിങ് ചാതുര്യവും യന്ത്രങ്ങളുടെ കാര്യക്ഷമതയും. ഏറ്റവും പ്രധാനമായ ഒരു ഘടകം കൂടിയുണ്ട് ഇക്കൂട്ടത്തിൽ. എന്താണത്?

   ഉ. ഓടിക്കുന്ന ആളുടെ മാനസികാവസ്ഥ, നിങ്ങൾ ക്ഷോഭിച്ചിരിക്കുകയോ ഭയപ്പെട്ടിരിക്കുകയോ ആണെങ്കിൽ വണ്ടി ഓടിക്കാ

തിരിക്കുക. അത്യാവശ്യമെങ്കിൽ മറ്റൊരാളെക്കൊണ്ട് വണ്ടി ഓടിപ്പിക്കുക.

2. എപ്പോഴെല്ലാമാണ് ഹോൺ ഉപയോഗിക്കാൻ പാടില്ലാത്തത്?
   ഉ. ഹോൺ ഉപയോഗിക്കരുത് എന്നു നിർദേശിച്ചിട്ടുള്ള സ്ഥലങ്ങളിലും രാത്രി 11.30 മുതൽ രാവിലെ 7 മണിവരെ ജനവാസമുള്ള സ്ഥലങ്ങളിലും ഹോൺ ഉപയോഗിക്കരുത്.

3. ബ്രേക്ക് ലൈനിങ് മുങ്ങുംവിധം വെള്ളം നിറഞ്ഞ വഴിയിലൂടെ വണ്ടി ഓടിച്ചു കഴിഞ്ഞാൽ എന്തു ചെയ്യണം?
   ഉ. നനഞ്ഞ ബ്രേക്കുകൾ പ്രവർത്തനരഹിതമാണ്. ഒരാൾ നടക്കുന്ന വേഗത്തിൽ വണ്ടിഓടിച്ച്, ഇടതുകാൽ ബ്രേക്കിൽ മെല്ലെ അമർത്തി (വലതുകാൽ കൊണ്ട് ആക്സിലറേറ്റർ പ്രവർത്തിപ്പിക്കണമല്ലോ) ബ്രേക്ക് ലൈനിങ് ഉണങ്ങാൻ അനുവദിക്കുക.

4. പോലീസ് ഉദ്യോഗസ്ഥൻ വണ്ടി നിർത്താൻ ആവശ്യപ്പെട്ടാൽ നിർത്തേണ്ടതുണ്ടോ?
   ഉ. നിർത്തണം. അത് നിങ്ങളുടെ ചുമതലയാണ്.

5. ടയറുകളിൽ എല്ലായ്പ്പോഴും ശരിയായ അളവിൽ കാറ്റുണ്ടായിരിക്കണം എന്നു പറയുന്നത് എന്തുകൊണ്ട്?
   ഉ. ടയറുകളിൽ ശരിയായ അളവിൽ കാറ്റില്ലെങ്കിൽ സ്കിഡിങ് സംഭവിക്കാൻ കൂടുതൽ സാധ്യതയുണ്ട്. കാറ്റു കുറവായി ഓടിയാൽ ടയർ പൊട്ടിപ്പോകാനും ഇടയുണ്ട്. ശരിയായ അളവിൽ കാറ്റില്ലാതെ ഓടുന്നതു മൂലം ടയറിന്റെ ആയുസ്സ് കുറയുന്നു. കൂടാതെ ശരിയായ അളവിൽ കാറ്റുണ്ടായിരിക്കണം എന്നത് നിയമവുമാണ്.

6. നിങ്ങൾക്ക് മുമ്പിലുള്ള ഡ്രൈവർ സിഗ്നൽ തന്നാൽ അത് നിങ്ങൾ മാനിക്കേണ്ടതുണ്ടോ?
   ഉ. ഉണ്ട്. അതനുസരിച്ച് പ്രവർത്തിക്കണം.

7. ദുർഘടമായ ഒരവസ്ഥയിൽ വഴിയാത്രക്കാരോ മറ്റ് ഡ്രൈവർമാരോ കൈകാണിച്ചുകൊണ്ട് നീങ്ങിക്കൊള്ളുക, കുഴപ്പമില്ല എന്ന് ആഹ്വാനം തന്നാൽ എന്തു ചെയ്യും?
   ഉ. സ്വന്തം നിഗമനത്തിൽ മാത്രമേ നിങ്ങൾ വാഹനം നീക്കാവൂ. മറ്റുള്ളവരുടെ നിഗമനം ശരിയാവണമെന്നില്ല. അപകടം സംഭവിച്ചാൽ അവർക്ക് ഉത്തരവാദിത്തമില്ലെന്ന കാര്യവും ഓർക്കുക.

8. വണ്ടി റിവേഴ്സ് ചെയ്യുമ്പോൾ എന്തൊക്കെയാണ് ശ്രദ്ധിക്കേണ്ടത്?
   ഉ. സൈഡ് റോഡിൽ നിന്ന് മെയിൻറോഡിലേക്ക് ഒരിക്കലും വണ്ടി റിവേഴ്സ് ചെയ്യരുത്. പിൻഭാഗം വ്യക്തമായി കാണുന്നില്ലെങ്കിൽ ആരുടെയെങ്കിലും സഹായത്തോടെ മാത്രം റിവേഴ്സ് ചെയ്യുക.

പുറകിൽവരുന്ന കുട്ടികൾ, സൈക്കിൾ, മോട്ടോർസൈക്കിൾ തുടങ്ങിയവ പ്രത്യേകം ശ്രദ്ധിക്കണം. സംശയം തോന്നിയാൽ വണ്ടി നിർത്തി ഇറങ്ങി നോക്കുക.

9. ഓരോ പതിനഞ്ചു കിലോമീറ്റർ വേഗതയ്ക്കും മുന്നിലുള്ള വാഹനത്തിൽ നിന്നും ഒരു കാറിന്റെ നീളം വീതം വിട്ട് ഓടിക്കണം എന്നു പറയുന്നത് എന്തുകൊണ്ടാണ്?

ഉ. പ്രധാനമായും മൂന്നു കാര്യങ്ങളുണ്ട്. മുന്നിലെ വാഹനം പൊടുന്നനെ നിർത്തിയാൽ നിങ്ങൾക്ക് പ്രതികരിക്കാൻവേണ്ട സമയം, മുന്നിലെ വാഹനം പൊടുന്നനെ നിൽക്കാനുള്ള സാധ്യത, ബ്രേക്ക് ചെയ്താൽ നിങ്ങളുടെ വണ്ടി നിൽക്കാൻ വേണ്ടിവരുന്ന സമയം.

10. ഇരുപതു കിലോമീറ്റർ വേഗത്തിൽ പോകുന്ന കാറിനേക്കാൾ എത്ര ഇരട്ടി ദൂരം വേണ്ടിവരും എൺപതു കിലോമീറ്റർ വേഗത്തിൽ പോകുന്ന കാർ നിർത്താൻ?

ഉ. വേഗതയുടെ വർഗത്തിന്റെ (സ്വയം ഗുണിച്ച) അനുപാതത്തിലാണ് കാറിന്റെ ഊർജം വർധിക്കുന്നത്. വേഗത ഇരട്ടിയായാൽ നാലിരട്ടി (2 x 2 = 4) ദൂരം വേണ്ടിവരുന്നു വാഹനം നിർത്തുവാൻ. അതുകൊണ്ട് ഇരുപത് കിലോമീറ്റർ വേഗത്തിൽ ഓടുന്ന വാഹനത്തിന് വേണ്ടിവരുന്നതിനേക്കാൾ പതിനാറ് ഇരട്ടി ദൂരം വേണ്ടിവരുന്നു എൺപതു കിലോമീറ്റർ വേഗത്തിൽ ഓടുന്ന ഒരു വാഹനം നിർത്താൻ; ടയറുകളും ബ്രേക്കും കാര്യക്ഷമമാണെങ്കിൽ തന്നെ അറുപതു മീറ്റർ ദൂരം വേണ്ടിവരുന്നു.

11. പാർക്ക് ചെയ്തിരിക്കുന്ന കാറുകളെ കടന്നു പോകുമ്പോൾ ശ്രദ്ധിക്കേണ്ടത് എന്തൊക്കെയാണ്?

ഉ. പാർക്ക് ചെയ്തിരിക്കുന്ന കാറിൽ ആരെങ്കിലും ഉണ്ടെങ്കിൽ ഡോർ തുറക്കാൻ സാധ്യതയുണ്ട്. കാറിനു വെളിയിൽ ആളുണ്ടെങ്കിൽ അവർ റോഡിലേക്ക് ഇറങ്ങി ഓടാൻ ഇടയുണ്ട്; പ്രത്യേകിച്ചും കുട്ടികൾ.

12. എപ്പോഴെല്ലാമാണ് ഹെഡ്‌ലാംപ് ഡിപ് ചെയ്യേണ്ടത്?

ഉ. തീർച്ചയായും വാഹനങ്ങൾ എതിരേ വരുമ്പോൾ, കൂടാതെ ഒരു വണ്ടിയുടെ പുറകെ നിങ്ങൾ പോകുമ്പോഴും ഡിപ് ചെയ്തേ ഓടിക്കാവൂ. നഗരത്തിലും നിരത്തിൽ വിളക്കുകൾ ഉള്ള ഇടത്തും ഹൈബീമിൽ ഓടിക്കരുത്.

13. ഡിപ് ചെയ്യാതെ എതിരേ വരുന്ന വണ്ടിയെ നിങ്ങൾ എങ്ങനെ നേരിടും?

ഉ. നിങ്ങളും ലൈറ്റ് ഡിപ് ചെയ്യാതിരിക്കുകയല്ല വേണ്ടത്. നിങ്ങളുടെ വണ്ടി സാവധാനത്തിലാക്കി ലൈറ്റ് ഡിപ് ചെയ്യുക. റോഡിന്റെ ഇടതു ഭാഗം പ്രത്യേകം ശ്രദ്ധിക്കുക. ഏറ്റവും പ്രധാനമായി വേണ്ടത് ക്ഷമയാണ്. സുരക്ഷിതത്വം മര്യാദയിൽ നില കൊള്ളുന്നു എന്ന തത്വം ഓർമിക്കുക.

14. കട്ടിമഞ്ഞോ സ്മോഗോ ഉള്ളപ്പോൾ വണ്ടിയോടിക്കാൻ ഏറ്റവും പറ്റിയ രീതി?

ഉ. തീർച്ചയായും പതുക്കെ. റോഡിന്റെ ഇടതുവശം പ്രത്യേകം ശ്രദ്ധിക്കുക. ഫോഗ് ലൈറ്റുണ്ടെങ്കിൽ (മഞ്ഞനിറമുള്ള) നന്ന്. ഇല്ലെങ്കിൽ, ഡിപ് ചെയ്ത് ഓടിക്കുക.

15. നാൽപ്പതു കിലോമീറ്റർ വേഗതാപരിധിയുള്ള സ്ഥലത്ത് നാൽപ്പതു കിലോമീറ്റർ വേഗതയിൽ തന്നെ ഓടിക്കുന്ന നിങ്ങളെ മറ്റൊരു വാഹനം ഓവർടേക്ക് ചെയ്യാൻ ശ്രമിച്ചാൽ അത് നിങ്ങൾക്ക് തടുക്കാമോ?

ഉ. തീർച്ചയായും പാടില്ല. നിങ്ങൾ ഒരു പോലീസ് ഉദ്യോഗസ്ഥനല്ല എന്ന കാര്യം ഓർമിക്കുക.

16. റെയിൽക്രോസ് കടക്കുമ്പോൾ ശ്രദ്ധിക്കേണ്ട കാര്യങ്ങൾ എന്തൊക്കെയാണ്?

ഉ. ഇരുവശവും വ്യക്തമായി കാണാതെ ഊഹത്തിന്റെ അടിസ്ഥാനത്തിൽ ഒരിക്കലും റെയിൽക്രോസ് ചെയ്യരുത്. റെയിലിനു മുകളിലോ റെയിൽ കടന്ന ഉടനെയോ വണ്ടി നിർത്തരുത്.

17. തിരക്കുപിടിച്ച ഒരു ക്രോസ് റോഡിനെ സമീപിക്കുന്ന സമയത്ത് നിങ്ങളുടെ വണ്ടിയുടെ ആക്സിലറേറ്റർ ജാമായാൽ എന്തു ചെയ്യും?

ഉ. ഉടനെ ഇഗ്നീഷൻ സ്വിച്ച് ഓഫാക്കി ബ്രേക്ക് പ്രയോഗിക്കുന്നതാണ് ഏറ്റവും നല്ലത്. ആക്സിലറേറ്റർ ശരിപ്പെടുത്താൻ ശ്രമിക്കുന്നതിലും കുറഞ്ഞ സമയമേ ഇതിനു വേണ്ടിവരികയുള്ളൂ.

18. വണ്ടി സ്കിഡ് ചെയ്യുമ്പോൾ ഓർക്കേണ്ട മൂന്നു കാര്യങ്ങൾ?

ഉ. ഒന്നാമതായി ആക്സിലറേറ്ററിൽനിന്ന് കാലെടുക്കുക. പക്ഷേ, കാൽ ബ്രേക്കിൽ വയ്ക്കരുത്. തെന്നിപ്പോകുന്ന വശത്തേക്ക് വണ്ടിയെ നയിക്കുക. വണ്ടി നേർവരയിൽ നീങ്ങാൻ തുടങ്ങിയാൽ നിയന്ത്രണം കിട്ടും. അപ്പോൾ ബ്രേക്ക് പമ്പ് ചെയ്ത് ചവുട്ടി വേഗത കുറയ്ക്കുക.

19. വളരെ അപൂർവമായി മാത്രം സംഭവിക്കാൻ ഇടയുള്ള അപകടം: നിങ്ങൾ വണ്ടി ഓടിച്ചുകൊണ്ടിരിക്കുമ്പോൾ സ്കിഡ് ചെയ്തു സമീ

പത്തുള്ള ഒരു കുളത്തിലേക്കോ പുഴയിലേക്കോ കാറ് പോയി എന്നിരിക്കുക. എന്തു ചെയ്യും?

ഉ. ഭയപ്പെട്ട് വിരളേണ്ട കാര്യമില്ല. കാരണം വണ്ടി പൊടുന്നനെ മുങ്ങിപ്പോവുകയില്ല എന്നതുതന്നെ. കഴിയുമെങ്കിൽ ചില്ലുകൾ കയറ്റുക. പിന്നെ വളരെ സമയമെടുത്തേ വണ്ടി താഴുകയുള്ളൂ. ഒരു ചില്ല് താഴ്ത്തി സാവധാനത്തിൽ പുറത്തുകടക്കുക. (നീന്താൻ അറിയില്ലെങ്കിൽ എന്തു സംഭവിക്കുമെന്ന് ഊഹിക്കുക!)

20. പകൽ സംഭവിക്കുന്നതിലും എത്ര അധികം മരണസാധ്യതയുണ്ട് രാത്രി സംഭവിക്കുന്ന അപകടങ്ങൾക്ക് എന്നറിയാമോ?

ഉ. രാത്രിയിലെ അപകടങ്ങളിൽ പകൽ സംഭവിക്കുന്നതിനേക്കാൾ-ഇരട്ടി മരണ സാധ്യതയുണ്ട്. അതുകൊണ്ട് രാത്രി വണ്ടി ഓടിക്കുമ്പോൾ കാറിന്റെ അവസ്ഥയും നിങ്ങളുടെ മാനസികസ്ഥിതിയും പ്രത്യേകം ശ്രദ്ധിക്കുക.

3. അൽപ്പം മെക്കാനിസം

29. എൻജിൻ

മോട്ടോർ വാഹനങ്ങളിൽ രണ്ടുതരത്തിലുള്ള എൻജിനുകൾ ഉപയോഗിച്ചു വരുന്നു. പെട്രോൾ എൻജിനും ഡീസൽ എൻജിനും. കൂടുതൽ ശക്തി ആവശ്യമായ ട്രക്ക്, ലോറി, ട്രെയിൻ തുടങ്ങിയ വാഹനങ്ങളിലാണ് സാധാരണയായി ഡീസൽ എൻജിൻ ഉപയോഗിക്കുന്നത്. മോട്ടോർ സൈക്കിൾ, മോട്ടോർകാർ തുടങ്ങിയ ചെറിയ വാഹനങ്ങളിൽ പെട്രോൾ എൻജിനും. പെട്രോൾ എൻജിനുകളിൽ, ഡീസൽ എൻജിനുകളിൽ ഇല്ലാത്ത ഒരു പ്രധാന ഉപകരണമുണ്ട്, കാർബറേറ്റർ. അതുകൊണ്ട് പെട്രോൾ എൻജിനുകളെ കാർബറേറ്റർ എൻജിൻ എന്നും പറയുന്നു. ഡീസൽ എൻജിനുകൾക്ക് കൂടുതൽ കാര്യക്ഷമതയുള്ളതുകൊണ്ടും ഡീസലിന് പെട്രോളിനെക്കാൾ വില കുറവായതുകൊണ്ടും ഇപ്പോൾ ഡീസൽ എൻജിൻ ഉപയോഗിക്കുന്ന കാറുകളും ജീപ്പുകളും നമ്മുടെ നാട്ടിൽ സാധാരണമായിക്കൊണ്ടിരിക്കുകയാണ്.

എൻജിനുകളിലെ സിലിണ്ടറുകളുടെ എണ്ണവും ക്രമീകരണവും എൻജിന്റെ ഉപയോഗം അനുസരിച്ച് പലതരത്തിലുണ്ട്. ഒന്നോ രണ്ടോ മൂന്നോ നാലോ എട്ടോ പന്ത്രണ്ടോ സിലിണ്ടറുള്ള എൻജിനുകളുണ്ട്. മോട്ടോർ സൈക്കിൾ തുടങ്ങിയ ടൂ വീലറുകളിൽ ഒറ്റ സിലിണ്ടർ എൻജിനാണ് ഉപയോഗിക്കുന്നത്. എൻജിന്റെ ശക്തി വർധിപ്പിക്കാൻവേണ്ടിയാണ് പ്രധാനമായും സിലിണ്ടറുകളുടെ എണ്ണം കൂട്ടുന്നത്. ഇടവിട്ടിടവിട്ടല്ലാതെ കൂടുതൽ സ്റ്റെഡിയായി എൻജിൻ ശക്തി ലഭ്യമാക്കാനും കൂടുതൽ സിലിണ്ടറുള്ളത് നല്ലതാണ്. ഇപ്പോൾ മിക്ക കാറുകളിലും നാല് സിലിണ്ടർ എഞ്ചിനാണുള്ളത്.

എൻജിന്റെ പ്രവർത്തനം

മോട്ടോർകാർ എൻജിന്റെ പ്രവർത്തനം വ്യക്തമാക്കാൻ ആദ്യം ലളിതമായ ഒറ്റ സിലിണ്ടർ മോട്ടോർ സൈക്കിൾ എൻജിൻ പരിശോധിക്കാം.

എൻജിന്റെ ഒരു പ്രധാന ഘടകമാണ് നാഴിപോലെയുള്ള സിലിണ്ടർ. സിലിണ്ടറിന്റെ മേൽഭാഗം അടച്ചതും അടിഭാഗം തുറന്നതുമാണ്. സിലിണ്ടറിനകത്ത് ഘർഷണമില്ലാതെ വഴുവഴുങ്ങനെ മുകളിലേക്കും താഴേക്കും ചലിപ്പിക്കാവുന്ന വിധത്തിലാണ് പിസ്റ്റൺ. സിലിണ്ടറിനകം ഗ്യാസ് ടൈറ്റായിരിക്കുവാൻ പിസ്റ്റണിൽ രണ്ടോ മൂന്നോ വളയങ്ങൾ (റിങ്ങുകൾ) ഇടുന്നു. സിലിണ്ടർ ഭിത്തിയുമായി ഉരയുന്നത് ഈ റിങ്ങുകളാണ്.

പിസ്റ്റണിന്റെ മുകളിലോട്ടും താഴോട്ടുമുള്ള ചലനത്തെ ക്രാങ്ക്ഷാഫ്റ്റ് കറക്കമാക്കി മാറ്റുന്നു. പിസ്റ്റൺ ഒരു കണക്റ്റിങ്റോഡ് വഴിയാണ് ക്രാങ്ക്ഷാഫ്റ്റുമായി ഘടിപ്പിച്ചിരിക്കുന്നത്. കണക്റ്റിങ്റോഡിന്റെ വണ്ണം കൂടിയ അറ്റം ക്രാങ്ക്ഷാഫ്റ്റുമായും വണ്ണം കുറഞ്ഞ അറ്റം റിസ്റ്റ്പിൻ എന്നൊരു പിന്നുകൊണ്ട് പിസ്റ്റണുമായും യോജിപ്പിച്ചിരിക്കുന്നു. ക്രാങ്ക്ഷാഫ്റ്റുമായി തിരിയുന്ന ബെയറിങ്ങിനെ മെയിൻ ബെയറിങ് എന്നു പറയും.

സിലിണ്ടറിന്റെ ഏറ്റവും അടിയിൽ നിന്ന്-ബോട്ടം ഡെഡ്സെന്റർ (ബിഡിസി)മുകൾവശം വരെ, ടോപ് ഡെഡ്സെന്റർ (ടിഡിസി)പിസ്റ്റൺ

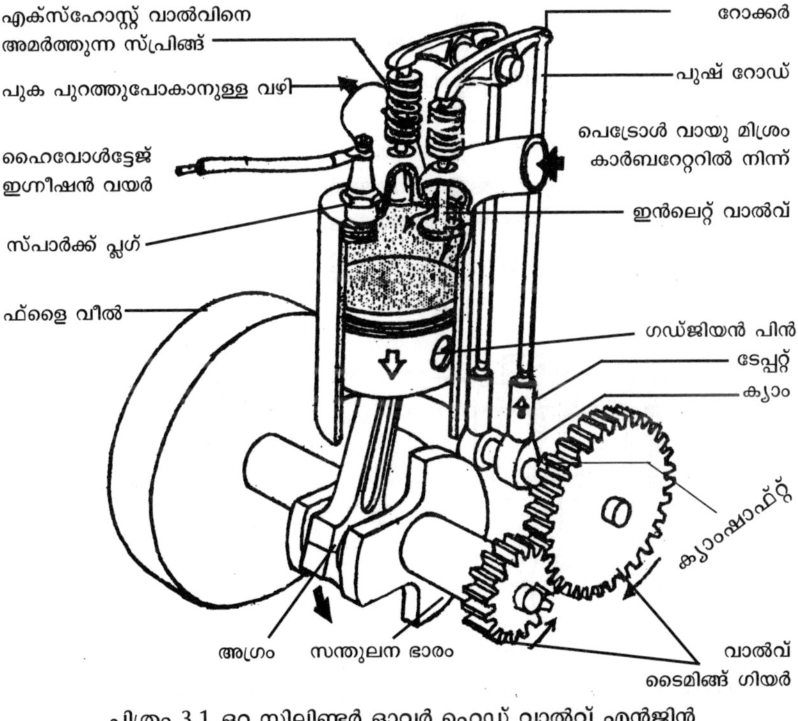

ചിത്രം 3.1 ഒറ്റ സിലിണ്ടർ ഓവർ ഹെഡ് വാൽവ് എൻജിൻ

ചലിക്കുന്ന പ്രദേശത്തിന്റെ വ്യാപ്തത്തെ സ്വെപ്റ്റ് വോള്യം എന്നു പറയും. ഈ വ്യാപ്തത്തെ അടിസ്ഥാനമാക്കിയാണ് എൻജിന്റെ ശക്തി കണക്കാക്കുന്നത്. ഒന്നിലധികം സിലിണ്ടറുള്ള എൻജിനിലാണെങ്കിൽ എല്ലാ സിലിണ്ടറുകളുടെയും ചേർത്തുള്ള സ്വെപ്റ്റ് വോള്യമാണ് ആ എൻജിന്റെ ശക്തി. ക്യുബിക് സെന്റിമീറ്ററിൽ (സി.സി.) ഇത് കണക്കാക്കുന്നു. ഒരു ഹീറോ ഹോണ്ട മോട്ടോർ സൈക്കിളിന്റെ കപ്പാസിറ്റി 100 സി.സി. എന്നാൽ സിലിണ്ടറിനകത്ത് പിസ്റ്റൺ സഞ്ചരിക്കുന്ന ഭാഗത്തിന്റെ വ്യാപ്തം 100 സി.സി. എന്നാണ്. വലിയ എൻജിനുകളുടെ ശക്തി ലിറ്റർ ആയും (ഒരു ലിറ്റർ ആയിരം സി.സി.) പറയും. ഏകദേശം 100 സി.സി. വ്യാപ്തമുണ്ടെങ്കിൽ ഒരു കുതിര ശക്തി (എച്ച്.പി.) ഇതിൽനിന്നു ലഭിക്കും.

സിലിണ്ടറിന്റെ അടച്ചിരിക്കുന്ന മുകൾ അറ്റം വരെ സിലിണ്ടർ നീങ്ങുകയില്ല. പിസ്റ്റൺ പരമാവധി മേലോട്ട് - ടി.ഡി.സി. വരെ ചലിച്ചുകഴിഞ്ഞിട്ടും സിലിണ്ടറിൽ ഒഴിഞ്ഞു കിടക്കുന്ന ഭാഗത്തുവച്ചാണ് കമ്പസ്റ്റ്യൻ (ദഹനം) നടക്കുന്നത്.

സിലിണ്ടറിന്റെ മുകൾഭാഗത്ത് രണ്ട് ദ്വാരങ്ങളുണ്ട്. ഇവയെ വാൽവുകൾ വേണ്ടപ്പോൾ അടയ്ക്കുകയും തുറക്കുകയും ചെയ്യുന്നു. ക്യാംഷാഫ്റ്റിലെ ക്യാമുകൾ, സ്പ്രിങ്ങുകളാൽ അമർത്തപ്പെട്ടിരിക്കുന്ന വാൽവിന്റെ ടാപ്പറ്റുകളിൽ തള്ളിയാണ് വാൽവുകൾ തുറക്കുന്നത്.

1. സക്ഷൻ സ്ട്രോക്

പിസ്റ്റൺ താഴോട്ട് നീങ്ങുമ്പോൾ ഇൻലറ്റ് വാൽവ് - ഇന്ധനം പ്രവേശിക്കുന്ന വാൽവ്-തുറക്കുകയും അതിലൂടെ പെട്രോൾ-വായു മിശ്രം സിലിണ്ടറിനകത്തേക്ക് വലിച്ചെടുക്കപ്പെടുകയും ചെയ്യുന്നു. ഈ സമയത്ത്

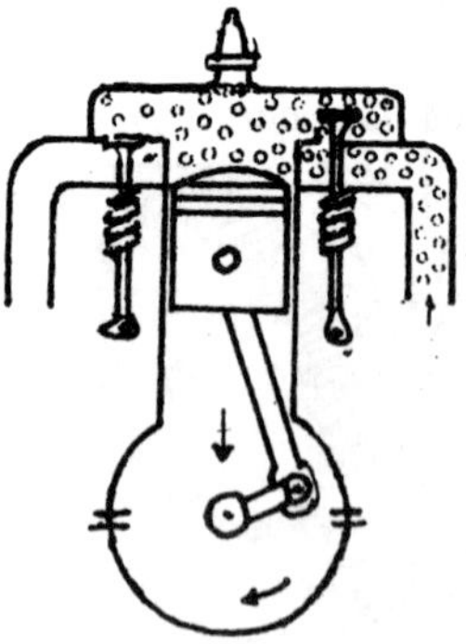

ആദ്യത്തെ സ്ട്രോക് സക്ഷൻ സ്ട്രോക്

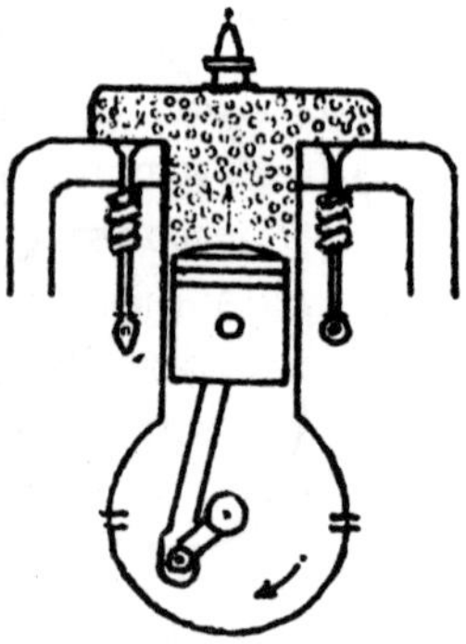

രണ്ടാമത്തെ സ്ട്രോക് കംപ്രഷൻ സ്ട്രോക്

എക്സ് ഹോസ്റ്റ്–പുറംതള്ളുന്നത്–വാൽവ് അടഞ്ഞിരിക്കും. പിസ്റ്റൺ താഴെ എത്തുന്നതോടെ ഇൻലറ്റ് വാൽവ് അടയുന്നു. ഇതോടെ ഒന്നാമത്തെ സ്ട്രോക് (സക്ഷൻ സ്ട്രോക്) പൂർത്തിയായി. മുകളിൽനിന്ന് പിസ്റ്റൺ താഴേക്ക് (ടിഡിസിയിൽനിന്ന് ബിഡിസിയിലേക്ക്)എത്തുമ്പോൾ ക്രാങ്ക് ഷാഫ്റ്റ് ഒരു കറക്കത്തിന്റെ പകുതി തിരിയുന്നു.

2. കംപ്രഷൻ സ്ട്രോക്ക്

ഇപ്പോൾ എല്ലാ വാൽവുകളും അടഞ്ഞാണ് ഇരിക്കുന്നത്. അടിയിൽ എത്തിയ പിസ്റ്റൺ മുകളിലേക്ക് നീങ്ങുന്നതിന്റെ ഫലമായി സിലിണ്ടറിനകത്തുള്ള പെട്രോൾ–വായു മിശ്രിതം സമ്മർദവിധേയമാകുന്നു. പിസ്റ്റൺ മുകളിൽ എത്തുന്നതോടെ ക്രാങ്ക്ഷാഫ്റ്റ് ഒരു മുഴുവൻ കറക്കം പൂർത്തിയാക്കി. സിലിണ്ടറിനകത്തെ മിശ്രിതത്തെ കമ്പ്രസ് ചെയ്യുന്ന (അമർത്തുന്ന) ഈ സ്ട്രോക്കിനെ കമ്പ്രഷൻസ്ട്രോക് എന്നു പറയും.

3. പവർ സ്ട്രോക്

പിസ്റ്റൺ മുകളിൽ (ടി ഡി സി യിൽ) എത്തുന്ന സമയത്ത് സ്പാർക് പ്ലഗ്ഗിൽ സ്പാർക് (തീപ്പൊരി) ഉണ്ടാവുകയും സമ്മർദവിധേയമായ മിശ്രം ജ്വലിക്കുകയും ചെയ്യുന്നു.

ജ്വലനം മൂലം തീപിടിക്കുമ്പോൾ അമർത്തിവച്ചിരിക്കുന്ന വാതകം വികസിക്കുന്നു. അത് സ്ഫോടനമായി പിസ്റ്റണിനെ പുറത്തേക്ക് തള്ളുന്നു. ഈ സ്ട്രോക്കാണ് ശക്തി ജനിപ്പിക്കുന്നത്. അതുകൊണ്ട് ഇതിനെ പവർ സ്ട്രോക് എന്നു പറയും. പവർസ്ട്രോക് കഴിയുമ്പോൾ ക്രാങ്ക്ഷാഫ്റ്റ് ഒന്നര കറക്കം പൂർത്തിയായിരിക്കും. ഇപ്പോഴും വാൽവുകൾ അടഞ്ഞു തന്നെ ആയിരിക്കും.

4. എക്സ്ഹോസ്റ്റ് സ്ട്രോക്

കത്തിക്കഴിഞ്ഞ പെട്രോളിന്റെ അവശിഷ്ടമായ പുക പുറംതള്ളുന്നതിനുള്ളതാണ് ഈ സ്ട്രോക്. പവർസ്ട്രോക് കഴിഞ്ഞ് പിസ്റ്റൺ മുകളിലേക്ക് ഉയരുന്നതോടെ എക്സ്ഹോസ്റ്റസ് വാൽവ് തുറക്കുന്നു. ഈ വാൽവുകളിലൂടെ പുക പുറത്തേക്കുപോകുന്നു. പിസ്റ്റൺ മുകളിലെത്തുന്നതോടെ നാലാമത്തെ സ്ട്രോക്കും അവസാനിക്കുന്നു. അതോടെ ക്രാങ്ക് ഷാഫ്റ്റ് രണ്ട് കറക്കം പൂർത്തിയാക്കി. വീണ്ടും ആദ്യത്തേതുപോലെ സക്ഷൻസ്ട്രോക് ആരംഭിക്കുകയായി. ഈ പ്രക്രിയ ആവർത്തിക്കുന്നു.

ഫോർ സ്ട്രോക് പെട്രോൾ എൻജിന്റെ പ്രവർത്തനം ഇതാണ്. നാല് സിലിണ്ടറുള്ള മോട്ടോർകാർ എൻജിനിൽ ഓരോ സിലിണ്ടറിലും ഈ സ്ട്രോക്കുകൾ വ്യത്യസ്ത സമയത്താണ് സംഭവിക്കുന്നത്. അഥവാ ഒരേ സമയത്ത് നാലു സിലിണ്ടറിലും വ്യത്യസ്ത സ്ട്രോക്കുകളായിരിക്കും.

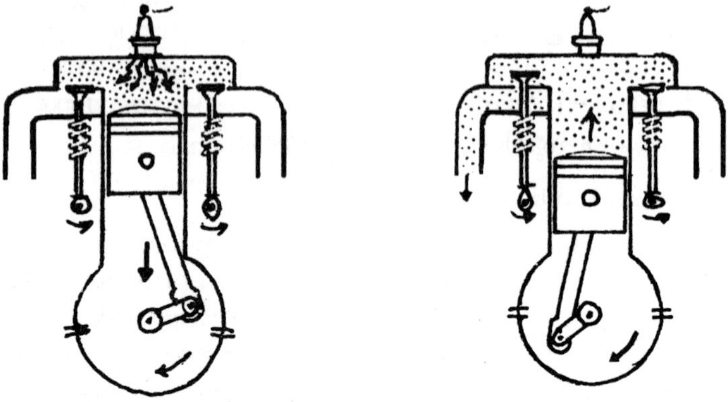

മൂന്നാമത്തെ സ്ട്രോക്
പവർ സ്ട്രോക്

നാലാമത്തെ സ്ട്രോക്
എക്സ്ഹോസ്റ്റ് സ്ട്രോക്

ക്രാങ്ക്ഷാഫ്റ്റ് ഒരു കറക്കത്തിന്റെ പകുതി തിരിയുന്നതോടെ നാലു സിലിണ്ടറിലുമായി നാലു തരം സ്ട്രോക്കുകൾ സംഭവിക്കുന്നു.

എൻജിന്റെ ഘടകങ്ങൾ

സിലിണ്ടർ ബ്ലോക്, സിലിണ്ടർ ഹെഡ്, പിസ്റ്റൺ, കണക്റ്റിങ് റോഡ്, ക്യാംഷാഫ്റ്റ്, വാൽവുകൾ, റോക്കർ ആം, ടാപ്പറ്റ്, ക്രാങ്ക്ഷാഫ്റ്റ് എന്നിവയാണ് എൻജിന്റെ പ്രധാന ഘടകങ്ങൾ.

കണക്റ്റിങ് റോഡ് പിസ്റ്റനെ ക്രാങ്ക്ഷാഫ്റ്റുമായി ബന്ധിപ്പിക്കുന്നു. ഈ കണക്റ്റിങ് റോഡുവഴി പിസ്റ്റൺ ക്രാങ്ക്ഷാഫ്റ്റിനെ തിരിക്കുന്നു. പിസ്റ്റന്റെ മുകളിലേക്കും താഴേക്കും ഉള്ള ചലനത്തിന്റെ ഫലമായാണ് ക്രാങ്ക്ഷാഫ്റ്റ് തിരിയുന്നത്. ക്രാങ്ക്ഷാഫ്റ്റ് കേംഷാഫ്റ്റിനെ തിരിക്കുന്നു. ക്രാങ്ക്ഷാഫ്റ്റിലെ പൽചക്രം കേംഷാഫ്റ്റിലെ പൽചക്രവുമായി ഇണങ്ങി തിരിയുന്നു. കേം, ടാപ്പറ്റ്, പുഷ്റോഡ്, റോക്കർ ആം എന്നീ ഘടകങ്ങൾ കൊണ്ട് കേംഷാഫ്റ്റ് വാൽവുകളെ പ്രവർത്തിപ്പിക്കുന്നു. പവർസ്ട്രോക്കിന്റെ ഫലമായിയുണ്ടാവുന്ന ശക്തി ഫ്ളൈവീൽ ശേഖരിച്ച് ഇടതടവില്ലാതെ കറക്കമുണ്ടാക്കുന്നു.

ഈ പ്രക്രിയ ആരംഭിക്കണമെങ്കിൽ തീർച്ചയായും ഒരു പവർസ്ട്രോക് എങ്കിലും പുറമേ നിന്ന് പ്രവർത്തിച്ച് ഉണ്ടാക്കണം. ഒരു പവർസ്ട്രോക് കഴിഞ്ഞാൽ അടുത്ത പവർസ്ട്രോക്കുവരേക്കും വേണ്ട തിരിച്ചിൽ ഫ്ളൈവീലിന്റെ സഹായത്താൽ നടന്നുകൊള്ളും. ആദ്യത്തെ ഒരു സ്ട്രോക് ഉണ്ടാക്കുന്നതിനുവേണ്ടിയാണ് മോട്ടോർസൈക്കിളിൽ കിക്ക് ചെയ്യുന്നതും സ്റ്റാർട്ടിങ് മോട്ടോർ ഇല്ലാത്ത എൻജിനുകളിൽ ലിവർ കൊണ്ടു തിരിക്കുന്നതും എല്ലാം.

ഒരു സ്ട്രോക് നടന്നു കഴിഞ്ഞാൽ അതൊരു ഓട്ടോമോട്ടീവ് എൻജിനായി മാറുന്നു. ഓരോ സ്ട്രോക്കും വളരെ വേഗത്തിലാണ് സംഭവിക്കുന്നത്.

സിലിണ്ടർ ബ്ലോക്, സിലിണ്ടർ ഹെഡ്

പിസ്റ്റണുകൾ സുഗമമായി ചലിക്കുന്നതിന് മിനുസപ്പെടുത്തിയ ബോറുകൾ - തുളകൾ - വാൽവുകൾ ചലിക്കാൻവേണ്ട തുളകൾ, തണുപ്പിക്കുന്നതിനുള്ള വെള്ളം ഒഴുകാനുള്ള അറകൾ - ഇത്രയുമാണ് സിലിണ്ടർ

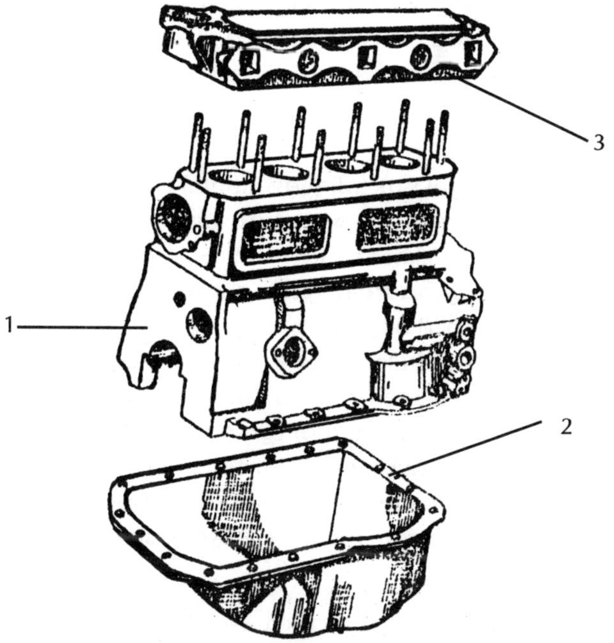

ചിത്രം 3.2. സിലിണ്ടർ ബ്ലോക്കിന്റെ ഭാഗങ്ങൾ
1. സിലിണ്ടർ ബ്ലോക്ക് 2. ക്രാങ്ക് കെയ്സ് 3. സിലിണ്ടർ ഹെഡ്

ബ്ലോക്കിലുള്ളത്. സിലിണ്ടർ ബ്ലോക്കിന്റെ മുകൾഭാഗം സിലിണ്ടർഹെഡ് കൊണ്ടു മൂടിയിരിക്കുന്നു. അടിവശത്ത് ലൂബ്രിക്കേഷനുള്ള എണ്ണ നിറച്ച ഓയിൽ തളികയാണ്. പിസ്റ്റണുകളുടെ നിരന്തരമായ പ്രവർത്തനം കാലക്രമത്തിൽ സിലിണ്ടർ ഭിത്തികളിൽ തേയ്മാനമുണ്ടാക്കും. ഏറെ കിലോമീറ്ററുകൾ ഓടിക്കഴിയുമ്പോഴേ ഇതുമൂലം തകരാറുണ്ടാവൂ. അപ്പോൾ എൻജിന്റെ കംപ്രഷൻ കുറയുന്നു. ഇന്ധനവും ഓയിലും കൂടുതൽ ചെലവാകുന്നു. ഇങ്ങനെ വരുമ്പോൾ സിലിണ്ടർ ബ്ലോക്ക് വീണ്ടും ബോർ ചെയ്ത് മിനുസപ്പെടുത്തണം. അതായത് ദ്വാരം അൽപ്പം കൂടി വലുതാക്കണം. അൽപ്പം

കൂടി വ്യാസമുള്ള അനുയോജ്യമായ പിസ്റ്റൺ റിങ് ഇട്ടാണ് പിസ്റ്റന്റെ പിടിത്തം ഉറപ്പുവരുത്തുന്നത്. ഈ വിധത്തിൽ ഒരു സിലിണ്ടർ മൂന്നു പ്രാവശ്യം ബോർ ചെയ്താൽ സിലിണ്ടർ ഭിത്തികൾ തീരെ കനംകുറഞ്ഞു പോകുമെന്നതുകൊണ്ട് പിന്നീട് സിലിണ്ടറിനകത്ത് ലൈനറുകൾ ഉപയോഗിച്ച് തുള ചെറുതാക്കി സ്റ്റാൻന്റേർഡ് പിസ്റ്റൺ ഇടുകയാണു വേണ്ടത്.

സിലിണ്ടർ ബ്ലോക്കിനെ മൂടുന്ന സിലിണ്ടർ ഹെഡ് നട്ടുകളും ബോൾട്ടുകളും കൊണ്ടാണ് സിലിണ്ടറിൽ ഉറപ്പിക്കുന്നത്. സ്പാർക്ക് പ്ലഗ്ഗുകളും ചിലതരം എൻജിനുകളിൽ വാൽവുകളും ഉറപ്പിക്കുന്നത് സിലിണ്ടർ ഹെഡ്ഡിലാണ്. സിലിണ്ടർ ബ്ലോക്കിൽ ഹെഡ് ഉറപ്പിക്കുമ്പോൾ ഇവ രണ്ടും ഭദ്രമായി അടഞ്ഞിരിക്കുന്നതിന് അവയ്ക്കിടയിൽ ഗാസ്ക്കറ്റ് ഉണ്ടായിരിക്കും.

പിസ്റ്റൺ

അതിവേഗത്തിലാണ് പിസ്റ്റൺ സിലിണ്ടറിനകത്ത് മേലോട്ടും താഴോട്ടും ചലിക്കേണ്ടത്. അതുകൊണ്ട് പിസ്റ്റണിന്റെ ഭാരം എത്രയും കുറഞ്ഞിരിക്കണം. അതിനാൽ പ്രത്യേകതരം കൂട്ടുലോഹം (അലുമിനിയം അലോയ്) കൊണ്ടുള്ളതാണ് പിസ്റ്റൺ. കണക്റ്റിങ് റോഡ് ഘടിപ്പിക്കാൻ പിസ്റ്റന്റെ മധ്യഭാഗത്തായി ഒരു തുളയുണ്ട്. ഇതിലാണ് കണക്റ്റിങ് റോഡിന്റെ ചെറിയ അറ്റം ഗഡ്ജിയൻപിൻ കൊണ്ട് ഘടിപ്പിക്കുന്നത്. പിസ്റ്റണിൽ റിങ്ങുകൾ ഘടിപ്പിക്കുന്നു. സിലിണ്ടർ തുളയിൽ വാതകം ഭദ്രമായി (ഗ്യാസ് ടൈറ്റായി) അമർന്നിരിക്കാൻ സഹായിക്കുന്നത് ഈ റിങ്ങുകളാണ്. ഒരു പിസ്റ്റണിലെ റിങ്ങുകളുടെ എണ്ണം എൻജിനുകളെ അനുസരിച്ച് വ്യത്യാസമുണ്ടാവുമെങ്കിലും സാധാരണയായി രണ്ടോ മൂന്നോ കംപ്രഷൻ റിങ്ങുകളാണ് ഉപയോഗിച്ചു വരുന്നത്. ഇവയുടെ സ്ഥാനം ഗഡ്ജിയൻപിൻ തുളയ്ക്ക് മുകളിലാണ്.

ഈ റിങ്ങുകൾക്ക് പുറമേ തുളയ്ക്ക് താഴെയായി ഒരു പ്രത്യേക റിങ്ങുണ്ട്. സ്ക്രേപ്പർ അഥവാ ഓയിൽ കൺട്രോൾ റിങ്. ഈ റിങ് സിലിണ്ടറിൽ അധികമായിവരുന്ന ഓയിലിനെ വടിച്ചെടുത്ത് പിസ്റ്റന്റെ ഉൾവശം വഴി ഓയിൽ തളികയിൽ എത്തിക്കുന്നു.

ക്രാങ്ക്ഷാഫ്റ്റ്

പിസ്റ്റന്റെ നേർരേഖയിലുള്ള മേൽ-കീഴ് ചലനത്തെ ക്രാങ്ക്ഷാഫ്റ്റ് കറക്കമാക്കി മാറ്റുന്നു. ക്രാങ്ക്ഷാഫ്റ്റിന്റെ പുറകിലെ അറ്റത്ത് ഒരു ഫ്ളൈവീലുണ്ട്. പിസ്റ്റന്റെ ചലനഫലമായുണ്ടാവുന്ന ഇടവിട്ടുള്ള ബലപ്രയോഗത്തെ (ഇംപാക്റ്റിനെ) ഫ്ളൈവീൽ പതംവരുത്തി എൻജിന്റെ പ്രവർത്തനം സുഗമമാക്കുന്നു. ഫ്ളൈവീലിനു ചുറ്റുമുള്ള പല്ലുകൾ സ്റ്റാർട്ടർ പിനിയനുമായി ഇണക്കിയിരിക്കുന്നു.

ക്രാങ്ക്ഷാഫ്റ്റ് ഉരുക്കിൽ വാർത്തെടുത്തതാണ്. ബെയറിങ്ങുകൾ ഘടിപ്പിക്കേണ്ട ഇടങ്ങൾ പ്രത്യേകം കടുപ്പപ്പെടുത്തിയിരിക്കും. ജേണൽ, ക്രാങ്ക്പിൻ, വെബ്ബ് അഥവാ ക്രാങ്ക് എന്നിവയാണ് ക്രാങ്ക്ഷാഫ്റ്റിന്റെ പ്രധാന ഭാഗങ്ങൾ. പ്രധാന ബെയറിങ്ങുകളെ തിരിക്കുന്നത് ജേണലുകളാണ്. കണക്റ്റിങ് റോഡിന്റെ വലിയ അഗ്രത്തിലെ ബെയറിങ്ങിനെ ക്രാങ്ക്പിൻ തിരിക്കുന്നു. ജേണലുകളെ ക്രാങ്ക്പിന്നുമായി വെബ്ബ് യോജിപ്പിക്കുന്നു. സമതുലനം സൃഷ്ടിക്കുന്നതിനുള്ള ഭാരമായി അവ വർത്തിക്കുന്നു. ക്രാങ്ക്ഷാഫ്റ്റിന്റെ പിന്നഗ്രം ഫ്ളൈവീലുമായി ഘടിപ്പിക്കുന്നു. പവർസ്ട്രോക്കിന്റെ ഫലമായുണ്ടാവുന്ന ശക്തിയുടെ ഒരംശം ഫ്ളൈവീൽ ശേഖരിക്കുന്നു. ശക്തിപ്രദാനം ചെയ്യാത്ത സ്ട്രോക്കുകളിൽ പിസ്റ്റണുകളെ ചലിപ്പിക്കുന്നത്

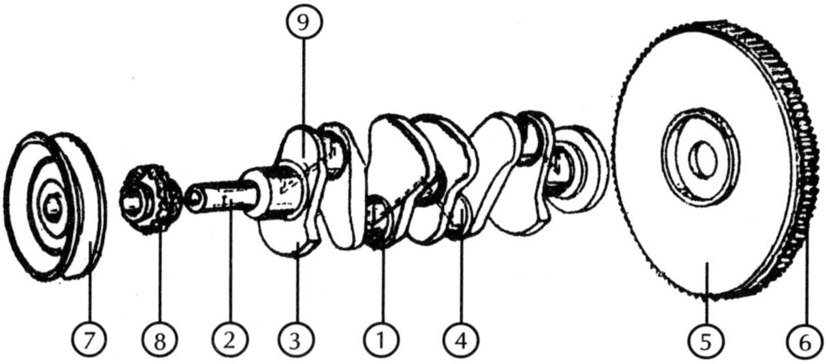

ചിത്രം 3.3 ക്രാങ്ക് ഷാഫ്റ്റ്

1. ക്രാങ്ക് ഷാഫ്റ്റ് 2. ജേണൽ 3. വെബ്ബ് 4. ക്രാങ്ക്പിൻ 5. ഫ്ളൈ വീൽ 6. റിങ് ഗിയർ 7.ഫാൻ പുള്ളി 8. ചെറിയ സ്പ്രോക്കറ്റ് വീൽ 9. ഗിൽഹോൾ

ഇങ്ങനെ ശേഖരിക്കപ്പെടുന്ന ശക്തിയാണ്. അങ്ങനെ ക്രാങ്ക്ഷാഫ്റ്റിന്റെ സുഗമമായ പ്രവർത്തനം ഫ്ളൈവീലിന്റെ മൊമന്റം മൂലം സാധിക്കുന്നു. സ്റ്റാർട്ടർമോട്ടോറിലെ പിനിയൻ ഫ്ളൈവീലിലെ റിങ് ഗിയറിനെ തിരിക്കുന്നു.

വാൽവുകൾ

കൃത്യസമയത്ത് സിലിണ്ടറിനകത്തേക്ക് ഇന്ധനം കടത്തിവിടുക, ഉടനെ അടഞ്ഞ് കംപ്രഷനു വേണ്ടി സിലിണ്ടർ എയർടൈറ്റാക്കുക, കത്തിയ ഇന്ധനത്തിന്റെ അവശിഷ്ടം പുറത്തേക്കു തുറന്നു വിടുക - ഇത്രയുമാണ് വാൽവുകളുടെ ജോലി.

ഓരോ സിലിണ്ടറിനും ഓരോ ഇൻലറ്റ് വാൽവും എക്സ്ഹോസ്റ്റ് വാൽവും ഉണ്ടായിരിക്കും. ഇൻലറ്റ് വാൽവ് പെട്രോൾ വായുമിശ്രത്തെ

ഉള്ളിലേക്ക് കടത്തിവിടുന്നു. ആ ഇന്ധനം കത്തിക്കഴിഞ്ഞാലുണ്ടാവുന്ന പുകയെ എക്സ്ഹോസ്റ്റ് വാൽവ് പുറത്തു വിടുന്നു.

ഓവർഹെഡ് വാൽവ് എന്നും സൈഡ് വാൽവ് എന്നും രണ്ടു രീതികളുണ്ട്. സൈഡ് വാൽവിന്റെ പ്രവർത്തനം ലളിതമാണ്. പക്ഷേ ഓവർഹെഡ് വാൽവ് പോലെ ഇത് കാര്യക്ഷമമല്ല.

ഓവർഹെഡ് വാൽവ്

വാൽവ് സ്റ്റെമ്മിനും ടാപ്പറ്റിനും ഇടയ്ക്ക് ചെറിയ വിടവുണ്ട്. ഇതിനെ ടേപ്പറ്റ് ക്ലിയറൻസ് എന്നും പറയും. എൻജിൻ ചൂടാവുമ്പോൾ വാൽവ് വികസിക്കുന്നു. വാൽവിന്റെ ഈ വികാസത്തിനുള്ള ഇടം ഈ ക്ലിയറൻസ് നൽകുന്നു. ടേപ്പറ്റ് ക്ലിയറൻസ് എത്രയുണ്ടായിരിക്കണമെന്ന കാര്യം വാഹനത്തിന്റെ നിർമാതാക്കൾ നിർദേശിച്ചിരിക്കും. ഇവരുടെ നിബന്ധന അനുസരിച്ചുള്ള ക്ലിയറൻസ് എപ്പോഴും ഉണ്ടായിരിക്കണം. കൂടുതൽ ക്ലിയറൻസ് ആയാൽ ടേപ്പറ്റടിച്ച് ശബ്ദമുണ്ടാവാൻ ഇടയാവുന്നു. റോക്കർ ആമിനും വാൽവ് സ്റ്റെമ്മിനും ഇടയ്ക്കുള്ള ടേപ്പറ്റ് ക്ലിയറൻസ് ഒരു സ്ക്രൂ തിരിച്ച് ക്രമീകരിക്കാവുന്നതാണ്.

വാൽവ് ടൈമിങ്

എൻജിന്റെ വാൽവുകൾ കൃത്യസമയത്ത് അടയുകയും തുറക്കുകയും വേണം. വാൽവുകൾ കൃത്യസമയത്ത് അടയുകയും തുറക്കുകയും ചെയ്യുന്ന പ്രത്യേക ക്രമീകരണത്തെ വാൽവ് ടൈമിങ് എന്നു പറയും. ഓരോ എൻജിന്റെ നിർമാതാവും വാൽവ് ടൈമിങ്ങിനെ സംബന്ധിച്ചുള്ള വിശദാംശം നൽകിയിരിക്കും. അതിന് അനുസൃതമായി രണ്ടു വാൽവുകളും ക്രമീകരിക്കേണ്ടതാണ്. എങ്കിൽ മാത്രമേ ഏറ്റവും കാര്യക്ഷമമായി എൻജിൻ പ്രവർത്തിക്കുകയുള്ളൂ.

ക്രാങ്ക്ഷാഫ്റ്റ്, വാട്ടർപമ്പ്, ഡൈനാമോ, കേംഷാഫ്റ്റ് എന്നിവയെ എല്ലാം തിരിക്കുന്നത് ടൈമിങ് ഗിയർ ചെയിനാണ്. 40,000 മുതൽ 50,000 കിലോമീറ്റർ വരെ വണ്ടി ഓടിക്കഴിഞ്ഞാൽ ടൈമിങ് ചെയിന് തേയ്മാനം വന്ന് ഉപയോഗശൂന്യമാവും. തേയ്മാനം മൂലം കണ്ണികൾ വലിയും. കണ്ണികൾ തമ്മിലുള്ള അകലം സ്പ്രോക്കറ്റ് വീലിലെ പല്ലുകളെക്കാൾ അകലത്തിലാവുന്നു. ചെയിൻ മാറ്റുക മാത്രമാണ് ഈ അവസ്ഥയിൽ ഏക പോംവഴി.

എൻജിനിലെ ഫയറിങ് സ്ട്രോക്കിന്റെ അനുക്രമത്തെ ഫയറിങ് ഓർഡർ എന്നു പറയും. നാല് സിലിണ്ടറുള്ള ഒരു എൻജിന്റെ ഫയറിങ് ഓർഡർ 1-2-4-3 എന്നീ ക്രമത്തിലാണ്. റേഡിയേറ്ററിനു തൊട്ടടുത്തുള്ളതിനെ ഒന്നാമത്തെ സിലിണ്ടറായി കണക്കാക്കിയിരിക്കുന്നു. അടുത്തത് രണ്ടാമത്തേത് എന്നീ ക്രമത്തിൽ.

കാർബറേറ്റർ

സിലിണ്ടറിനകത്ത് കത്തുന്നതിനുവേണ്ട പെട്രോൾ വായുമിശ്രം തയ്യാ

റാക്കി സിലിണ്ടറിൽ എത്തിക്കുന്നത് കാർബറേറ്ററാണ്. എൻജിൻ വ്യത്യസ്ത വേഗതയിലാണ് പ്രവർത്തിക്കേണ്ടിവരിക. എൻജിൻ ഐഡലിങ്, ഗിയറുകൾ മാറിവരുമ്പോഴുള്ള പ്രവർത്തനം, ഭാരം വലിക്കുമ്പോഴും ഭാരം കുറയുമ്പോഴുമുള്ള പ്രവർത്തനം എന്നിങ്ങനെ. ഈ അവസ്ഥകളിലെല്ലാം അനുയോജ്യമായ വിധത്തിൽ 1:15 നും 1:16 നും ഇടയിലുള്ള അനുപാതത്തിൽ പെട്രോൾ വായുമിശ്രം കാർബറേറ്റർ നൽകുന്നു.

കാർബറേറ്ററിന്റെ പ്രവർത്തനം

സക്ഷൻ സ്ട്രോക്കിൽ പുറത്തുള്ള വായുവിനെ കാർബറേറ്ററിന്റെ ഇൻലറ്റ് പൈപ്പുവഴി വലിച്ചെടുക്കുന്നു. ഈ പൈപ്പിന്റെ ഇടുങ്ങിയ ഭാഗത്ത് എത്തുമ്പോൾ - ഇതിനെ വെൻച്യൂറി എന്നു പറയും - വായുവിന്റെ വേഗത വർധിക്കുന്നു. ഇടുങ്ങിയ ഈ കവാടത്തിലാണ് ഫ്ളോട്ട് ചേമ്പറിൽ നിന്നുള്ള പെട്രോൾ കുഴൽ സ്ഥിതിചെയ്യുന്നത്. വെൻച്യുറിയിലൂടെയുള്ള ശക്തമായ വായുപ്രവാഹം മൂലം പെട്രോൾ വലിച്ചെടുക്കപ്പെടുന്നു. ഇങ്ങനെ വലിച്ചെടുക്കപ്പെടുന്ന പെട്രോൾ കണികകൾ വായുവുമായി യോജിച്ച് പെട്രോൾ വായുമിശ്രിതം ഉണ്ടാവുന്നു.

എൻജിന്റെ സാധാരണ പ്രവർത്തനത്തിന് പെട്രോളും വായുവും 1:15 മുതൽ 1:16 വരെയുള്ള അനുപാതത്തിലാണ് കലർന്നിരിക്കേണ്ടത്. അതായത് ഒരു ഭാഗം പെട്രോളിൽ 15 മുതൽ 16 ഇരട്ടി വായു. എന്നാൽ എൻജിൻ വളരെ തണുത്തിരിക്കുന്ന അവസ്ഥയിൽ - ഉദാഹരണത്തിന് തണുപ്പുകാലങ്ങളിൽ അതിരാവിലെ - സ്റ്റാർട്ടാക്കാൻ ഈ അനുപാതം മതിയാവില്ല. ഒരു ഭാഗം പെട്രോളിൽ നാലോ അഞ്ചോ ഭാഗം വായുവേ കലരാൻ പാടുള്ളൂ. അതായത് മിശ്രിതത്തിൽ പെട്രോളിന്റെ അളവ് വളരെ കൂടുതലായിരിക്കണം. ഇതിന് ചോക്ക് ഉപയോഗിക്കുന്നു. മെയിൻ ജെറ്റിനു മുമ്പിലുള്ള വായുകുഴലിലാണ് ചോക്ക് വാൽവ്. തണുത്ത എൻജിൻ സ്റ്റാർട്ടാക്കേണ്ടിവരുമ്പോൾ ഈ വാൽവ് വലിച്ചു അടയ്ക്കുന്നു. ഇതുമൂലം വായുവിന്റെ പ്രവാഹം കുറയുന്നു. മിശ്രിതത്തിൽ പെട്രോൾ കൂടുന്നു. എൻജിൻ സ്റ്റാർട്ടാക്കിയ ശേഷവും ചോക്ക് വലിച്ചുവച്ചാൽ അനാവശ്യമായി പെട്രോൾ എൻജിനിലേക്ക് കവിഞ്ഞൊഴുകുന്നു. ഇത് എൻജിന്റെ പ്രവർത്തനത്തെ ബാധിക്കും. കൂടാതെ പെട്രോളിന്റെ അമിത പ്രവാഹം സിലിണ്ടർ ഭിത്തികളിലുള്ള ഓയിൽ പാളിയെ കഴുകിമാറ്റുകയും ലൂബ്രിക്കേഷൻ ഇല്ലാതാവുകയും ചെയ്യുന്നു. ഇത് എൻജിന് ഹാനികരമാണ്.

30. ടാങ്കിൽ നിന്ന് പെട്രോൾ കാർബറേറ്ററിലേക്ക്

പല രീതിയിൽ ടാങ്കിൽനിന്ന് പെട്രോൾ കാർബറേറ്ററിൽ എത്തിക്കാം. ഏറ്റവും ലളിതമായ രീതി ടാങ്ക് കാർബറേറ്ററിനേക്കാൾ ഉയർന്ന ഒരിടത്ത്

വയ്ക്കുകയാണ്. പെട്രോൾ താനെ ഒഴുകി കാർബറേറ്ററിൽ എത്തുന്നു. ആദ്യകാല മോട്ടോർകാറുകളിൽ ഈ രീതിയായിരുന്നു അവലംബിച്ചിരുന്നത്. മോട്ടോർ കാറുകൾ പരിഷ്കരിക്കാൻ തുടങ്ങിയതോടെ സ്ഥലം മിനക്കെടുത്തുന്നതും ഭംഗിക്കുറവുണ്ടാക്കുന്നതും തീപിടിത്തത്തിന് ഇടം നൽകുന്നതുമായ ഈ മാർഗം ഉപേക്ഷിക്കപ്പെട്ടു. എൻജിന്റെ സമീപത്ത് ഉയർത്തിവച്ചിരുന്ന പെട്രോൾ ടാങ്ക് ഒഴിഞ്ഞകോണിലേക്ക്, കാർബറേറ്ററിനേക്കാൾ താഴ്ന്ന ഒരിടത്തേക്ക് മാറ്റപ്പെട്ടു. പക്ഷേ ഇങ്ങനെ വന്നപ്പോൾ പെട്രോൾ, ടാങ്കിൽനിന്ന് താനെ ഒഴുകി കാർബറേറ്ററിൽ എത്തുകയില്ല. അവിടെ നിന്ന് പെട്രോൾ പമ്പുചെയ്ത് എത്തിക്കേണ്ടിവന്നു. അതിനാണ് ഫ്യൂൽപമ്പ് എന്ന സജ്ജീകരണം.

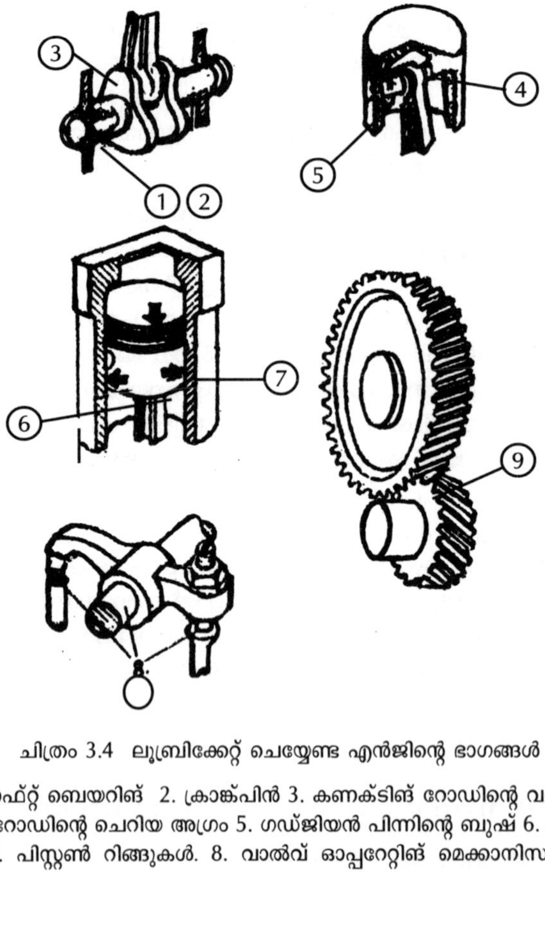

ചിത്രം 3.4 ലൂബ്രിക്കേറ്റ് ചെയ്യേണ്ട എൻജിന്റെ ഭാഗങ്ങൾ

1. ക്രാങ്ക് ഷാഫ്റ്റ് ബെയറിങ് 2. ക്രാങ്ക്പിൻ 3. കണക്ടിങ് റോഡിന്റെ വലിയ അഗ്രം 4. കണക്ടിങ് റോഡിന്റെ ചെറിയ അഗ്രം 5. ഗഡ്ജിയൻ പിന്നിന്റെ ബുഷ് 6. സിലിണ്ടറിന്റെ ഉൾഭിത്തി. 7. പിസ്റ്റൺ റിങ്ങുകൾ. 8. വാൽവ് ഓപ്പറേറ്റിങ് മെക്കാനിസം 9. ടൈമിങ് ഗിയറുകൾ

പെട്രോളിലെ മാലിന്യങ്ങളെയും പൊടിയേയും അരിക്കുന്നതിന് സംവിധാനമുണ്ട്. പെട്രോൾ ഫിൽറ്റർ. മാലിന്യങ്ങൾ വന്നടിയുന്നതിനുള്ള ഒരു പാത്രവും ചെമ്പുകൊണ്ടോ പിത്തളകൊണ്ടോ ഉള്ള ഒരു അരിപ്പയു മാണ് ഫിൽറ്ററിന്റെ പ്രധാന ഭാഗങ്ങൾ. ഫ്യൂൽപമ്പിനും പെട്രോൾ ടാങ്കിനും ഇടയിലായി ഫ്യൂൽ പൈപ്പിൽ ഇത് ഘടിപ്പിച്ചിരിക്കുന്നു. ടാങ്കിൽ നിന്നു വരുന്ന പെട്രോൾ ആദ്യം മാലിന്യങ്ങൾ അടിയുന്നതിനുള്ള ഈ ഫിൽറ്ററിൽ വന്നു വീഴുന്നു. അങ്ങനെ പെട്രോൾ അരിക്കപ്പെടുന്നു. ശുദ്ധിചെയ്ത പെട്രോൾ ഇവിടെ നിന്ന് പമ്പിലെത്തുന്നു. ഫിൽറ്ററിലെ അരിപ്പയും സ്പ്രിങ്ങും പാത്രവും ഒരു സ്ക്രൂ അയച്ച് പുറത്തെടുത്ത് വൃത്തിയാക്കാവു ന്നതാണ്. ഓരോ പതിനായിരം കിലോമീറ്റർ വണ്ടി ഓടുമ്പോഴും ഫിൽറ്റർ അഴിച്ച് ബ്രഷ് ഉപയോഗിച്ച് പെട്രോളിൽ കഴുകി വൃത്തിയാക്കണം.

പെട്രോൾ പമ്പ്

പെട്രോൾ പമ്പുകൾ രണ്ട് തരത്തിലുണ്ട്. ഒന്ന് മെക്കാനിക്കലായി എൻജിൻ തിരിയുമ്പോൾ മാത്രം പ്രവർത്തിക്കുന്നത്. ഇതിനെ മെക്കാനി ക്കൽ പമ്പ് എന്നു പറയും. വൈദ്യുതി കൊണ്ട് പ്രവർത്തിക്കുന്നതിനെ ഇലക്ട്രിക്കൽ പെട്രോൾ പമ്പ് എന്നു പറയുന്നു. ഈ രണ്ടുതരം പമ്പു കളും അവയുടെ ആദ്യകാല നിർമാതാക്കൾ നൽകിയ പേരിലാണ് അറി യപ്പെടുന്നത്. എ.സി. മെക്കാനിക്കൽ പമ്പ് എന്നും എസ്.യു. ഇലക്ട്രിക് പമ്പ് എന്നും.

31. ലൂബ്രിക്കേഷൻ സിസ്റ്റം

രണ്ട് വസ്തുക്കൾ തമ്മിലുരഞ്ഞാൽ ചൂടുണ്ടാകും. നമ്മുടെ കൈവെ ള്ളകൾ തമ്മിൽ അമർത്തി ഉരസിയാൽ പോലും ചൂടുണ്ടാകുമല്ലോ. കാഠി ന്യമുള്ള വസ്തുക്കൾ തമ്മിൽ ബലത്തിൽ അമർന്ന് ഉരസിയാൽ വളരെ അധികം ചൂട് ഉണ്ടാവുന്നു. ഒരു മോട്ടോർ കാർ എൻജിനിൽ ഇപ്രകാരം അമർന്ന് ഉരയുന്ന ഒട്ടേറെ ഘടകങ്ങളുണ്ട്. ഈ ലോഹ ഘടകങ്ങൾ തമ്മിൽ നേരിട്ട് ഉരയുവാൻ അനുവദിച്ചാൽ അവയ്ക്ക് സാരമായ തേയ്മാ നവും കേടുപാടുകളും സംഭവിക്കുന്നു. അതുകൊണ്ട് ലോഹഭാഗങ്ങൾ തമ്മിൽ ഉരയുന്നിടത്തെല്ലാം ഉയർന്ന മർദത്തിൽ എണ്ണ ഒഴുക്കിക്കൊണ്ടിരി ക്കണം. ഇതിനാണ് ലൂബ്രിക്കേഷൻ എന്നു പറയുന്നത്.

എൻജിന്റെ അടിവശത്തുള്ള ഒരു തളികയിലാണ് (ഓയിൽ സമ്പ്) ലൂബ്രിക്കേഷന് വേണ്ട ഓയിൽ. ഇവിടെ നിന്ന് ഗിയർ പമ്പ് ഉപയോഗിച്ച് ആവശ്യമായ മർദത്തിൽ എൻജിന്റെ ഉരയുന്ന ഭാഗങ്ങളിലേക്ക് ഓയിൽ വിതരണം ചെയ്യപ്പെടുന്നു. ഓയിൽപമ്പിന്റെ ഏറ്റവും ആഴമുള്ള ഒരു ഭാഗത്ത് സാധാരണയായി ഫ്ളൈവീലിനു തൊട്ടു പുറകിലായി ഓയിലിൽ മുങ്ങിക്കിടക്കും വിധമാണ് പമ്പ് സ്ഥാപിച്ചിരിക്കുന്നത്. ക്യാം ഷാഫ്റ്റിലെ

ഗിയറുകളാണ് പമ്പിനെ പ്രവർത്തിപ്പിക്കുന്നത്. ഓയിൽ ഫിൽറ്ററിലൂടെ പമ്പ് ഓയിൽ വലിച്ചെടുത്ത് ഓയിൽ ഗാലറിയിൽ എത്തിക്കുന്നു. ഇവിടെ നിന്ന് ഓയിൽ ആവശ്യമായ ഇടങ്ങളിലെല്ലാം എത്തുന്നു. ഓയിൽ പ്രത്യേക കുഴലുകളിലൂടെയല്ല ഒഴുകുന്നത്. എൻജിൻ ഘടകങ്ങളിലുള്ള ദ്വാരങ്ങളിലൂടെയും ചാലുകളിലൂടെയുമാണ് വിതരണം ചെയ്യപ്പെടുന്നത്.

സിലിണ്ടർഭിത്തികളിൽ അധികം വരുന്ന ഓയിലിനെ പിസ്റ്റണുകളിലെ ഓയിൽനിയന്ത്രണ റിങ്ങുകൾ വടിച്ചെടുത്ത് ഓയിൽസമ്പിലേക്ക് തിരിച്ചുവിടുന്നു. എൻജിൻ പ്രവർത്തിക്കുമ്പോഴെല്ലാം ഈ ചംക്രമണം നടന്നുകൊണ്ടിരിക്കും. കാലക്രമത്തിൽ ഓയിൽ നേർത്ത് മോശമായിക്കൊണ്ടിരിക്കും എന്നതിനാൽ കാലാകാലങ്ങളിൽ ഓയിൽ മാറ്റേണ്ടതാണ്. സാധാരണയായി 5000 കിലോമീറ്റർ വണ്ടി ഓടിക്കഴിയുമ്പോൾ ഓയിൽ മാറ്റേണ്ടതാണ്.

ഓയിൽ പ്രഷർ

എൻജിൻ പ്രവർത്തിക്കുമ്പോൾ ഉണ്ടായിരിക്കേണ്ട ഓയിൽ പ്രഷറിന്റെ അളവ് എൻജിനുകളെ അനുസരിച്ച് വ്യത്യസ്തമാണ്. ഈ പ്രഷർ കാണിക്കുന്ന ഗേയ്ജ് ഡാഷ്ബോർഡിലുണ്ട്. നിശ്ചിത ഓയിൽ പ്രഷർ ഇല്ലാതെ എൻജിൻ പ്രവർത്തിക്കുന്നത് സാരമായ കേടുപാടുകൾക്ക് കാരണമാകും. അതുകൊണ്ട് ഓടിക്കുമ്പോൾ ഓയിൽ പ്രഷർ ശ്രദ്ധിക്കണം.

എൻജിൻ പ്രവർത്തിച്ചു തുടങ്ങിയതിനുശേഷം മാത്രമാണ് ഓയിൽ നിശ്ചിത പ്രഷറിൽ സംക്രമിക്കുന്നത്. എൻജിൻ സ്റ്റാർട്ടാക്കുന്ന ഉടനെ ലൂബ്രിക്കേഷൻ നടക്കുന്നില്ല. എൻജിൻ ഘടകങ്ങൾക്ക് തേയ്മാനം മുഖ്യമായും സംഭവിക്കുന്നത് ഈ സമയത്താണ്. രാവിലെ ആദ്യമായി വണ്ടി സ്റ്റാർട്ടാക്കുമ്പോൾ എൻജിൻ പൊടുന്നനെ റെയ്സ് ചെയ്യുന്നത് ഇങ്ങനെയുള്ള തേയ്മാനത്തെ വർധിപ്പിക്കുന്നു. അതുകൊണ്ട് വണ്ടി സ്റ്റാർട്ടാക്കിയ ശേഷം റെയിസാക്കാതെ കുറച്ചുനേരം പ്രവർത്തിപ്പിക്കാൻ അനുവദിക്കുക. അപ്പോൾ ഓയിൽ എല്ലായിടങ്ങളിലും എത്തുന്നു.

ഓയിൽ ലെവൽ

ഓയിൽസമ്പിൽ മുക്കിവച്ചിട്ടുള്ള ഡിപ്പ്സ്റ്റിക്ക് നോക്കിയാണ് എൻജിനിലെ ഓയിൽനില മനസ്സിലാക്കുന്നത്. എൻജിൻ സ്റ്റാർട്ടാക്കുന്നതിന് മുമ്പ് പരിശോധിച്ചാൽ മാത്രമേ യഥാർഥ ഓയിൽനില അറിയാൻ കഴിയൂ. ഡിപ്പ്സ്റ്റിക് എടുത്ത് വൃത്തിയുള്ള തുണികൊണ്ട് തുടച്ച് വീണ്ടും ദ്വാരത്തിൽ കടത്തിയശേഷം എടുത്തുനോക്കുക. ഡിപ്പ്സ്റ്റിക്കിൽ മൂന്ന് രേഖകളുണ്ട്- ഏറ്റവും കുറഞ്ഞ പക്ഷം വേണ്ടത്, ശരിയായ അളവിൽ വേണ്ടത്, കൂടിയാൽ ആകാവുന്നത്. ഏറ്റവും അടിയിലെ രേഖയ്ക്ക് താഴെയാണ് നില എങ്കിൽ ആവശ്യമായ ഓയിൽ ഒഴിച്ച് നില ക്രമപ്പെടുത്തേണ്ടതാണ്. പരമാവധി ആകാവുന്നനിലയിൽ അധികവും ആവരുത്.

32. കൂളിങ് സിസ്റ്റം

ഇന്ധനം കത്തുമ്പോൾ വളരെയധികം ചൂടുണ്ടാവുന്നുണ്ട്. പെട്രോളിൽ അടങ്ങിയിരിക്കുന്ന ഊർജത്തിന്റെ ചെറിയ ഒരു ഭാഗം മാത്രമേ വണ്ടി ഓടുന്നതിനുവേണ്ടി ഉപയോഗപ്പെടുത്താൻ പെട്രോൾ എൻജിനു കഴിയുന്നുള്ളൂ. അതുകൊണ്ട് ജ്വലനം മൂലമുണ്ടാകുന്ന ഊർജത്തിന്റെ വലിയൊരു ഭാഗം ചൂടായി അവശേഷിക്കുന്നു. സിലിണ്ടർ ഭിത്തികളാണ് മുഖ്യമായും ഈ ചൂടിനെ വഹിക്കേണ്ടിവരുന്നത്. തണുത്ത വെള്ളമോ കാറ്റോ ഉപയോഗിച്ചാണ് ഈ ചൂടിനെ അകറ്റുന്നത്.

എയർ കൂളിങ്

എയർ കൂളിങ് (കാറ്റടിച്ചു തണുപ്പിക്കൽ) സാധാരണയായി മോട്ടോർ സൈക്കിൾ എൻജിനുകളിലാണ് ഉപയോഗിച്ചുവരുന്നത്. എയർ കൂളിങ് സിസ്റ്റമുള്ള വാഹനങ്ങളിൽ തണുപ്പിക്കേണ്ട ഭാഗത്ത് കൂടുതൽ കാറ്റ് ഏൽക്കുന്നതിനായി ഫിന്നുകൾ ഉണ്ടായിരിക്കും. ഫിന്നുകളിലൂടെ കടന്നുപോകുന്ന കാറ്റ് ചൂടിനെ വലിച്ചെടുക്കുന്നു. ഈ രീതി വളരെ ലളിതമാണ്. പക്ഷേ വലിയ എൻജിനുകളെ സംബന്ധിച്ചിടത്തോളം ഇത് കാര്യക്ഷമമല്ല. അതുകൊണ്ട് മോട്ടോർ കാറുകളിൽ ഈ രീതി വളരെ അപൂർവമായേ കാണാറുള്ളൂ. പുറകിൽ എൻജിനുള്ള വോൾസ്വാഗൻ കാറിൽ എയർ കൂളിങ് സിസ്റ്റമാണുള്ളത്. കൂടാതെ വെള്ളത്തിനു ക്ഷാമമുള്ള മരുഭൂമികളിൽ ഓടിക്കേണ്ട വാഹനങ്ങൾക്കും.

വാട്ടർ കൂളിങ്

സിലിണ്ടർ ബ്ലോക്കിലെയും ഹെഡ്ഡിലെയും അറകളിലൂടെ തണുത്ത വെള്ളം സർക്കുലേറ്റു ചെയ്യുകയാണ് വാട്ടർ കൂളിങ് സിസ്റ്റത്തിൽ ചെയ്യുന്നത്. ചൂടായ വെള്ളം തിരിച്ച് റേഡിയേറ്ററിൽ വരുന്നു. റേഡിയേറ്ററിൽ വന്നടിക്കുന്ന കാറ്റ് ഈ വെള്ളത്തെ വീണ്ടും തണുപ്പിക്കുന്നു. തണുത്തശേഷം വെള്ളം വീണ്ടും സർക്കുലേറ്റ് ചെയ്യപ്പെടുന്നു.

ചിത്രം 3.5 പമ്പ് വെള്ളം സർക്കുലേറ്റ് ചെയ്യുന്നു.

1. വാട്ടർ പമ്പ് 2. റേഡിയേറ്റർ 3. മാർജിൻ ബ്ലോക്ക്

വാട്ടർ കൂളിങ് രണ്ടു രീതിയിലുണ്ട്. വെള്ളം ചൂടാകുമ്പോൾ വികസിക്കുന്നു. ചൂടായ വെള്ളം ജലവിതാനത്തിനു മുകളിലെത്തുന്നു. ഈ തത്വത്തെ ആസ്പദമാക്കി പ്രവർത്തിക്കുന്നതാണ് ഒന്ന്. ഇതിനെ തെർമോസൈഫൺ കൂളിങ് എന്നു പറയും. പല അസൗകര്യങ്ങളുള്ളതിനാൽ ഈ രീതി ഇപ്പോഴത്തെ കാറുകളിൽ ഉപയോഗിക്കുന്നില്ല. റേഡിയേറ്ററിലെ വെള്ളം ഒരു പമ്പുകൊണ്ട് സർക്കുലേറ്റ് ചെയ്യുന്ന രീതിയാണ് മിക്ക കാറുകളിലും ഉള്ളത്.

കാർ വേഗത്തിൽ ഓടുമ്പോൾ വന്നടിക്കുന്ന കാറ്റ് റേഡിയേറ്ററിലെ വെള്ളത്തെ തണുപ്പിക്കാൻ പര്യാപ്തമാണ്. പക്ഷേ വണ്ടി വളരെ സാവധാനത്തിൽ ഓടുമ്പോൾ, പ്രത്യേകിച്ച്, കുത്തനെയുള്ള കയറ്റം കയറുമ്പോഴും മറ്റും വേണ്ടത്ര കാറ്റു ലഭിക്കുകയില്ല. എല്ലാ അവസ്ഥയിലും ആവശ്യമായ കൂളിങ് ഉറപ്പുവരുത്തുന്നതിന് റേഡിയേറ്ററിനു പുറകിൽ ഒരു ഫാൻ ഘടിപ്പിച്ചിട്ടുണ്ട്. ഈ ഫാൻ ഒരു V-ബെൽറ്റുകൊണ്ട് എൻജിനുമായി ബന്ധിപ്പിച്ചിരിക്കുന്നു. റേഡിയേറ്ററിൽനിന്ന് സർക്കുലേറ്റ് ചെയ്യപ്പെടുന്ന വെള്ളം കൂടുതലായി തണുത്തുപോകുമ്പോൾ വെള്ളത്തിന്റെ സർക്കുലേഷൻ നിയന്ത്രിക്കുന്നതിനുള്ള സംവിധാനവുമുണ്ട്.

റേഡിയേറ്ററിലെ വെള്ളം കുറഞ്ഞുപോവുക, റേഡിയേറ്ററിൽ ചളി അടിയുക, ഫാൻബെൽറ്റ് തെന്നിപ്പോവുക, കാർബറേറ്റർ, ഇഗ്നീഷൻ വാൽവുകൾ ആദിയായവ തെറ്റായ ക്രമീകരണത്തിൽ പ്രവർത്തിക്കുക തുടങ്ങിയ അവസ്ഥകളിൽ റേഡിയേറ്ററിലെ വെള്ളം തിളയ്ക്കാൻ ഇടയാവും. തിളച്ച് റേഡിയേറ്ററിലെ വെള്ളം കുറഞ്ഞുകണ്ടാൽ തണുത്ത വെള്ളം പൊടുന്നനെ ഒഴിക്കരുത്. പെട്ടെന്നുണ്ടാകുന്ന തണുക്കൽ എൻജിനിൽ വിള്ളലുകൾ ഉണ്ടാക്കാം. അതുകൊണ്ട് എൻജിൻ സ്വയം തണുക്കാൻ കുറച്ചുസമയം അനുവദിച്ചശേഷം മാത്രമേ വെള്ളം ഒഴിക്കാവൂ.

എല്ലായ്പ്പോഴും രാവിലെ ആദ്യമായി വണ്ടി എടുക്കാൻ തുടങ്ങുന്നതിനു മുമ്പ് റേഡിയേറ്ററിൽ നിറയെ വെള്ളമുണ്ടോ എന്ന് പരിശോധിക്കണം. റേഡിയേറ്ററിൽ വെള്ളമില്ലാതെ വണ്ടി ഓടിച്ചാൽ എൻജിന് സാരമായ തകരാറുകൾവരാൻ ഇടയുണ്ട്.

പുതിയ ഇനം കാറുകളിൽ വെള്ളത്തിനുപകരം പ്രത്യേക കൂളന്റാണ് ഉപയോഗിക്കുന്നത്. ഇതിന്റെ തിളനില വെള്ളത്തേക്കാൾ അധികമാകയാൽ ഇതിലെ കൂളന്റിന്റെ അളവ് വെള്ളംപോലെ കുറയുന്നില്ല.

33. ഇലക്ട്രിക്കൽ സിസ്റ്റം

മോട്ടോർ കാറിലെ വളരെ പ്രധാനപ്പെട്ട ഒരു സംവിധാനമാണ് ഇലക്ട്രിക്കൽ സിസ്റ്റം. ഇഗ്നീഷൻ, സെൽഫ് സ്റ്റാർട്ടിങ് എന്നിവയ്ക്കും ഹെഡ്ലൈറ്റ്, വൈപ്പറുകൾ തുടങ്ങിയവ പ്രവർത്തിപ്പിക്കുന്നതിനും കറന്റ് ആവശ്യ

മാണ്. എൻജിൻ പ്രവർത്തിക്കാൻ തുടങ്ങുന്നതിനുമുമ്പ് ആവശ്യമായി വരുന്ന വൈദ്യുതി ബാറ്ററിയിൽനിന്ന് ഉപയോഗപ്പെടുത്തുന്നു. ഇങ്ങനെ സ്റ്റാർട്ടാക്കുന്നതിനും മറ്റുമായി വൈദ്യുതി ഉപയോഗിക്കപ്പെടുമ്പോൾ ബാറ്ററി ഡിസ്ചാർജായിപ്പോകാൻ ഇടയുണ്ട്. അതുകൊണ്ട് എൻജിൻ പ്രവർത്തിച്ചു കഴിഞ്ഞാൽ ബാറ്ററിക്കു വീണ്ടും ചാർജാവുന്നതിനുള്ള വൈദ്യുതി തിരികെ നൽകണം. ഇതിനുള്ളതാണ് ജനറേറ്റർ. എൻജിൻ പ്രവർത്തിക്കുമ്പോൾ ജനറേറ്ററും കറങ്ങുന്നു.

ഇൻസുലേറ്റ് ചെയ്ത വയറുകളാണ് കാറിൽ വൈദ്യുതി വിതരണത്തിന് ഉപയോഗിക്കുന്നത്. വൈദ്യുതി വിതരണംചെയ്യാൻ സാധാരണയായി ഒരു ജോടി വയറുകളാണ് ആവശ്യം. എന്നാൽ മോട്ടോർ വാഹനങ്ങളിൽ ഇതിനായി ഒരു വയർ മാത്രമേ ഉപയോഗിക്കാറുള്ളൂ. മറ്റൊരു വയറിനു പകരം വാഹനത്തിന്റെ ലോഹനിർമിതമായ ബോഡിയെ ഉപയോഗപ്പെടുത്തുന്നു. ഈ സംവിധാനം മൂലം ഒട്ടേറെ വയർ ലാഭിക്കാൻ കഴിയുന്നു എന്നതിനു പുറമേ ഷോർട്ട് സർക്യൂട്ടുകൾ കുറയ്ക്കുന്നതിനും ഇലക്ട്രിക്കൽ സിസ്റ്റം ലളിതമാക്കുന്നതിനും സാധിക്കുന്നു.

മോട്ടോർ വാഹനത്തിലെ ഓരോ ഇലക്ട്രിക് ഉപകരണത്തിന്റെയും രണ്ട് ലീഡുകളിൽ ഒന്ന് വണ്ടിയുടെ ബോഡിയിൽ ഘടിപ്പിച്ചിരിക്കും. മറ്റൊരു ലീഡ് സ്വിച്ചിലും. മാരുതി തുടങ്ങിയ ആധുനിക കാറുകളിൽ ബാറ്ററിയുടെ നെഗറ്റീവ് ലീഡാണ് ബോഡിയിൽ എർത്ത് ചെയ്തിരിക്കുന്നത്. അംബാസിഡർ കാറിൽ പോസിറ്റീവ് ലീഡ് എർത്ത് ചെയ്തിരിക്കുന്നു.

ബാറ്ററി

സ്റ്റോറേജ് ബാറ്ററിയാണ് മോട്ടോർ കാറുകളിൽ ഉപയോഗിക്കുന്നത്. സൽഫ്യൂറിക് ആസിഡിൽ മുങ്ങിനിൽക്കുന്ന ലെഡ്പ്ലേറ്റുകളാണ് വൈദ്യുതിയെ ശേഖരിച്ചുവയ്ക്കുന്നത്. 12 വോൾട്ട് ബാറ്ററിക്ക് 6 അറകൾ ഉണ്ടായിരിക്കും. ഓരോ അറയിലും സെല്ലിന് രണ്ട് വോൾട്ട് ഉണ്ടായിരിക്കും. അറ എത്ര വലുതായാലും ഓരോ അറയിലെയും വോൾട്ടേജിന്റെ അളവു കൂട്ടാൻ കഴിയില്ല. അതുകൊണ്ടാണ് 12 വോൾട്ടിനുവേണ്ടി 6 അറകൾ വേണ്ടിവന്നത്. ഓരോ അറയിലെയും ലെഡ്പ്ലേറ്റുകളെ സീരീസായി ബന്ധിച്ചിരിക്കുന്നു.

ബാറ്ററിയിൽനിന്ന് വൈദ്യുതി എടുക്കുമ്പോൾ അതിനകത്ത് രാസപ്രവർത്തനം ഉണ്ടാവുകയും ക്രമേണ വോൾട്ടേജ് കുറയുകയും ചെയ്യുന്നു. ബാറ്ററി ഉപയോഗിക്കുന്നതിനെ തുടർന്ന് ജനറേറ്ററിൽനിന്ന് വൈദ്യുതി ബാറ്ററിയിൽ എത്തുന്നതുകൊണ്ട് ബാറ്ററി എപ്പോഴും ഫുൾചാർജിലായിരിക്കും. വണ്ടി ഓടുമ്പോൾ ബാറ്ററിയുടെ ചാർജിങ് ശരിയായി നടക്കുന്നില്ലെങ്കിൽ ബാറ്ററിയിലെ വൈദ്യുതി മുഴുവനായി നഷ്ടപ്പെടുന്നു. തുടർന്ന് ബാറ്ററി പുറത്തെടുത്ത് ചാർജ് ചെയ്യേണ്ടതായിവരുന്നു. ബാറ്ററിയുടെ ചാർജ് ആസിഡിന്റെ സാന്ദ്രത പരിശോധിച്ച് നിശ്ചയിക്കാം.

വളരെ ശ്രദ്ധിക്കേണ്ട ഒരു ഘടകമാണ് കാറിലെ സ്റ്റോറേജ് ബാറ്ററി. അശ്രദ്ധമൂലം ബാറ്ററി തീരെ നാശമായി പോയെന്നുവരാം.

ബാറ്ററിയുടെ മേൽഭാഗം എപ്പോഴും വൃത്തിയായിരിക്കണം. സർഫസ് കറണ്ട് ലീക്ക് ഇല്ലാതിരിക്കാൻ മേൽഭാഗം നനവില്ലാത്തതും ആയിരിക്കണം. ഫില്ലർ ക്യാപ്പുകളിൽ ഓയിലോ ഗ്രീസോ പൊടിയോ ബാറ്ററി ആസിഡോ ഉണ്ടാവരുത്. അതുപോലെ കേബിൾ കണക്ഷനുകൾ വൃത്തിയായിരിക്കണം.

മാസത്തിൽ ഒരിക്കലെങ്കിലും ആസിഡ് ലെവൽ പരിശോധിക്കണം. വേനൽക്കാലത്താണെങ്കിൽ ആഴ്ചയിൽ ഒരിക്കൽ പരിശോധിക്കുന്നതു നന്ന്. പുതിയ ഫ്രീഡം ബാറ്ററിയിൽ ആസിഡ് ലെവൽ ഇത്ര അടുത്ത കാലയളവുകളിൽ നോക്കേണ്ടതില്ല. നിശ്ചിത ലെവലിനു താഴെ ആണെങ്കിൽ ലെവൽ എത്തുംവരെ ഡിസ്റ്റിൽഡ് വാട്ടർ ഒഴിക്കുക. ലെവൽ നിലവിട്ട് കൂട്ടരുത്. വണ്ടി സർവീസ് ചെയ്യുമ്പോൾ താഴെ പറയുന്ന കാര്യങ്ങൾകൂടി ശ്രദ്ധിക്കുക. ബാറ്ററിയുടെ കേബിൾ കണക്ഷൻ അയഞ്ഞിട്ടുണ്ടെങ്കിൽ നല്ലതുപോലെ ഉറപ്പിക്കുക. ചിലപ്പോൾ കേബിൾ കണക്ഷൻ ദ്രവിച്ചുപോയിട്ടുണ്ടാകാം. എങ്കിൽ ടെർമിനലുകൾ വൃത്തിയാക്കിയശേഷം ക്ലിപ്പ് ചെയ്യണം. പുറമേ വാസ്ലൈനോ പെട്രോളിയം ജല്ലിയോ പുരട്ടുക.

ബാറ്ററി വണ്ടിയിൽ അയഞ്ഞിരിക്കാൻ അനുവദിക്കരുത്. ബാറ്ററിയുടെ ട്രേയും എപ്പോഴും വൃത്തിയായിരിക്കണം.

ഡൈനമോ

സാധാരണ വേഗതയിൽ വണ്ടി ഓടുമ്പോൾ കാറിലെ എല്ലാ ആവശ്യങ്ങൾക്കും വേണ്ട കറന്റ് ഡൈനമോ നൽകുന്നു. ഒരു കാന്തമണ്ഡലത്തിൽ കമ്പിച്ചുരുൾ ചലിപ്പിച്ചാൽ കമ്പിച്ചുരുളിൽ വൈദ്യുതി പ്രവഹിക്കുന്നു എന്ന ഇലക്ട്രോമാഗ്നറ്റിക് ഇന്റക്ഷൻ തത്വമാണ് ഡൈനമോയിൽ പ്രവർത്തിക്കു

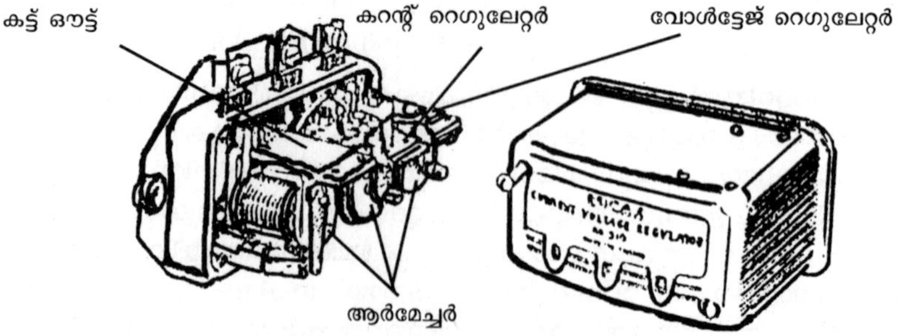

ചിത്രം 3.6 കട്ട് ഔട്ടും റെഗുലേറ്ററും

ന്നത്. ഡൈനമോയുടെ വിപരീതമായ പ്രവർത്തനതത്വമാണ് ഇലക്ട്രിക് മോട്ടോറിന്റേത്. അതായത് കാന്തമണ്ഡലത്തിലുള്ള കമ്പിച്ചുരുളിലൂടെ വൈദ്യുതി പ്രവഹിപ്പിച്ചാൽ, കറക്കുമുണ്ടാവുന്നു. ഡൈനമോയിലെ കമ്പിച്ചുരുൾ ഇരുമ്പുകാമ്പിൻമേലാണ് സജ്ജീകരിച്ചിരിക്കുന്നത്. ഇതിനെ ആർമേച്ചർ എന്നു പറയും. ആർമേച്ചർ കാന്തമണ്ഡലത്തിൽ കറങ്ങിക്കൊണ്ടിരിക്കും. ഇവ കാന്തിക ധ്രുവങ്ങളുടെ നടുക്കുള്ള ബലരേഖകളെ ബന്ധിക്കുമ്പോൾ ആർമേച്ചർ ചുരുളിൽ വൈദ്യുതിയുണ്ടാവുന്നു.

എൻജിനാണ് ഡൈനമോ കറക്കുന്നത്. എൻജിന്റെ കറക്കം എല്ലായ്പ്പോഴും ഒരുപോലെ ആയിരിക്കണമെന്നില്ല. കാറിന്റെ വേഗതയനുസരിച്ച് ഡൈനമോയുടെ കറക്കവും കൂടിയും കുറഞ്ഞും ഇരിക്കും. തൻമൂലം ജനറേറ്ററിൽനിന്ന് പ്രവഹിക്കുന്ന വൈദ്യുതിയുടെ വോൾട്ടേജും കറന്റും (ആംപിയർ) വ്യത്യാസപ്പെട്ടുകൊണ്ടിരിക്കും. ഇതിനു പുറമേ കാറിലെ വൈദ്യുതി ഉപകരണങ്ങൾ - വൈപ്പർ, ഹെഡ്‌ലാംപ് തുടങ്ങിയവ - പ്രവർത്തിക്കുമ്പോൾ ബാറ്ററിയിലെ ചാർജിന് വ്യതിയാനങ്ങൾ ഉണ്ടാവും. ഇതിന് അനുസൃതമായി ഡൈനമോയിലെ ലോഡ് വ്യത്യാസപ്പെട്ടുകൊണ്ടിരിക്കും. ഡൈനമോയിലെ ഇങ്ങനെയുള്ള മാറിക്കൊണ്ടിരിക്കുന്ന ലോഡുകളെ ക്രമീകരിക്കാൻ ഒരു വോൾട്ടേജ് റെഗുലേറ്റർ ഉണ്ട്.

ബാറ്ററിയുടെ വോൾട്ടേജിനെക്കാൾ കൂടിയ വോൾട്ടേജ് ഡൈനമോ ഉൽപ്പാദിപ്പിച്ചാൽ മാത്രമേ ചാർജ് ചെയ്യപ്പെടുകയുള്ളു. ഡൈനമോ ഉൽപ്പാദിപ്പിക്കുന്നത് ബാറ്ററിയെക്കാൾ കുറഞ്ഞ വോൾട്ടേജാണെങ്കിൽ ബാറ്ററിയിലെ കറണ്ട് ഡൈനാമോയിലേക്ക് പ്രവഹിക്കാനും ഈ കറണ്ടു മൂലം ഡൈനാമോ ഒരു മോട്ടോർ കണക്കെ തിരിയാനും ഇടയാവുന്നു. അതുകൊണ്ട് ബാറ്ററിയെക്കാൾ കുറഞ്ഞ കറണ്ട് ഡൈനമോ ഉൽപ്പാദിപ്പിക്കുമ്പോൾ ബാറ്ററിയും ഡൈനമോയും തമ്മിലുള്ള ബന്ധം വേർപെടുത്തണം. ഇതിനുള്ള സജ്ജീകരണമാണ് കട്ട്ഔട്ട്. ഡൈനമോയിലെ കറണ്ട് ബാറ്ററിയിലേക്ക് പ്രവഹിക്കാൻ മാത്രമേ കട്ട്ഔട്ട് അനുവദിക്കുകയുള്ളൂ.

സ്റ്റാർട്ടർ മോട്ടോർ

എൻജിൻ പ്രവർത്തനമാരംഭിക്കണമെങ്കിൽ പുറമേ നിന്ന് ഒരു ടോർക്ക് കൊടുക്കണം. മോട്ടോർ സൈക്കിളിലും സ്കൂട്ടറിലും കിക്സ്റ്റാർട്ടർ ചവിട്ടി ഈ ടോർക്കുണ്ടാക്കുന്നു. കാറിന്റെ എൻജിൻ ഒരു ലിവർ കൊണ്ട് തിരിച്ചോ ഗിയറിലാക്കി വണ്ടി തള്ളിയോ ഈ ടോർക്കുണ്ടാക്കാം. പക്ഷേ ഇതെല്ലാം അസൗകര്യമാണ്. ബാറ്ററിയിലെ കറന്റ് കൊണ്ട് പ്രവർത്തിക്കുന്ന ഒരു ഇലക്ട്രിക് മോട്ടോർ ഉപയോഗിച്ച് ഈ ടോർക്ക് സൗകര്യപ്രദമായി ഉണ്ടാക്കാം.

ക്രാങ്കിങ്ങിനായി എൻജിന് മിനിറ്റിൽ 75 മുതൽ 100 വരെ കറക്കം മതി. എന്നാൽ ഒരു മോട്ടോറിന്റെ തിരിച്ചിലിന്റെ എണ്ണത്തെ (ആർ.പി.എം.)

ചെറിയ പൽചക്രങ്ങൾ ഘടിപ്പിച്ച് കുറയ്ക്കുന്നു. ഈ പൽചക്രം എൻജിന്റെ ഫ്ളൈവീലിനെ കറക്കുന്നു. എന്നാൽ ഫ്ളൈവീലുമായുള്ള സ്റ്റാർട്ടിങ് മോട്ടോറിന്റെ ബന്ധം സ്ഥിരമായിക്കൂടാ. കാരണം എൻജിൻ സ്റ്റാർട്ടായിക്കഴിഞ്ഞാൽ ഫ്ളൈവീൽ വളരെ വേഗത്തിൽ കറങ്ങും. ഫ്ളൈവീലുമായി സ്റ്റാർട്ടർമോട്ടോർ മുട്ടിനിൽക്കുന്നു എങ്കിൽ അതോടൊപ്പം മോട്ടോറും ഏകദേശം അമ്പതിനായിരത്തിൽപരം ആർ.പി.എമ്മിൽ കറങ്ങാൻ തുടങ്ങും. ഇങ്ങനെ കറങ്ങാൻ അനുവദിച്ചാൽ സ്റ്റാർട്ടിങ് മോട്ടോർ ഉടനെ കേടാവുമെന്നതിൽ സംശയമില്ല. അതുകൊണ്ട് എൻജിൻ സ്റ്റാർട്ടായാൽ ഉടനെ സ്റ്റാർട്ടിങ് മോട്ടോറും എൻജിനുമായുള്ള ബന്ധം വേർപെടുത്തണം. ഇതിന് ബെൻഡിക്സ് പിനിയൻ എന്ന ഒരു സംവിധാനമാണുള്ളത്. സ്റ്റാർട്ടിങ് മോട്ടോറിനെക്കാൾ അധികം വേഗത എൻജിനായാൽ മോട്ടോറിനെ പിനിയൻ വേർപെടുത്തുന്നു.

സ്റ്റാർട്ടർ മോട്ടോറിന്റെ പിനിയൻ ചിലപ്പോൾ ഫ്ളൈവീൽ റിങ്ങിൽ കയറിപ്പിടിച്ച് വിടാതെ നിന്നെന്നു വരാം. സ്റ്റാർട്ടർമോട്ടോറിന്റെ അഗ്രത്തിലെ ചതുരാകൃതിയിലുള്ള ഒരു ഷാഫ്റ്റിനെ സ്പാനർ കൊണ്ടു തിരിച്ച് ഈ കുരുക്ക് വേർപെടുത്താം. അല്ലെങ്കിൽ ടോപ്പ്ഗിയറിലിട്ട് മുമ്പോട്ടും പുറകോട്ടും കാർ അനക്കുകയോ തള്ളുകയോ ചെയ്താൽ ഈ ബന്ധം വേർപെടുത്താം.

എൻജിൻ സ്റ്റാർട്ടാക്കുന്ന സമയത്ത് ഏകദേശം 450 ആംപിയർ കറണ്ടാണ് ബാറ്ററിയിൽനിന്ന് മോട്ടോറിലേക്ക് പ്രവഹിക്കുന്നത്. അതുകൊണ്ട് നല്ല കട്ടിയുള്ള വയർ കൊണ്ടുവേണം ബാറ്ററിയും മോട്ടോറുമായി കണക്റ്റ് ചെയ്യാൻ. ഇതിനുള്ള വയറിന് ഏകദേശം അര ഇഞ്ച് വ്യാസമുണ്ടാകും. വയറിന്റെ നീളം കഴിയുന്നത്ര കുറഞ്ഞിരിക്കുകയും വേണം. അതുകൊണ്ട് ബാറ്ററിയിൽനിന്ന് നേരിട്ടാണ് സ്റ്റാർട്ടിങ് മോട്ടോറിലേക്കുള്ള കണക്ഷൻ.

34. ഇഗ്നീഷൻ സിസ്റ്റം

എൻജിനിലേക്ക് വലിച്ചെടുക്കപ്പെടുന്ന ഫ്യൂൽ-വായു മിശ്രത്തെ ഉയർന്ന മർദത്തിനു വിധേയമാക്കുന്നതോടൊപ്പം സ്പാർക്ക് പ്ലഗ്ഗ് ഉയർന്ന വോൾട്ടേജിലുള്ള ഒരു സ്പാർക്ക് സൃഷ്ടിക്കണം. ഈ ഫയറിങ്ങിനുവേണ്ട കറന്റ് ബാറ്ററിയിൽ നിന്ന് എടുക്കുന്നു. സ്റ്റാർട്ട് ചെയ്തുകഴിഞ്ഞാൽ തുടർന്നുള്ള സ്പാർക്കിനുവേണ്ട കറന്റ് ഡൈനാമോ നൽകും. എൻജിൻ സ്റ്റാർട്ടാക്കി കഴിഞ്ഞിട്ടും സ്പാർക്കിങ്ങിനുവേണ്ട കറന്റ് ബാറ്ററിയിൽനിന്നു തന്നെ എടുത്തുകൊണ്ടിരുന്നാൽ ബാറ്ററി പെട്ടെന്ന് ഡിസ്ചാർജാവും. വണ്ടി ഓടാൻ തുടങ്ങിയാൽ ഡൈനമോയിൽനിന്ന് കറന്റ് ബാറ്ററിയിലേക്ക് പ്രവഹിക്കുകയാണ് വേണ്ടത്. അങ്ങനെ പ്രവഹിക്കാതിരുന്നാൽ ചുവപ്പ് ലൈറ്റ് പ്രകാശിക്കും.

ബാറ്ററിയിൽനിന്നോ ജനറേറ്ററിൽനിന്നോ ലഭിക്കുന്ന കറന്റ് 6 വോൾട്ടിലോ 12 വോൾട്ടിലോ ഉള്ളതായിരിക്കും. പെട്രോൾ-വായു മിശ്രത്തെ

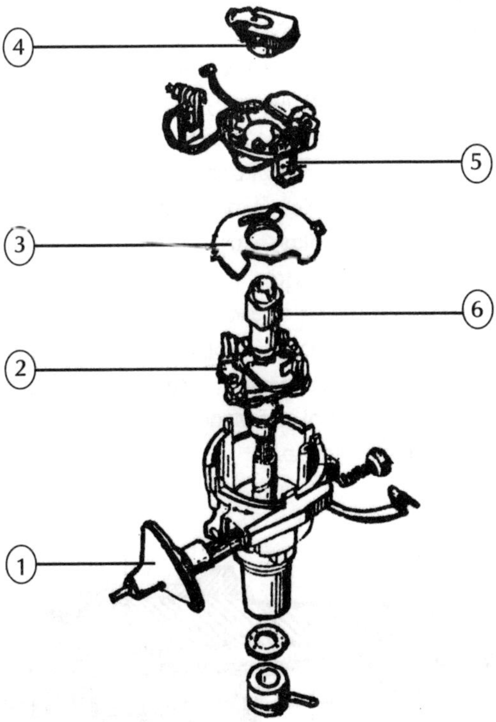

ചിത്രം 3.7 ഡിസ്ട്രിബ്യൂട്ടറിന്റെ ഘടകങ്ങൾ

1. വാക്വം ടൈമിങ് കൺട്രോൾ യൂണിറ്റ് 2. സെൻട്രിഫ്യൂഗൽ ടൈമിങ് കൺട്രോൾ വെയിറ്റുകൾ. 3. കോൺടാക്റ്റ് ബ്രേക്കർ ബേസ് പ്ലേറ്റ് 4. റോട്ടർ ആം 5. കോൺടാക്റ്റ് ബ്രേക്കർ മൂവിങ് പ്ലേറ്റ്, 6. ക്യാം.

ജ്വലിപ്പിക്കാൻ ഈ വോൾട്ടേജ് പോരാ. അതിന് ഉയർന്ന വോൾട്ടേജ് - സാധാരണയായി 7000 ത്തിനോട് അടുത്തുവേണം. ഇതിനുള്ളതാണ് ഇഗ്നീഷൻ കോയിൽ. കോയിൽ ഉയർന്ന വോൾട്ടേജ് സൃഷ്ടിക്കുന്നു. ബാറ്ററിയിൽ സാമാന്യം ഭേദപ്പെട്ട ചാർജുണ്ടെങ്കിലെ കാർ സ്റ്റാർട്ടാവുകയുള്ളൂ. ബാറ്ററി വീക്കാണെങ്കിൽ സ്റ്റാർട്ടിങ് ഗിയർ ഉപയോഗിച്ചോ രണ്ടാം ഗിയറിലാക്കി കാർ തള്ളിയോ സ്റ്റാർട്ടാക്കേണ്ടിവരും. ബാറ്ററിയിൽ തീരെ ചാർജില്ലെങ്കിൽ ഇങ്ങനെയും സ്റ്റാർട്ടാക്കാൻ കഴിയില്ല. ഫ്യൂൽ ഇൻജക്ഷൻ സംവിധാനമുള്ള പുതിയ ഇനം കാറുകൾ ഗിയറിലാക്കി തള്ളി സ്റ്റാർട്ട് ചെയ്യാൻ കഴിയുകയില്ലെന്നു മാത്രമല്ല അങ്ങനെ ചെയ്യുന്നത് കാറിന് കാര്യമായ ദോഷം വരുത്തുകയും ചെയ്യും.

ഇഗ്നീഷന്റെ നിമിഷത്തിൽ മാത്രമേ സ്പാർക്ക് പ്ലഗ്ഗിൽ കറന്റ് എത്തേണ്ടതുള്ളൂ. നാല് സിലിണ്ടറുകളിലും നാല് സമയത്തായിരിക്കും ഇഗ്നീഷൻ നടക്കുന്നത്. ആ സമയത്തുമാത്രം സ്പാർക്ക് പ്ലഗ്ഗിൽ ഇഗ്നീഷൻ കോയിലിൽ നിന്നുള്ള ഉന്നത വോൾട്ട് എത്തുംവിധം ഒരു സ്വിച്ച് നിയന്ത്രിക്കുന്നു. ഇതിനെ കോൺടാക്റ്റ് ബ്രേക്കർ എന്നു പറയും. കോൺടാക്റ്റ് ബ്രേക്കറിനെ നിയന്ത്രിക്കുന്നത് എൻജിനോടൊപ്പം തിരിയുന്ന ഒരു ദണ്ഡിലെ നാലു ക്യാമുകൾ ആണ്. ദണ്ഡ് തിരിയുമ്പോൾ ഓരോ ക്യാമും കോൺടാക്റ്റിങ് പോയിന്റിൽ വിടവുണ്ടാക്കുകയും ഒരു നിമിഷത്തേക്ക് ഇഗ്നീഷൻ കോയിലുമായുള്ള സർക്യൂട്ട് മുറിയുകയും ചെയ്യുന്നു. പ്ലഗ്ഗിന്റെ അറ്റം കരി നിറഞ്ഞതാണെങ്കിൽ താഴെപ്പറയുന്ന ഏതെങ്കിലും തകരാറുണ്ട് എന്നു അനുമാനിക്കാം. പെട്രോൾ വായു മിശ്രത്തിന്റെ അളവ് കൂടുതലാണ്. ഇലക്ട്രോഡിന്റെ അകലം കൂടുതലാണ്. കംപ്രഷൻ മോശമാണ്, പ്ലഗ്ഗ് കൂടുതൽ തണുത്തതാണ്, ഹൈടെൻഷൻ. വോൾട്ടേജ് കുറവാണ്. പ്ലഗ് ഇങ്ങനെ കണ്ടാൽ ഉടനെ തകരാറുകൾ മാറ്റേണ്ടതാണ്. തൽക്കാലം ഹോട്ടർ ആയ സ്പാർക് പ്ലഗ്ഗ് വാങ്ങി ഇടുക.

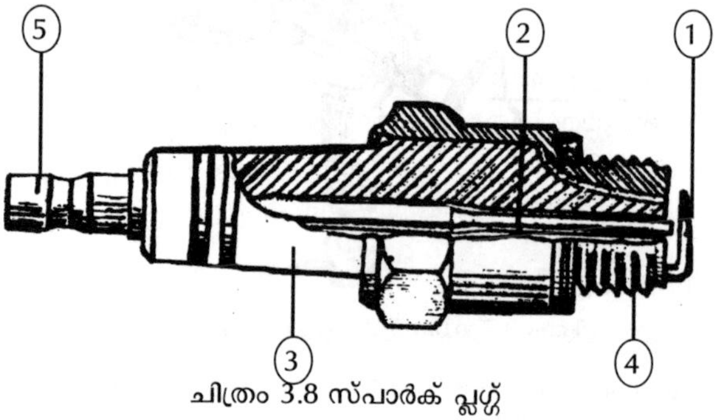

ചിത്രം 3.8 സ്പാർക് പ്ലഗ്ഗ്

1. ഗ്രൗണ്ട് ഇലക്ട്രോഡ് 2. സെന്റർ ഇലക്ട്രോഡ്
3. ഇൻസുലേറ്റർ 4. പ്ലഗ്ഗിന്റെ പിരി 5. ടെർമിനൽ

ഇൻസുലേറ്റർ അഗ്രത്തിൽ ഇരുമ്പ് തരികൾ, ഇൻസുലേറ്ററിന് കത്തിയ വെള്ളനിറം-ഇത്യാദി ലക്ഷണങ്ങൾ എൻജിൻ കൂടുതൽ ചൂടാവുന്നതിന്റെയും പെട്രോൾ വായുമിശ്രം മോശമാവുന്നതിന്റെയും ആണ്. വാൽവുകൾ ശരിയായി അടയാതെ വരുമ്പോഴും സ്പാർക് പ്ലഗ്ഗ് വേണ്ടത്ര മുറുകാതെ വരുമ്പോഴും ഇങ്ങനെ സംഭവിക്കാം.

എൻജിൻ ട്യൂൺ ചെയ്ത് ശരിയായ സ്പാർക് പ്ലഗ്ഗ് ഉപയോഗിച്ചാൽ പത്ത് ശതമാനം പെട്രോൾ ലാഭിക്കാൻ കഴിയും. ഒരു സ്പാർക് പ്ലഗ്ഗ് സാധാരണയായി 10,000 മുതൽ 15,000 കിലോമീറ്റർ ഓടാൻ ഉപയോഗിക്കാം. ഇടയ്ക്ക് പ്ലഗ്ഗിന്റെ വിടവ് പരിശോധിക്കണം. വിടവ് അധികമെന്നു കണ്ടാൽ

ഒരു ചെറിയ ചുറ്റികകൊണ്ട് മെല്ലെ തട്ടി ഇലക്ട്രോഡിന്റെ വിടവ് ക്രമീകരിക്കാം. കോൺടാക്റ്റ് ബ്രേക്കറിൽ ഒരു കണ്ടൻസർ ഉണ്ട്. ഉയർന്ന വോൾട്ടേജിലുള്ള സർക്യൂട്ട് മുറിയുമ്പോൾ ഉണ്ടാകുന്ന സ്പാർക് കുറക്കാനാണ് ഇത്.

ഉയർന്ന വോൾട്ടേജിലുള്ള കറന്റ് നാല് സ്പാർക് പ്ലഗ്ഗിലേക്കും ഡിസ്ട്രിബ്യൂട്ടർ വിതരണം ചെയ്യുന്നു. ബോണറ്റ് തുറക്കുമ്പോൾ ഡിസ്ട്രിബ്യൂട്ടറും അതിൽനിന്ന് സ്പാർക് പ്ലഗ്ഗുകളിലേക്കുള്ള കട്ടിയുള്ള നാല് വയറുകളും കാണാം. ഇഗ്നീഷന്റെ നിമിഷത്തിൽ മാത്രമേ സ്പാർക് പ്ലഗ്ഗിൽ കറന്റ് എത്തേണ്ടതുള്ളൂ. നാല് സിലിണ്ടറുകളിലും നാല് സമയത്തായിരിക്കും ഇഗ്നീഷൻ നടക്കുന്നത്. ആ സമയത്തുമാത്രം സ്പാർക് പ്ലഗ്ഗിൽ ഇഗ്നീഷൻ കോയിലിൽനിന്നുള്ള ഉന്നത വോൾട്ട് എത്തുംവിധം ഒരു സ്വിച്ച് നിയന്ത്രിക്കുന്നു. ഇതിനെ കോൺടാക്റ്റ് ബ്രേക്കർ എന്നു പറയും. കോൺടാക്റ്റ് ബ്രേക്കറിനെ നിയന്ത്രിക്കുന്നത് എൻജിനോടൊപ്പം തിരിയുന്ന ഒരു ദണ്ഡിലെ നാലു ക്യാമുകളാണ്. ദണ്ഡ് തിരിയുമ്പോൾ ഓരോ ക്യാമും കോൺട്രാക്റ്റിങ് പോയിന്റിൽ വിടവുണ്ടാക്കുകയും ഒരു നിമിഷത്തേക്ക് ഇഗ്നീഷൻ കോയിലുമായുള്ള സർക്യൂട്ട് മുറിയുകയും ചെയ്യുന്നു.

എൻജിന്റെ പ്രവർത്തനം സുഗമമാണോ എന്നറിയാൻ സ്പാർക് പ്ലഗ്ഗ് അഴിച്ചുനോക്കിയാൽ മതി. പ്ലഗ്ഗിന്റെ ഇൻസുലേറ്റർ അഗ്രം ഇളം മഞ്ഞ കലർന്ന തവിട്ടുനിറത്തിലോ തുരുമ്പിച്ച തവിട്ടുനിറത്തിലോ ആണെങ്കിൽ എൻജിന്റെ പ്രവർത്തനം തീർച്ചയായും കാര്യക്ഷമമത്രേ.

35. ഡീസൽ എൻജിൻ

ഫോർസ്ട്രോക് പെട്രോൾ എൻജിനിൽ എന്നതുപോലെ നാല് സ്ട്രോക്കുകൾ കൊണ്ടുതന്നെയാണ് ഫോർസ്ട്രോക് ഡീസൽ എൻജിനിലും പ്രവർത്തനത്തിന്റെ ഒരു ചക്രം പൂർത്തിയാവുന്നത്. പെട്രോൾ എൻജിനിലെ കാർബറേറ്ററും സ്പാർക് പ്ലഗ്ഗും ഇല്ലെന്നതാണ് ഡീസൽ എൻജിന്റെ പ്രധാന വ്യത്യാസം. ഡീസൽ എൻജിന്റെ ക്രാങ്ക്ഷാഫ്റ്റ്, കണക്റ്റിങ് റോഡ്, പിസ്റ്റൺ, വാൽവുകൾ തുറക്കാനുള്ള മെക്കാനിസം തുടങ്ങിയ ഏറെക്കുറെ പെട്രോൾ എൻജിനിലേതുപോലെ തന്നെയാണ്.

ഡീസൽ എൻജിനിൽ ഡീസലാണ് ഇന്ധനം. വായുവുമായി കലർന്നാൽ മാത്രമേ ഡീസൽ ഓയിൽ പൂർണമായി കത്തുകയുള്ളൂ. ഇതിനായി പിസ്റ്റൺ ക്രൗൺ പ്രത്യേക രീതിയിലാണ് ഡിസൈൻ ചെയ്തിരിക്കുന്നത്. ടിഡിസിയുടെ അന്ത്യത്തിൽ പിസ്റ്റൺ ക്രൗണിൽ ഡീസൽ ഓയിൽ നേരിട്ട് ഇൻജക്റ്റ് ചെയ്യപ്പെടുന്നു. ഇത് ചുഴറ്റുന്ന ഒരവസ്ഥ സംജാതമാക്കുകയും അതിന്റെ ഫലമായി ഡീസൽ വായുവുമായി നന്നായി കലരുകയും ചെയ്യുന്നു. അങ്ങനെ ഡീസൽ ഓയിൽ നന്നായി കത്താൻ ഇടയാക്കുന്നു.

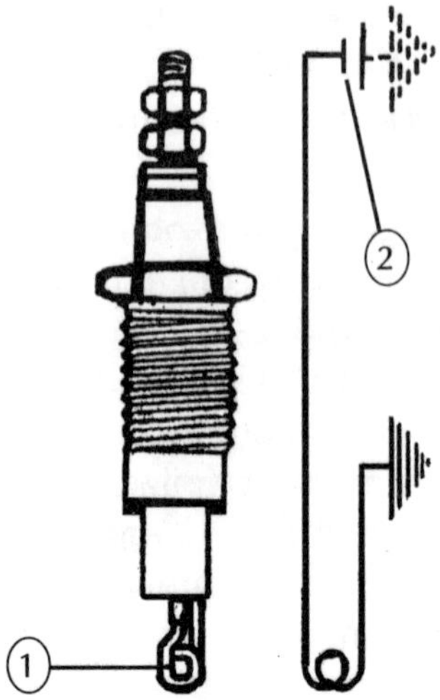

ചിത്രം 3. 9 ഡീസൽ എൻജിൻ ഹീറ്റർ പ്ലഗ്ഗ്
1. റസിസ്റ്റൻസ് വയർ 2. ബാറ്ററി

ഡീസൽ എൻജിനുകളിലുള്ള ഒരു പ്രത്യേക സംവിധാനമാണ് ഹീറ്റർ പ്ലഗ്ഗ്. കമ്പസ്റ്റ്യൻ ചേമ്പറിനകത്തുള്ള പ്ലഗ്ഗിലെ റെസിസ്റ്റൻസ് വയർ ബാറ്ററിയുമായി ബന്ധിപ്പിച്ചിരിക്കുന്നു. സ്വിച്ചിടുമ്പോൾ ഇത് ചൂടാവും. ഇതിന്റെ ഫലമായി കമ്പസ്റ്റ്യൻ ചേമ്പറും ചൂടാവുന്നു. ഡീസൽ എൻജിൻ സ്റ്റാർട്ടാക്കുന്നതിന് മുമ്പായി 30 സെക്കന്റ് സമയം ഹീറ്റർ പ്ലഗ്ഗിന്റെ സ്വിച്ച് അമർത്തണം. തുടർന്ന് എൻജിൻ സ്റ്റാർട്ടാക്കണം. ഇപ്പോൾ എൻജിൻ പ്രയാസമില്ലാതെ സ്റ്റാർട്ടാവുന്നു.

ഡീസൽഫ്യൂൽ ഫീഡ് സിസ്റ്റം

ഡീസൽ ടാങ്ക്, ഫീഡ് പമ്പ്, ഫിൽറ്റർ, ഇൻജക്ഷൻപമ്പ്, ഇൻജക്റ്റർ കണക്റ്റിങ് ലൈനുകൾ എന്നിവ ഉൾപ്പെട്ടതാണ് ഡീസൽഫ്യൂൽ ഫീഡ് സിസ്റ്റം. സിലിണ്ടറുകളിലേക്ക് യഥാസമയങ്ങളിൽ കൃത്യമായി ഡീസൽ ഓയിൽ ഇൻജക്റ്റ് ചെയ്യുന്നതിനാണ് ഫ്യൂൽ ഫീഡ്സിസ്റ്റം.

ടാങ്കിൽനിന്ന് ഫീഡ് പമ്പ് ആദ്യം ഡീസൽ വലിച്ചെടുക്കുന്നു. ഇൻജക്ഷൻ പമ്പിലേക്ക് ഒരു ഫിൽറ്റർ വഴിയാണ് ഇത് കടത്തിവിടുന്നത്. ഫിൽറ്റർ മാലിന്യങ്ങളെ അരിച്ചുമാറ്റുന്നു. ഊർജം അധികമായാൽ ഫിൽറ്ററിൽ നിന്ന് ഒരളവ് ഫ്യൂൽ തിരിച്ച് ടാങ്കിലേക്കു പോകും. ഇൻജക്ഷൻ പമ്പിലേക്ക് ഫ്യൂൽ എത്തുന്നത് ഫീഡ് പമ്പിൽനിന്നാണ്. ഇൻജക്റ്റർ സിലിണ്ടറിൽ ഫ്യൂൽ സ്പ്രേ ചെയ്യപ്പെടുന്നു. ഇൻജക്റ്റ് ചെയ്യപ്പെടാത്ത ഫ്യൂൽ തിരിച്ച് ടാങ്കിൽ തന്നെ എത്തുന്നു.

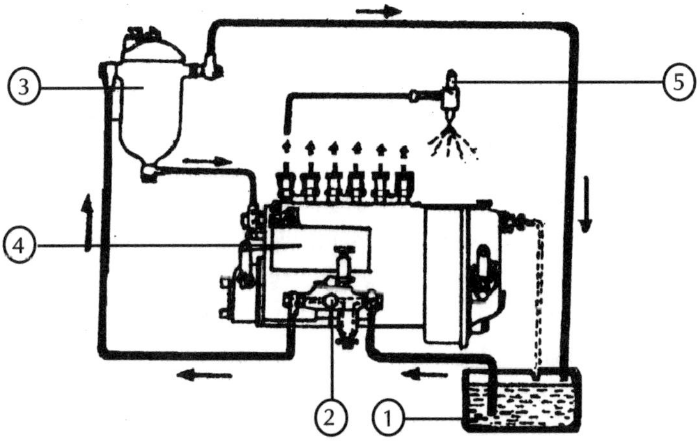

ചിത്രം 3.10 ഡീസൽ ഫ്യൂൽ ഫീഡ് സിസ്റ്റം

1. ടാങ്ക് 2. ഫീഡ് പമ്പ് 3. ഫിൽറ്റർ 4. ഇൻജക്ഷൻ പമ്പ് 5. ഇൻജക്റ്റർ

എൻജിനിൽ എത്ര സിലിണ്ടറുകളുണ്ടോ അത്രയും പമ്പുകൾ ഉണ്ടായിരിക്കും. പ്ലഞ്ചർ രീതിയിലുള്ള ഈ പമ്പുകളെ പ്രവർത്തിപ്പിക്കുന്നത് ക്യാംഷാഫ്റ്റാണ്.

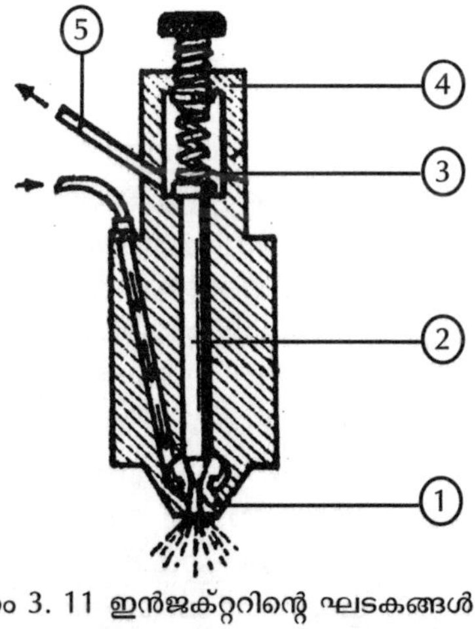

ചിത്രം 3. 11 ഇൻജക്റ്ററിന്റെ ഘടകങ്ങൾ

1. നോസിൽ 2. നോസിൽ വാൽവ് 3. സ്പ്രിങ് 4. ബോഡി 5. ലീക് ഓഫ് പൈപ്പ്

ഓരോ സിലിണ്ടറിലേക്കും കൃത്യമായ സമയത്തായിരിക്കണം ഫ്യൂൽ ഇൻജക്റ്റ് ചെയ്യപ്പെടേണ്ടത്. എൻജിന്റെ സുഗമമായ പ്രവർത്തനത്തിൽ ഇത് വളരെ പ്രാധാന്യമർഹിക്കുന്നു.

വിവിധ തരത്തിലുള്ള ഇൻജക്റ്റ് നോസിലുകളുണ്ട്. ഒറ്റ ദ്വാരമുള്ള വയും അനേകം ദ്വാരങ്ങളുള്ളവയും. നോസിൽ, നോസിൽവാൽവ്, സ്പ്രിങ് ബോഡി എന്നിവയാണ് ഒരു ഇൻജക്റ്ററിന്റെ ഭാഗങ്ങൾ. ഫ്യൂൽ ഇൻജക്ഷൻ പമ്പ് ഡീസൽ ഇൻജക്റ്ററിലേക്ക് ശക്തിയായി കടത്തിവിടുന്നു. മർദംകൊണ്ട് ഡീസൽ നോസിൽ വാൽവിനെ ഉയർത്തുന്നു. നോസിൽ ദ്വാരത്തിലൂടെ ഡീസൽ സ്പ്രേ ചെയ്യപ്പെടുന്നു. സ്പ്രേ ചെയ്യപ്പെടാതെ അവ ശേഷിക്കുന്നെങ്കിൽ ലീക് ഓഫ് പൈപ്പുവഴി തിരിച്ചു ടാങ്കിൽ എത്തുന്നു.

എൻജിൻ ഐഡിൻ ചെയ്യുമ്പോഴും പരമാവധി വേഗത്തിൽ തിരിയു മ്പോഴും ഓട്ടോമാറ്റിക്കായി നിയന്ത്രിക്കുന്നത് ഫ്യൂൽപമ്പ് ഗവർണറാണ്. ഡീസൽ ഫ്യൂൽ പമ്പുമായാണ് ഗവർണർ ഘടിപ്പിക്കുന്നത്.

36. ലൈറ്റുകളും മറ്റ് ഉപകരണങ്ങളും

രാത്രികാലങ്ങളിൽ വണ്ടിയോടിക്കുമ്പോൾ വെളിച്ചം കാണുന്നതിനാണ് ഹെഡ്‌ലാംപ്. ഹെഡ്‌ലാംപിനുള്ളിൽ കോപ്പയുടെ ആകൃതിയിലുള്ള ഒരു റിഫ്ളക്റ്ററുണ്ട്. അതിന്റെ കേന്ദ്രത്തിലാണ് ബൾബ്. ബൾബ് പ്രീഫോക്കസ് ചെയ്തതായിരിക്കും. ബൾബിൽ രണ്ടു ഫിലമെന്റുകൾ ഉണ്ടായിരിക്കും. ഒന്ന് ദൂരത്തേക്ക് വെളിച്ചം നൽകുന്നതും മറ്റൊന്ന് താഴേക്ക് ബീം ചെയ്യുന്നതും. നേരേയുള്ള ബീമിനെ ഡിപ്സ്വിച്ചുകൊണ്ട് താഴേക്കു മാറ്റുന്നു. എതിരെ വാഹനങ്ങൾ വരുമ്പോഴും പട്ടണങ്ങളിൽ വണ്ടിയോടിക്കുമ്പോഴും ഹെഡ്‌ലാംപ് ഡിപ് ചെയ്തുവേണം ഓടിക്കാൻ.

ഇലക്ട്രിക് ഹോൺ

പലതരത്തിലുള്ള ഇലക്ട്രിക് ഹോണുകളുണ്ട്. മ്യൂസിക്കൽ ഹോൺ, എയർഹോൺ തുടങ്ങിയ ചിലതരം ഹോണുകൾ പലയിടങ്ങളിലും നിരോധിച്ചിട്ടുള്ളവയാണ്. എല്ലായിടത്തും ഉപയോഗിക്കാവുന്ന നല്ല ഒരു സെറ്റ് ഹോൺ വണ്ടിയിൽ ഉണ്ടായിരിക്കണം. ബാറ്ററി വീക്കായാലും വയർ ലൂസാവുകയോ ഫ്യൂസ്പോവുകയോ ചെയ്താലും ഹോൺ കേൾക്കാതെ വരുന്നു. ഹോണിൽനിന്ന് ഉയർന്ന ഫ്രീക്വൻസിയുള്ള ശബ്ദം വരുന്നില്ലെങ്കിൽ കോൺടാക്ട് ബ്രേക്കർ പോയിന്റ് ശരിയായി ക്രമീകരിച്ചാൽ മതി. ഹോണിന്റെ കവർ അഴിച്ച് ക്രമീകരിക്കുന്നതിനുള്ള സ്ക്രൂ ഇടത്തോട്ടും വലത്തോട്ടും തിരിച്ച് ഹോൺ അടിച്ചു നോക്കുക. നല്ല ശബ്ദം കിട്ടുന്ന സ്ഥലത്ത് സ്ക്രൂ ഉറപ്പിക്കുക. ചിലപ്പോൾ ഹോൺ നിർത്താതെ അടിച്ചെന്നു വരാം. ഹോണിന്റെ സ്വിച്ചോ ഹോൺ കട്ട് ഔട്ടിന്റെ കോൺടാക്ട് പോയിന്റോ ബന്ധം വിടാതെ നിൽക്കുന്നതുകൊണ്ടാണ് ഇങ്ങനെ സംഭവിക്കുന്നത്.

സ്വിച്ചിൻമേലും ഹോണിന്മേലും കട്ടൗട്ടിൻമേലും കൈകൊണ്ട് തട്ടിയാൽ ബന്ധം വിട്ടെന്നു വരാം. ബന്ധം വിടുന്നില്ലെങ്കിൽ ബാറ്ററി കണക്ഷൻവിടു വിക്കേണ്ടിവന്നേക്കാം.

വിൻഡ്സ്ക്രീൻ വൈപ്പർ

ചെറിയൊരു മോട്ടോറാണ് വിൻഡ്സ്ക്രീൻ വൈപ്പറിനെ പ്രവർത്തിപ്പി ക്കുന്നത്. പൽച്ചക്രങ്ങളും കേബിളുകളും നിർമാതാക്കൾ തന്നെ മതിയാം വണ്ണം ലൂബ്രിക്കേറ്റ് ചെയ്തിരിക്കും. അതുകൊണ്ട് വൈപ്പറിന് പ്രത്യേക ക്രമീകരണമോ മെയിന്റനൻസോ ആവശ്യമില്ല. ബ്ലെയിഡുകൾ കേടു വന്നാൽ ഉടനെ മാറ്റണം. അല്ലെങ്കിൽ വിൻഡ്സ്ക്രീൻ ഗ്ലാസിൽ അത് പോറലു കൾ ഉണ്ടാക്കും.

ഇൻഡിക്കേറ്റർ

വാഹനം ഏത് വശത്തേക്ക് തിരിയുന്നു എന്നു സൂചിപ്പിക്കുന്നതിനാണ് ഫ്ളാഷർ ടൈപ്പ് ഇൻഡിക്കേറ്റർ. മുന്നിൽ വെളുത്തതും പുറകിൽ ചുവപ്പോ അല്ലെങ്കിൽ ആംബർ നിറത്തിലോ ഉള്ളതുമായിരിക്കും ഈ ലാംപുകൾ. ഏതുവശത്തെ ഇൻഡിക്കേറ്ററാണ് കത്തുന്നതെന്ന് ഡാഷ്ബോർഡിൽ കാണാം. ഉദ്ദേശിച്ച വശത്തേക്ക് തിരിഞ്ഞു കഴിഞ്ഞിട്ടും ഇൻഡിക്കേറ്റർ കത്തുന്നുണ്ടോ എന്ന് ശ്രദ്ധിക്കണം. ഇൻഡിക്കേറ്റർ യൂണിറ്റിന്റെ കണക്ഷൻ വൃത്തിയായി സൂക്ഷിക്കണം. സിഗ്നലിങ് ലാംപുകൾ കത്തുന്നുണ്ടോ എന്ന് ഇടയ്ക്ക് പരിശോധിക്കേണ്ടതുമാണ്. ഏതെങ്കിലും യൂണിറ്റിന് തകരാറുണ്ടാ യാൽ അത് മാറ്റിയിടണം. റിപ്പയർ ചെയ്യാൻ കഴിയില്ല.

എയർ കണ്ടിഷനിങ്

എയർകണ്ടിഷൻ ചെയ്ത കാറുകൾ ഇന്ത്യയിൽ ഇപ്പോൾ ധാരാള മായി ഉണ്ടാക്കുന്നുണ്ട്. ടാറ്റാ ഇൻഡിക്ക, സാൻറോ, പാലിയോ, സെൻ, വേഗൺ ആർ തുടങ്ങിയ ചെറിയ കാറുകളും ഓപ്പൽ കോർസ, ഹോണ്ടാ സിറ്റി, ഏക്സന്റ്, എസ്കോർട്ട് ഫോർഡ്, മാരുതി എസ്റ്റീം, നെൽസിയ, സിയന്ന തുടങ്ങിയ മധ്യവലിപ്പത്തിലുള്ള കാറുകളും ടയോട്ട കേംറി, മെഴ്സിഡസ് ഇ ക്ലാസ്, ഹോണ്ട എക്കോർഡ് തുടങ്ങിയ പ്രിമിയം കാറു കളും എയർകണ്ടിഷൻ ചെയ്ത കാറുകളാണ്. എയർകണ്ടീഷനിങ് യൂണിറ്റ് കാറിൽ ഘടിപ്പിക്കാവുന്നതാണ്. എയർകണ്ടീഷനിങ്ങിനുവേണ്ട ശക്തി എൻജിന്റെ പ്രവർത്തനം കൊണ്ടാണ് ഉണ്ടാക്കുന്നത്. അതുകൊണ്ട് എ.സി. കാറുകളിൽ ഇന്ധനച്ചെലവ് കൂടുതലായിരിക്കും.

37. ട്രാൻസ്മിഷൻ സിസ്റ്റവും ചേസിസ്സും

എൻജിൻ ഉൽപ്പാദിപ്പിക്കുന്ന ശക്തി ആയാസരഹിതമായി ചക്രങ്ങളിൽ

എത്തിക്കുന്നതിനുള്ള സംവിധാനമാണ് ട്രാൻസ്മിഷൻ സിസ്റ്റം. ക്ലച്ച്, ഗിയർബോക്സ്, യൂണിവേഴ്സൽ ജോയിന്റ്, ഫൈനൽ ഡ്രൈവ്, ആക്സിൽ, ഡിഫ്രൻഷ്യൽ എന്നിവയാണ് ട്രാൻസ്മിഷൻ സിസ്റ്റത്തിലെ ഘടകങ്ങൾ. വണ്ടിയുടെ ഫ്രെയിം, സ്പ്രിങ്ങുകൾ, ഷോക് അബ്സോർബറുകൾ, സ്റ്റിയറിങ് സിസ്റ്റം, ബ്രേക്ക്, ടയർ എന്നിവ ചേർന്നതാണ് ചേസിസ്.

ക്ലച്ച്

എൻജിന്റെ കറക്കത്തെ നേരിട്ട് ചക്രങ്ങളിലേക്ക് കൈമാറാൻ വയ്യ. എൻജിനും ചക്രങ്ങളിലേക്കുള്ള പ്രേഷണവും തമ്മിലുള്ള ബന്ധം ആവശ്യാനുസരണം വിടുവിക്കണം. ആഘാതമോ കുലുക്കമോ കൂടാതെ കൈമാറുകയും വേണം. ഇതിനുള്ള സംവിധാനമാണ് ക്ലച്ച്. എൻജിനും ഗിയർബോക്സിനും ഇടയിലാണ് ക്ലച്ച്.

എൻജിനും ഗിയർബോക്സും തമ്മിലുള്ള ബന്ധം വിടുവിച്ചശേഷമേ ഗിയർ മാറ്റാൻ പാടുള്ളൂ. അല്ലെങ്കിൽ ഗിയറിലെ പല്ലുകൾ പൊട്ടിപ്പോയേക്കാം. ക്ലച്ചിലെ പ്രഷർപ്ലേറ്റ് ഫ്രിക്ഷൻ പ്ലേറ്റിൽ അമർന്നുതിരിയുമ്പോൾ ക്ലച്ച് ഷാഫ്റ്റ് തിരിയുന്നു. ഫ്രിക്ഷൻ പ്ലേറ്റ് ആസ്ബെസ്റ്റോസ് ഫൈബറാണ്. ഇത് ഫ്രിക്ഷൻ പ്ലേറ്റിന്റെ ഇരുവശങ്ങളിലും റിവറ്റ് ചെയ്ത് ഉറപ്പിച്ചിരിക്കുന്നു. കുറെക്കാലം പ്രവർത്തിക്കുമ്പോൾ ഫ്രിക്ഷൻപ്ലേറ്റ് തേയും. റിവറ്റുകളും തേയും. അപ്പോൾ റിവറ്റുകൾ ഫ്ളൈവീലിലും പ്ലേറ്റിലും ഉരയാൻ തുടങ്ങും. ഇങ്ങനെ വരുമ്പോൾ ഫ്രിക്ഷൻപ്ലേറ്റ് റീലൈൻ ചെയ്യണം.

ക്ലച്ചിന് സാധാരണയായി വരുന്ന തകരാറ് സ്ലിപ്പ് ചെയ്യലാണ്. എൻജിനിൽ നിന്നോ ഗിയർബോക്സിൽ നിന്നോ ഓയിൽ ചോർന്ന് ക്ലച്ച് ലൈനിങ്ങിൽ വീഴുമ്പോൾ ക്ലച്ച് സ്ലിപ്പാവുന്നു. ഇങ്ങനെ സംഭവിച്ചാൽ ഓയിൽ ചോർച്ച നിർത്തി ക്ലച്ച് ലൈനിങ് മാറ്റണം. ക്ലച്ച് പെഡൽ അമർത്താതിരിക്കുന്ന അവസ്ഥയിലും പ്ലേറ്റുകൾ തമ്മിൽ നേരിയ ക്ലിയറൻസ് ഉണ്ടെങ്കിലും ഇങ്ങനെ സംഭവിക്കാം. ക്ലച്ച് പെഡലിന് മതിയായ ബാക്‌ലാഷ് നൽകി ക്ലിയറൻസ് ക്രമീകരിക്കണം. ഫ്രിക്ഷൻ പ്ലേറ്റിന്റെ ഫേസിങ്ങിന് തേയ്മാനം വന്നിട്ടുണ്ടെങ്കിൽ പ്ലേറ്റ് മാറ്റിയിടണം. ക്ലച്ച് സ്പ്രിങ്ങിന്റെ ശക്തി ക്ഷയിച്ചിട്ടുണ്ടെങ്കിൽ പുതിയ സെറ്റ് സ്പ്രിങ് ഇടണം.

വണ്ടി ഓടിക്കുമ്പോൾ ക്ലച്ച് പെഡലിൽ വെറുതെ കാൽവയ്ക്കുന്നത് ക്ലച്ച് ഫേസിങ്ങിൽ തേയ്മാനം വരുത്തും.

38. ഗിയർബോക്സ്

വണ്ടി വ്യത്യസ്ത വേഗതകളിൽ ഓടിക്കുക, പുറകോട്ട് ചലിപ്പിക്കുക എന്നിവയാണ് ഗിയർബോക്സിന്റെ പ്രയോജനങ്ങൾ. സാധാരണ മോട്ടോർ കാറുകൾക്ക് മുന്നോട്ട് ഓടിക്കുന്നതിനുള്ള നാല് ഫോർവേഡ് ഗിയറുകളും

പുറകോട്ടു ചലിപ്പിക്കാനുള്ള ഒരു റിവേഴ്സ് ഗിയർ സംവിധാനവും ആണു ള്ളത്. പുതിയ ഇനം കാറുകൾക്ക് ഓവർഡ്രൈവ് എന്ന അഞ്ചാമത്തെ ഒരു ഫോർവേഡ് ഗിയർ കൂടിയുണ്ട്.

39. യൂണിവേഴ്സൽ ജോയിന്റ്

നിരപ്പില്ലാത്ത വഴിയിലൂടെ വണ്ടി ഓടുമ്പോൾ റിയർ ആക്സിലിലെ സ്പ്രിങ്ങുകൾ ചലിച്ചുകൊണ്ടിരിക്കും. തന്മൂലം ഡിഫ്രൻഷ്യൽ ഉയരുകയും താഴുകയും ചെയ്യുന്നു. ഡിഫ്രൻഷ്യലിന്റെ ചലനത്തിന് അനുസൃതമായി പ്രൊപ്പല്ലർ ഷാഫ്റ്റിന്റെ ചരിവിലും വ്യത്യാസമുണ്ടാവുന്നു. ഈ വ്യത്യാസം വരുന്നതോടൊപ്പംതന്നെ പ്രൊപ്പല്ലർ ഷാഫ്റ്റ് തിരിയുകയും ചെയ്യുന്നു. പ്രൊപ്പല്ലർ ഷാഫ്റ്റിന്റെ ചരിവുകോണിൽ വ്യത്യാസം ഉണ്ടായിക്കൊണ്ടിരി ക്കുമ്പോഴും അത് ശരിയായി തിരിയുന്നതു യൂണിവേഴ്സൽ ജോയിന്റ് ഉള്ളതുകൊണ്ടാണ്. ഡിഫ്രൻഷ്യൽ ഉയരുകയും താഴുകയും ചെയ്യുമ്പോൾ ഗിയർ ബോക്സും ഡിഫ്രൻഷ്യലും തമ്മിലുള്ള അകലത്തിലും വ്യത്യാസം വരുന്നു. ഇതിന് അനുസൃതമായി പ്രൊപ്പലർ ഷാഫ്റ്റിന്റെ നീളം കൂടിയും കുറഞ്ഞും ഇരിക്കേണ്ടതുണ്ട്. യൂണിവേഴ്സൽ ജോയിന്റിൽ ആവശ്യാനുസ രണം ഉള്ളിലേക്കു കയറുകയും പുറത്തേക്ക് വരികയും ചെയ്യുന്ന സ്പ്ലൈൻ എന്ന സംവിധാനം മൂലമാണ് ഇത് സാധിക്കുന്നത്.

യൂണിവേഴ്സൽ ജോയിന്റ് വേണ്ടവിധത്തിൽ ലൂബ്രിക്കേറ്റ് ചെയ്തി രിക്കണം. ബെയറിങ്ങുകൾ കാലാകാലങ്ങളിൽ പരിശോധിക്കേണ്ടതാണ്. തേയ്മാനം സംഭവിച്ചവ ഉടനെ മാറ്റിയിടണം. വണ്ടി ഓരോ പ്രാവശ്യം സർവീസ് ചെയ്യുമ്പോഴും യൂണിവേഴ്സൽ ജോയിന്റിൽ ഗ്രീസിടണം.

വേഗത്തിൽ വണ്ടി ഓടിക്കുമ്പോൾ ജോയിന്റിൽനിന്ന് ക്ലിക്ക് ശബ്ദം കേട്ടെന്നുവരാം. സ്പ്ലൈനുകൾക്കോ ജോയിന്റുകൾക്കോ തേയ്മാനം വരുന്നതുകൊണ്ടാണ് ഈ ശബ്ദം. ഇങ്ങനെ കേട്ടാൽ തേയ്മാനം സംഭ വിച്ച ഭാഗങ്ങൾ മാറ്റിയിടണം. ചിലപ്പോൾ പ്രൊപ്പല്ലർ ഷാഫ്റ്റ് തന്നെ മാറ്റി യിടേണ്ടിവരും.

40. ഡിഫ്റൻഷ്യൽ

രണ്ടു വരിയായി നീങ്ങുന്ന ഒരു ജാഥ ഒരു വളവ് തിരിയുന്നുവെന്ന് കരുതുക. തിരിയുന്ന ഭാഗത്തെ വരിയിലെ അംഗങ്ങൾ പതുക്കെയും മറു ഭാഗത്തുള്ള വരിയിലെ അംഗങ്ങൾ വേഗത്തിലും നടന്നാൽ മാത്രമേ ഒരേ രീതിയിൽ രണ്ടുവരികളിലേയും അംഗങ്ങൾക്ക് നീങ്ങാൻ കഴിയൂ. ഏതാണ്ട് ഇതേ രീതിയിൽ തന്നെയാണ് കാർ ഒരു വളവ് തിരിയുമ്പോഴും. തിരിയുന്ന ഭാഗത്തുള്ള ചക്രങ്ങളുടെ വേഗത പുറംഭാഗത്തുള്ള ചക്രങ്ങളേക്കാൾ കുറ വായിരിക്കണം. അതായത് ഒരു വളവു തിരിയുമ്പോൾ ഒരു വശത്തുള്ള

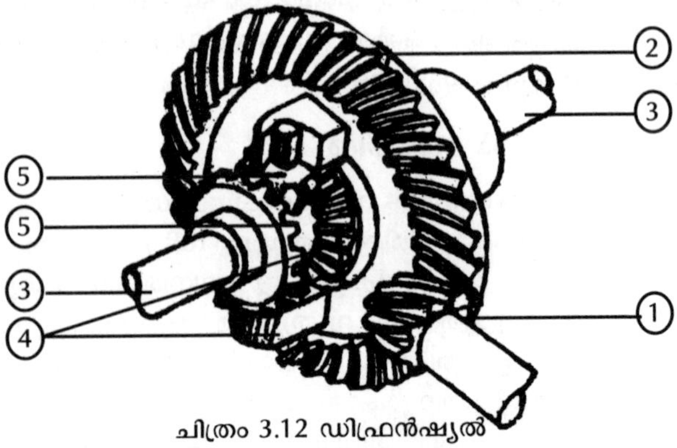

ചിത്രം 3.12 ഡിഫ്രൻഷ്യൽ

1. പ്രൊപ്പല്ലർ ഷാഫ്റ്റ് പിനിയൻ 2. ക്രൗൺ 3. അർധ ഷാഫ്റ്റുകൾ 4. ഡ്രിഫ്രൻഷ്യലിലെ ബെവൽ ഗിയറുകൾ 5. ഡിഫ്രൻഷ്യലിലെ ബെവൽ പിനിയനുകൾ.

ചക്രങ്ങളേക്കാൾ വേഗത മറുവശത്തുള്ള ചക്രങ്ങൾക്ക് ഉണ്ടായിരിക്കണം. ഇതിനുവേണ്ടിയുള്ള ഒരു സംവിധാനമാണ് ഡിഫ്രൻഷ്യൽ.

41. റിയർ ആക്സിൽ

ഗിയർബോക്സിൽനിന്ന് കറക്കത്തെ പ്രൊപ്പല്ലർഷാഫ്റ്റ് ഡിഫ്രൻഷ്യലിൽ എത്തിക്കുന്നു. ഡിഫ്രൻഷ്യൽ റിയൽ ആക്സിലുകളെ തിരിക്കുന്നു. ഒരു മോട്ടോർ വാഹനത്തിന് രണ്ട് റിയൽ ആക്സിലുകളുണ്ടായിരിക്കും. ഓരോന്നും ഓരോ പിൻചക്രത്തെ തിരിക്കുന്നു. ഓയിൽ ഉപയോഗിച്ചാണ് റിയൽ ആക്സിൽ ലൂബ്രിക്കേറ്റ് ചെയ്യുന്നത്. ആക്സിൽ കെയ്സിന

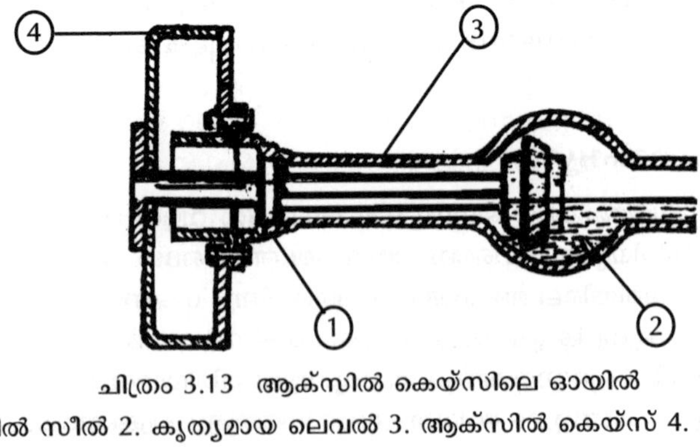

ചിത്രം 3.13 ആക്സിൽ കെയ്സിലെ ഓയിൽ

1. ഓയിൽ സീൽ 2. കൃത്യമായ ലെവൽ 3. ആക്സിൽ കെയ്സ് 4. ബ്രേക്ഡ്രം

കത്ത് പര്യാപ്തമായ അളവിൽ ഓയിൽ ഉണ്ടായിരിക്കണം. ആക്സിൽ കേയ്സിൽ ആവശ്യത്തിലും അധികം ഓയിൽ ഒഴിച്ചാൽ ഓയിൽ പുറത്തു പോകാനും അത് ബ്രേക്ക്ഡ്രമ്മിലെത്താനും ഇടയുണ്ട്.

42. ടയർ

റോഡുമായി വാഹനത്തെ ബന്ധപ്പെടുത്തുന്ന ഒരേ ഒരു ഘടകം ടയറുകളാണ്. വണ്ടി അതിവേഗത്തിൽ ഓടുമ്പോഴും കുത്തനെയുള്ള കയറ്റം കയറുമ്പോഴും ഹെയർപിൻ വളവുകൾ തിരിയുമ്പോഴും പൊടുന്നനെ ബ്രേക്ക് ചെയ്ത് നിർത്തുമ്പോഴും എല്ലാം റോഡുമായി ബന്ധപ്പെടുന്നത് ടയറിന്റെ ഏതാനും സെന്റിമീറ്ററുകളാണ്. വാഹനത്തിന്റെ സുരക്ഷിതത്വത്തിൽ ഏറ്റവും ശ്രദ്ധയർഹിക്കുന്ന ഘടകമാണ് ടയറുകൾ.

ടയറുകൾ രണ്ടുതരത്തിലുണ്ട്. ഉള്ളിൽ ട്യൂബുള്ളവയും ഇല്ലാത്തവയും. ട്യൂബുള്ള ടയറുകളാണ് കൂടുതലായി ഉപയോഗിച്ചുവരുന്നത്. ഇത്തരം ടയറുകളിൽ നിറയ്ക്കുന്ന കാറ്റിന്റെ അളവ് ടയറിന്റെ ആയുസ്സിനെ സംബന്ധിച്ചിടത്തോളം വളരെ പ്രധാനമാണ്. ശ്രദ്ധിക്കേണ്ട ഏതാനും കാര്യങ്ങൾ താഴെപ്പറയുന്നു:

ആഴ്ചയിൽ ഒരു പ്രാവശ്യം വീതം, ടയർ തണുത്തിരിക്കുന്ന സമയത്തു കാറ്റിന്റെ പ്രഷർ നോക്കണം. ടയർ ഓടി ചൂടായിരിക്കുന്ന സമയത്ത് കാറ്റ് കുറയ്ക്കരുത്. കാരണം വേണ്ടത്ര പ്രഷറിനേക്കാൾ കുറയാൻ ഇത് കാരണമാകുന്നു.

വണ്ടിയിൽ ഓവർലോഡ് കയറ്ററുത്. കെർബുകളിലൂടെയും മറ്റ് തടസ്സങ്ങളിലൂടെയും വണ്ടി ഓടിക്കാതിരിക്കുക. റോഡിന്റെ അരുകിലെ മൂർച്ചയുള്ള ഭാഗത്തേക്ക് വണ്ടി ഇറക്കാതിരിക്കുക. വീലിന് മെക്കാനിക്കൽ തകരാറുകൾ ഉണ്ടെങ്കിൽ വണ്ടി ഓടിക്കരുത്. ടയർ ചെത്തി തേയുന്നതിന് ഇത് കാരണമാവും. ഒരു സാമാന്യവേഗതയിൽ മാത്രം വണ്ടി ഓടിക്കുക. ടയറുകൾ കൃത്യമായ ഇടവേളകളിൽ പരിശോധിക്കുക. പൊടുന്നനെ വണ്ടി നിർത്തുന്നതും എടുക്കുന്നതും ടയറുകൾക്ക് വളരെ ഹാനികരമാണ്. അതുപോലെ പരുപരുത്ത റോഡിലൂടെ വേഗത്തിൽ വണ്ടി ഓടിക്കാതിരിക്കുക.

കാറുകളിലേയും മറ്റ് വാഹനങ്ങളിലേയും ടയർ 5000 കിലോമീറ്റർ ഓടിക്കഴിഞ്ഞാൽ പരസ്പരം മാറ്റിയിടുന്നത് കൂടുതൽ മൈലേജ് കിട്ടാൻ സഹായകമാണ്. കൂടാതെ മുൻചക്രങ്ങളിലെ വെട്ടിത്തേയൽ കുറയ്ക്കുന്നതിനും ഇത് നല്ലതാണ്. കാറിലെ ടയറുകൾ മാറ്റിയിടേണ്ട രീതി ചിത്രത്തിൽ കാണിച്ചിരിക്കുന്നു. പിന്നിലെ വലത്തെ ടയർ (1) മുന്നിലെ ഇടത്തേ വീലിലേക്കും (2) ഇതിലെ ടയർ പിന്നിലെ ഇടത്തേ വീലിലേക്കും (3) ഈ ടയർ മുന്നിലെ വലതു വീലിലേക്കും (4) മാറ്റുക.

ടയറിൽ അധികം ആഴമില്ലാത്ത മുറിവാണെങ്കിൽ പ്രത്യേകിച്ച് ഒന്നും ചെയ്യേണ്ടതില്ല. എന്നാൽ ഈ തകരാറ് മറ്റ് ഭാഗങ്ങളിലേക്ക് വ്യാപിക്കുന്നുണ്ടോ എന്ന് ശ്രദ്ധിക്കണം. സാരമായ കേടുണ്ടെങ്കിൽ ആ ടയർ ഉപയോഗിക്കാൻ പാടില്ല.

43. ബ്രേക്ക്

വണ്ടിയുടെ വേഗത കുറയ്ക്കാനും ആവശ്യമാവുമ്പോൾ നിർത്താനും ഉള്ള സംവിധാനമാണ് ബ്രേക്ക്. കറങ്ങുന്ന ചക്രങ്ങളെ ബലം പ്രയോഗിച്ചു പിടിച്ചു നിർത്തുകയാണ് ചെയ്യുന്നത്. സൈക്കിൾ ബ്രേക്ക് നമുക്ക് സുപരിചിതമാണ്. റിമ്മിൽ ഉരയുന്ന രണ്ട് കട്ടകൾ ചക്രത്തെ അമർത്തി നിർത്തുന്നു. ഇതുപോലെയാണ് മോട്ടോർ വാഹനങ്ങളിലും ചെയ്യുന്നത്. പക്ഷേ, ബലം പ്രയോഗിക്കുന്നത് സൈക്കിൾ ചക്രത്തിൽ എന്നതുപോലെ റിമ്മിലല്ല. പ്രത്യേക ബ്രേക്ക് ഡ്രമ്മിലാണ്.

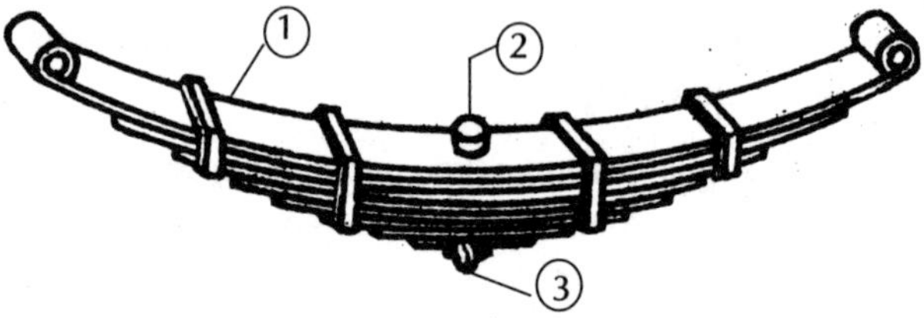

ചിത്രം 3.14 ലീഫ് സ്പ്രിങ്ങുകൾ
1. ലീഫ് പ്ലേറ്റ് 2. ബോൾട്ട് 3. നട്ട്

പലതരത്തിലുള്ള ബ്രേക്ക് സിസ്റ്റങ്ങൾ പ്രയോഗത്തിലുണ്ട്. മെക്കാനിക്കൽ ബ്രേക്ക്, ഹൈഡ്രോളിക് ബ്രേക്ക്, വാക്വം സെർവോഹൈഡ്രോളിക് ബ്രേക്ക്, എയർ ബ്രേക്ക് എന്നിങ്ങനെ. മെക്കാനിക്കൽ ബ്രേക്ക് സിസ്റ്റം ഹാൻഡ് ബ്രേക്കിൽ മാത്രമേ ഇപ്പോൾ ഉപയോഗിക്കുന്നുള്ളൂ. കൂടുതൽ ശക്തമായ മറ്റ് സംവിധാനങ്ങളാണ് സാധാരണ ബ്രേക്കുകളിൽ ഉപയോഗിക്കുന്നത്.

മോട്ടോർ കാറുകളിൽ അധികമായും ഹൈഡ്രോളിക് ബ്രേക്കാണ് ഉപയോഗിക്കുന്നത്. മെക്കാനിക്കൽ ബ്രേക്കിനെ അപേക്ഷിച്ച് കാര്യക്ഷമമായും പ്രയോഗിക്കാൻ ആയാസം കുറഞ്ഞതും എല്ലാ ചക്രങ്ങളിലും ഒരുപോലെ പിടുത്തം നൽകുന്നതുമാണ് ഈ സിസ്റ്റം.

ബ്രേക്ക് പെഡലിൽ കാൽ അമർത്തുമ്പോഴുണ്ടാവുന്ന ബലം ഫ്ളൂയിഡ് വഴിയാണ് ഹൈഡ്രോളിക് ബ്രേക്കിൽ, ബ്രേക്ക്ഷൂവിൽ എത്തിക്കുന്നത്. ഹൈഡ്രോളിക് തത്വപ്രകാരം ബ്രേക്കിൽ പ്രയോഗിക്കുന്നതോ അതിൽ അധികമോ ആയ ബലം എല്ലാ ചക്രങ്ങളിലും ഒരേപോലെ ലഭിക്കുന്നു. പുതിയ

ഇനം കാറുകളുടെ മുൻചക്രങ്ങളിൽ ഡിസ്ക് ബ്രേക്കാണ് ഉപയോഗിക്കുന്നത്. നാല് ചക്രങ്ങളിലും ഡിസ്ക് ബ്രേക്കുള്ള കാറുകളുമുണ്ട്. സാധാരണ ഡ്രം ബ്രേക്കിനേക്കാൾ വളരെ കാര്യക്ഷമതയുള്ളതാണ് ഡിസ്ക് ബ്രേക്ക്.

44. ചേസിസ് ഫ്രെയ്മും സസ്പെൻഷനും

ചേസിസ് ഫ്രെയിമാണ് വണ്ടിയുടെ ഭാരം താങ്ങിനിർത്തുന്നത്. ചേസിസ് തുരുമ്പ് പിടിക്കാതെയും ദ്രവിക്കാതെയും ഇരിക്കാൻ ശ്രദ്ധി ക്കേണ്ടതാണ്. ഇതിനായി കാലാകാലങ്ങളിൽ പെയിന്റ് ചെയ്യുക. ചേസി സ്സിൽ വിള്ളലുകൾ, ഘടകങ്ങളുടെ സ്ഥാനഭ്രംശം, വെൽഡിങ് വിട്ടുപോവൽ തുടങ്ങിയവയാണ് ചേസിസ്സിന് സംഭവിക്കാവുന്ന കേടുപാടുകൾ. ഇത്തരം തകരാറുകൾ യഥാസമയം മാറ്റേണ്ടതാണ്.

ഏത് തരത്തിലുള്ള വഴിയിലൂടെയും കുലുക്കമില്ലാതെ ഓടുന്നത് സസ്പെൻഷൻ സിസ്റ്റം ഉള്ളതുകൊണ്ടാണ്. വണ്ടിയുടെ മുൻഭാഗത്തും പിൻഭാഗത്തും ആയി ഘടിപ്പിച്ചിട്ടുള്ള പലതരത്തിലുള്ള സ്പ്രിങ്ങുകളും ഷോക് അബ്സോർബറുകളുമാണ് കുലുക്കത്തെ ഏറ്റെടുക്കുന്നത്.

അനേകം ലീഫുകൾ ഒന്നിനുമീതെ ഒന്നായി അടുക്കിയിരിക്കുന്ന ലീഫ് സ്പ്രിങ്ങുകളും, ചുരുണ്ട കംപ്രഷൻ ടെൻഷൻസ്പ്രിങ്ങുകളും ഉണ്ട്. കാറുകളിൽ ലീഫ് സ്പ്രിങ് സാധാരണയായി ഉപയോഗിക്കുന്നില്ല.

ഒരു കുന്നിലോ കുഴിയിലോ കയറിയിറങ്ങിയാൽ സ്പ്രിങ് കുറേ നേര ത്തേക്ക് ചലിച്ചുകൊണ്ടിരിക്കും. ഷോക് അബ്സോർബർ ഉണ്ടെങ്കിൽ ഈ കമ്പനം പെട്ടെന്ന് നിൽക്കുന്നു. വണ്ടി വളരെ സ്മൂത്തായി ഓടാൻ ഷോക് അബ്സോർബർ സഹായിക്കുന്നു. ഷോക് അബ്സോർബറിന്റെ പ്രവർത്തനം തൃപ്തികരമല്ലാതാവുമ്പോൾ മാറ്റി പുതിയവ വയ്ക്കുകയാണ് വേണ്ടത്. റിപ്പയർ ചെയ്യാവുന്ന ചിലയിനം ഷോക് അബ്സോർബർ ഉണ്ട്. അവ നിർമാതാവ് നിർദേശിച്ചിട്ടുള്ള രീതിയിൽ റിപ്പയർ ചെയ്ത് നിർദിഷ്ട ഫ്ളൂയിഡ് നിറയ്ക്കണം.

45. സ്റ്റിയറിങ്

ആയാസരഹിതമായി വാഹനം നിയന്ത്രിക്കുന്നതിന് ഉതകുന്ന രീതി യിലുള്ളതാണ് ആധുനികമായ സ്റ്റിയറിങ്സിസ്റ്റം. സ്റ്റിയറിങ്‌വീൽ തിരി ക്കുമ്പോൾ സ്റ്റിയറിങ് കോളം തിരിയുന്നു. ഈ കോളത്തിന്റെ അഗ്രത്തി ലാണ് സ്റ്റിയറിങ് ഗിയർബോക്സ്. സ്റ്റിയറിങ് വീൽ തിരിക്കുമ്പോൾ ഗിയർബോക്സിലെ ക്രോസ്ഷാഫ്റ്റിന് മുൻ-പിൻ ചലനമുണ്ടാവും. ക്രോസ്ഷാഫ്റ്റ് ഡ്രോപ്പ് ആദ്യമായി ഇണങ്ങിയിരിക്കുന്നു. സ്റ്റിയറിങ് ആമിനെ ഓരോ മുൻ ചക്രങ്ങളിലുമുള്ള സ്റ്റിയറിങ് ആമുകൾ ഡ്രാഗ്‌ലിങ്കു മായി ടൈറോഡ് കൊണ്ട് ബന്ധിപ്പിച്ചിരിക്കുന്നു. സ്റ്റിയറിങ് തിരിക്കുമ്പോൾ

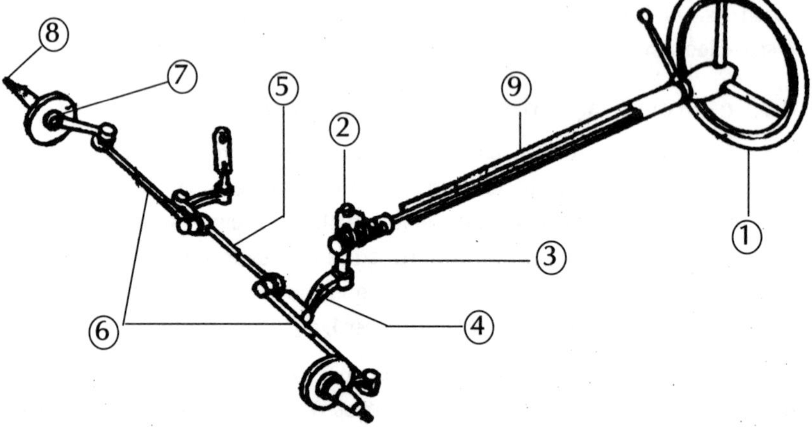

ചിത്രം 3.15 സ്റ്റിയറിങ് വീലും സ്റ്റിയറിങ് ഗിയറും.

1. സ്റ്റിയറിങ് വീൽ 2. സ്റ്റിയറിങ് ഗിയർ ബോക്സ് 3. ക്രോസ് ഷാഫ്റ്റ് 4. ഡ്രോപ് ആം 5. ഡ്രേഗ് ലിങ്ക് 6. ടൈ റോഡ് 7. സ്റ്റിയറിങ് ആം 8. നക്കിൾ 9. സ്റ്റിയറിങ് കോളം

നക്കിൾ ചലിക്കുന്നു. അതോടൊപ്പം ചക്രങ്ങൾ ഇടത്തേക്കും വലത്തേക്കും നീങ്ങുന്നു.

4. തകരാറും പ്രതിവിധിയും

ഇഗ്നീഷൻ സിസ്റ്റം

	തകരാറ്	കാരണം	പ്രതിവിധി
1.	എൻജിൻ സ്റ്റാർട്ടാവുന്നില്ല	ടാങ്കിൽ ഇന്ധനം ഇല്ല	ഇന്ധനം നിറയ്ക്കുക
2.	എൻജിൻ സ്റ്റാർട്ടാവുന്നു, റെയ്സാവുന്നില്ല.	കേടായ കണ്ടെൻസർ	കണ്ടെൻസർ മാറ്റി ഇടുക.
3.	ഒരു സിലിണ്ടറിൽ മാത്രം എൻജിൻ മിസ്ഫയർ ചെയ്യുന്നു.	(a) ഹൈടെൻഷൻ കേബിൾ വിട്ടുപോയിരിക്കുന്നു.	ഹൈടെൻഷൻ കേബിൾ ഘടിപ്പിക്കുക.
		(b) കേബിൾ മുറിഞ്ഞതാണ്.	കേബിൾ മാറ്റുക
		(c) കേടായ സ്പാർക് പ്ലഗ്ഗ്.	സ്പാർക് പ്ലഗ്ഗ് മാറ്റുക
		(d) സ്പാർക്പ്ലഗ്ഗിലെ വിടവ് അധികമാണ്	വിടവ് നിർദിഷ്ട അളവിലാക്കുക.
4.	എൻജിൻ എല്ലാ സൈക്കിളിലും വിട്ടുവിട്ട് മിസ്ഫയറാവുന്നു.	(a) അയഞ്ഞ ലോടെൻഷൻ കണക്ഷൻ	ലോടെൻഷൻ മുറുക്കുക
		(b) അയഞ്ഞ കോൺടാക്റ്റ് സ്ക്രൂ	കോൺടാക്റ്റ് സ്ക്രൂ മുറുക്കുക.
		(c) ഡിസ്ട്രിബ്യൂട്ടറിലോ ഇഗ്നീഷൻ കോയിലിലോ അഴുക്കു പറ്റിയിരിക്കുന്നു.	ഇഗ്നീഷൻ കോയിലും ഡിസ്ട്രിബ്യൂട്ടറും വൃത്തിയാക്കുക.
		(d) സ്പാർക്ക് പ്ലഗ്ഗുകളുടെ വിടവ് അധികമാണ്.	വിടവുകൾ നിർദിഷ്ട അളവിൽ ക്രമീകരിക്കുക.
		(e) ലീക്കുചെയ്യുന്ന പ്ലഗ്ഗുകൾ	പ്ലഗ്ഗുകൾ മാറ്റിയിടുക
		(f) കേടായ ഡിസ്ട്രിബ്യൂട്ടർ ബ്രഷും സെഗ്മെന്റുകളും	അവ മാറ്റിയിടുക.
5.	എൻജിൻ സ്റ്റാർട്ടാവുന്നില്ല. കോയിലിൽനിന്ന് സ്പാർക്കുണ്ടാവുന്നില്ല.	(a) ബാറ്ററി ഡിസ്ചാർജായിരിക്കുന്നു	ബാറ്ററി ചാർജ് ചെയ്യുക.
		(b) ലോടെൻഷൻ വയറിന്റെ ബന്ധം വിട്ടിരിക്കുന്നു.	ബന്ധം യോജിപ്പിക്കുക.
		(c) അഴുക്കുപിടിച്ച കോൺടാക്റ്റുകൾ	കോൺടാക്റ്റുകൾ വൃത്തിയാക്കുക

തകരാറ്	കാരണം	പ്രതിവിധി
	(d) അയഞ്ഞ കോൺടാക്റ്റ് സ്ക്രൂ	സ്ക്രൂ മുറുക്കുക
	(e) കേടായ കണ്ടെൻസർ	കണ്ടെൻസർ മാറ്റിയിടുക
	(f) കേടായ ഇഗ്നീഷൻ കോയിൽ	ഇഗ്നീഷൻ കോയിൽ മാറ്റിയിടുക
മാഗ്നറ്റൊ		
1. എൻജിൻ ഫയറാവുന്നില്ല	(a) അഴുക്കുപിടിച്ച കോൺടാക്റ്റുകൾ	കോൺടാക്റ്റുകൾ വൃത്തിയാക്കുക.
	(b) കോൺടാക്റ്റ് ബ്രേക്കറിന്റെ ക്രമീകരണം തെറ്റിയിരിക്കുന്നു	നിർദിഷ്ട അളവിൽ വിടവ് ക്രമീകരിക്കുക
	(c) പൊട്ടിയതോ കേടായതോ ആയ ഹൈ ടെൻഷൻ വയറുകൾ	കേബിൾ മാറ്റിയിടുക
2. എൻജിൻ മിസ്ഫയറാവുന്നു	(a) കോൺടാക്റ്റുകളിൽ അഴുക്ക്	കോൺടാക്റ്റുകൾ വൃത്തിയാക്കുക.
	(b) അഴുക്കുപിടിച്ച പ്ലഗ്ഗുകൾ	പ്ലഗ്ഗുകൾ വൃത്തിയാക്കുക.
	(c) ക്രമീകരണം തെറ്റിയ കോൺടാക്റ്റ് ബ്രേക്കർ	നിർദിഷ്ട അളവിൽ ഗ്യാപ് ക്രമീകരിക്കുക.
സ്റ്റാർട്ടർ		
1. സ്റ്റാർട്ടർ എൻജിനെ തിരിക്കുന്നില്ല	(a) എൻജിൻ പ്രവർത്തിപ്പിക്കാൻ കഴിയാത്ത വിധം ഉറച്ചിരിക്കുന്നു. പിസ്റ്റൺ സീസാവുമ്പോഴോ, ബെയറിങ് മുറുകിയതു മൂലമോ ഇങ്ങനെ സംഭവിക്കാം.	എൻജിൻ കൈകൊണ്ട് ക്രാങ്ക് ചെയ്ത് തകരാറ് പരിശോധിക്കുക.
	(b) ബാറ്ററിയിൽ ചാർജ് കുറവാണ്.	ബാറ്ററി ചാർജ് ചെയ്യുക.
	(c) സ്റ്റാർട്ടർ സ്വിച്ചിൽ നിന്ന് സോളിനോയ്ഡ് സ്വിച്ചിലേക്കുള്ള ലീഡിന് തകരാറ്	കേടായ ലീഡ് മാറ്റിയിടുക. പരിശോധിക്കുക.
	(d) കേടായ സോളിനോയ്ഡ് സ്വിച്ച്	സോളിനോയ്ഡ് സ്വിച്ച് റിപ്പയർ ചെയ്യുകയോ മാറ്റുകയോ ചെയ്യുക

തകരാറ്	കാരണം	പ്രതിവിധി
2. സ്റ്റാർട്ടർ പ്രവർത്തിക്കുന്നെങ്കിലും എൻജിൻ വളരെ പതുക്കെ മാത്രമേ ക്രാങ്ക് ചെയ്യപ്പെടുന്നുള്ളൂ.	(a) ബാറ്ററിയിൽ ചാർജ് തീരെ കുറവാണ്	ബാറ്ററി ചാർജ് ചെയ്യുക.
	(b) കേടായ സ്റ്റാർട്ടർ	സ്റ്റാർട്ടർ റിപ്പയർ ചെയ്യുക.
	(c) സ്റ്റാർട്ടർ പിനിയൻ ഫ്ളൈ വീലിൽ ജാമായിരിക്കുന്നു	കാർ ഗിയറിലിട്ട് പിന്നിലേക്ക് തള്ളി ബന്ധം വിടുവിക്കുക.
3. സ്റ്റാർട്ടർ പ്രവർത്തിക്കുന്നുവെങ്കിലും എൻജിൻ ക്രാങ്ക് ചെയ്യപ്പെടുന്നില്ല.	പല്ലുകളിൽ അഴുക്കു നിറഞ്ഞതു മൂലം സ്റ്റാർട്ടർ പിനിയന് ഫ്ളൈ വീലിനെ തിരിക്കാൻ കഴിയുന്നില്ല.	അഴുക്ക് കളയുക

ആൾട്ടർനേറ്റർ

1. എൻജിൻ പ്രവർത്തിക്കുമ്പോൾ ബാറ്ററി ചാർജ് ആവുന്നില്ല	(a) ആൾട്ടനേറ്ററിനെ തിരിക്കുന്ന ബെൽറ്റ് തീരെ അയഞ്ഞിരിക്കുന്നു.	വേണ്ടവിധത്തിൽ ബെൽറ്റ് മുറുക്കുക.
	(b) തേഞ്ഞ ബ്രഷുകൾ	ബ്രഷുകൾ മാറ്റുക.
	(c) തേയ്മാനംവന്ന സ്ലിപ് റിങ്ങുകൾ	പുതിയ റോട്ടർ ഇടുക.
	(d) കേടായ റെക്റ്റിഫയർ ആവശ്യമെങ്കിൽ പുതിയ റെക്റ്റിഫയർ ഇടുക.	റെക്റ്റിഫയർ അഴിച്ചെടുത്ത് പരിശോധിക്കുക
2 ബാറ്ററി പൂർണമായും ചാർജായ ശേഷവും കൂടിയ തോതിൽ ആൾട്ടർനേറ്റർ ചാർജ് ചെയ്തു കൊണ്ടിരിക്കുന്നു.	(a) വോൾട്ടേജ് റെഗുലേറ്റർ ഉയർന്ന തോതിലാണ് സെറ്റ് ചെയ്തിരിക്കുന്നത്.	നിർദിഷ്ട അളവിൽ റെഗുലേറ്റർ സെറ്റുചെയ്യുക.
	(b) റെഗുലേറ്റർ കോൺടാക്റ്റ് ഉറച്ചിരിക്കുന്നു.	പുതിയ വോൾട്ടേജ് റെഗുലേറ്റർ ഉപയോഗിക്കുക.
	(c) റെഗുലേറ്ററിന്റെ ഗ്രൗണ്ട് കണക്ഷൻ മോശമായിരിക്കുന്നു.	ഗ്രൗണ്ട് കണക്ഷൻ ശരിയാക്കുക.
3. പ്രവർത്തിക്കുമ്പോൾ ആൾട്ടർനേറ്ററിൽ നിന്ന് ശബ്ദമുണ്ടാവുന്നു.	(a) ആൾട്ടർനേറ്റർ ഇരിപ്പിടത്തിൽ അയഞ്ഞിരിക്കുന്നു.	ആൾട്ടർനേറ്ററിന്റെ ഇരിപ്പിടത്തിലെ ബോൾട്ടുകൾ മുറുക്കുക.
	(b) തേയ്മാനം വന്ന ബെയ്റിങ്ങുകൾ	ബെയറിങ്ങുകൾ മാറ്റിയിടുക.
	(c) ഫാനും സ്റ്റാർട്ടർ ലീഡുകളും തമ്മിൽ മുട്ടുന്നു.	ആൾട്ടർനേറ്റർ അഴിച്ചെടുത്തു തകരാറ് മാറ്റുക.

തകരാറ്	കാരണം	പ്രതിവിധി
ക്ലച്ച്		
1. ക്ലച്ച് സ്ലിപ്പാവുന്നു	(a) എൻജിനിൽനിന്നോ ഗിയർ ബോക്സിൽ നിന്നോ ഓയിൽ ചോർന്ന് ക്ലച്ചിന്റെ ലൈനിങ്ങിൽ വീണിരിക്കുന്നു.	ഓയിൽച്ചോർച്ച ഇല്ലാതാക്കുക. ലൈനിങ് മാറ്റുക.
	(b) ക്ലച്ച് പെഡൽ അമർത്താതിരിക്കുമ്പോഴും പ്ലേറ്റുകൾ തമ്മിൽ നേരിയ ക്ലിയറൻസ് അവശേഷിക്കുന്നു.	ക്ലച്ച് പെഡലിന് മതിയായ ബാക്-ലാഷ് നൽകി ക്ലിയറൻസ് ക്രമീകരിക്കുക.
	(c) ഫ്രിക്ഷൻ പ്ലേറ്റിന്റെ കേയ്സിങ്ങിന് തേയ്മാനം വന്നിരിക്കുന്നു.	ഫ്രിക്ഷൻ പ്ലേറ്റ് മാറ്റിയിടുക.
	(d) ശക്തിക്ഷയിച്ച ക്ലച്ച് സ്പ്രിങ്	പുതിയ ഒരു സെറ്റ് സ്പ്രിങ് ഇടുക.
2. ക്ലച്ച് ബന്ധം വിടുന്നില്ല.	(a) ക്ലച്ച് ക്ലിയറൻസ് ക്രമീകരണം ശരിയല്ല	ക്ലിയറൻസ് ക്രമീകരിക്കുക.
	(b) സ്പ്ലൈൻഡ് ഷാഫ്റ്റിൽ ഫ്രിക്ഷൻപ്ലേറ്റ് സ്വതന്ത്രമായി നീങ്ങുന്നില്ല.	സ്പ്ലൈൻഡ് ഷാഫ്റ്റും ഹബ്ബും വൃത്തിയാക്കുക, ഫ്രിക്ഷൻ പ്ലേറ്റ് സ്വതന്ത്രമായി നീങ്ങുന്നോ എന്ന് പരിശോധിക്കുക.
ഗിയർ ബോക്സ്		
1. ഓയിൽ ചോർച്ച	(a) ഓയിൽ ലെവൽ കൂടുതലാണ്.	കൃത്യമായ അളവിൽ മാത്രം ഓയിൽ ഒഴിക്കുക.
	(b) മുറിഞ്ഞതോ മോശമായതോ ആയ ഗാസ്ക്കറ്റുകൾ	ഗാസ്ക്കറ്റുകൾ മാറ്റിയിടുക.
	(c) ഓയിൽ സീലുകൾക്ക് തകരാറ്	ഓയിൽ സീലുകൾ മാറ്റിയിടുക
2. ഗിയർ മാറ്റുമ്പോൾ പൽചക്രങ്ങൾ തമ്മിൽ ഇടിക്കുന്നു.	(a) സിങ്ക്രൊണൈസറിനു തകരാറ്	സിങ്ക്രൊണൈസർ നന്നാക്കുകയോ മാറ്റിയിടുകയോ ചെയ്യുക.

	തകരാറ്		കാരണം	പ്രതിവിധി
		(b)	ഓയിൽ ശരിയായ ഗ്രേഡിലുള്ളതല്ല	ശരിയായ ഗ്രേഡിലുള്ള ഓയിൽ ഉപയോഗിക്കുക.
		(c)	ക്ലച്ച് വിടുന്നില്ല	ക്ലച്ച് ക്രമീകരിക്കുക.
		(d)	തെറ്റായ പെഡൽ ലാഷ്	പെഡൽ ലാഷ് ക്രമീകരിക്കുക.
3.	ന്യൂട്രൽ ഗിയറിൽ വാഹനം ചലിക്കുമ്പോൾ ശബ്ദമുണ്ടാവുന്നു.	(a)	ബെയറിങ് പോയിരിക്കുന്നു.	ബെയറിങ് മാറ്റിയിടുക.
		(b)	ബെയറിങ്ങുകൾക്ക് ലൂബ്രിക്കേഷനില്ല.	ലൂബ്രിക്കേറ്റ് ചെയ്യുക.
		(c)	ഗിയറിന്റെ പല്ലുകൾ തേഞ്ഞിരിക്കുന്നു അല്ലെങ്കിൽ പൊട്ടിയിരിക്കുന്നു.	കേടായ പൽചക്രം മാറ്റുക
		(d)	കൗണ്ടർഷാഫ്റ്റ് തേഞ്ഞതാണ്.	തേയ്മാനം വന്ന ഘടകങ്ങൾ മാറ്റിയിടുക.
		(e)	കൗണ്ടർ ഷാഫ്റ്റിന് വളവ്	കേടായ ഘടകങ്ങൾ മാറ്റിയിടുക.
4.	ട്രാൻസ്മിഷൻ, ഗിയറിൽ കുരുങ്ങി നിൽക്കുന്നു.	(a)	ക്ലച്ച് വിടുന്നില്ല	കാലാകാലങ്ങളിൽ ക്രമീകരിക്കുക.
		(b)	ഗിയർ ബോക്സിൽ ഓയിൽ വേണ്ടത്രയില്ല: അല്ലെങ്കിൽ തെറ്റായ ലൂബ്രിക്കന്റ്	ആവശ്യമായ അളവിൽ ഓയിൽ ഒഴിക്കുക; ശരിയായ ഗ്രേഡിലുള്ള ലൂബ്രിക്കന്റ് ഉപയോഗിക്കുക.
		(c)	സിങ്ക്രോണൈസിങ് യൂണിറ്റ് സ്റ്റക്കാവുന്നു	സിങ്ക്രോണൈസിങ് യൂണിറ്റ് സ്വതന്ത്രമാക്കുക, ഏതെങ്കിലും കേടുണ്ടെങ്കിൽ മാറ്റിയിടുക.
5.	ഗിയർ സ്ലിപ്പാകുന്നു	(a)	തേഞ്ഞതോ കേടുവന്നതോ ആയ സിങ്ക്രൊണൈസർ	കേടുമാറ്റുക, ആവശ്യമെങ്കിൽ മാറ്റിയിടുക.
		(b)	ബെയറിങ് തേഞ്ഞിരിക്കുന്നു.	ബെയറിങ് മാറ്റിയിടുക.
		(c)	ഗിയർ ഷിഫ്റ്റ് ലിങ്കേജിന്റെ ക്രമീകരണം തെറ്റിയിരിക്കുന്നു.	ക്രമീകരിക്കുക
6.	എൻജിൻ ഐഡിൽ ചെയ്തുകൊണ്ടിരിക്കുമ്പോൾ കുറച്ചു സമയം ക്ലച്ച് അമർത്തിപ്പിടിച്ചാൽ ന്യൂട്രൽ ഗിയറിൽനിന്ന് ഒന്നാം ഗിയറിലേക്ക് ഗിയർ മാറ്റാൻ പ്രയാസം	(a)	ക്ലച്ച് പെഡൽ വേണ്ടത്ര അമരുന്നില്ല ലഭിക്കുന്ന വിധത്തിലോ നിർമാതാവ് നിർദേശിച്ചിരിക്കുന്ന വിധത്തിലോ ക്ലച്ച് പെഡൽ ക്രമീകരിക്കുക.	ക്ലച്ചിന്റെ ഫ്രീ ട്രാവൽ 2.5 സെ.മീ.

തകരാറ്	കാരണം	പ്രതിവിധി
	(b) ക്ലച്ച് പ്ലേറ്റ് തേഞ്ഞതാണ് അല്ലെങ്കിൽ ക്ലച്ച് പ്ലേറ്റിൽ ഓയിൽ പുരണ്ടിരിക്കുന്നു.	ക്ലച്ചിന്റെ പുറം ഭാഗം അഴിച്ച് പരിശോധിക്കുക, ആവശ്യമെങ്കിൽ ക്ലച്ച് പ്ലെയ്റ്റ് മാറ്റിയിടുക.
7. ഗിയർ സെലക്റ്റർ മെക്കാനിസം ശരിയായി പ്രവർത്തിക്കുന്നില്ല	(a) തേഡ്സ്പീഡ് ഫോർക് റോഡിന്റെ ഇന്റർ ലോക്പിൻ സ്വതന്ത്രമായി പ്രവർത്തിക്കുന്നില്ല.	ഇന്റർലോക്പിൻ മാറ്റിയിടുക
	(b) സ്ട്രൈക്കിങ് ഫോർക് വളഞ്ഞിരിക്കുന്നു.	വളവ് മാറ്റുക.
	(c) സ്ട്രൈക്കിങ് ഫോർക് പാഡുകൾക്ക് വേണ്ടത്ര ക്ലിയറൻസ് ഇല്ല.	സ്ട്രൈക്കിങ് ഫോർക് പാഡുകളുടെ സൈഡ് ക്ലിയറൻസ് ശരിയാക്കുക.
8. സിങ്ക്രോമെഷ് ഗിയർ പ്രവർത്തിക്കുമ്പോൾ ശബ്ദമുണ്ടാകുന്നു.	(a) സിങ്ക്രൈണൈസിങ് റിങ്ങിനും കോണിനും തേയ്മാനം വന്നിരിക്കുന്നു.	തേയ്മാനം വന്ന ഘടകങ്ങൾ മാറ്റിയിടുക.
	(b) സിങ്ക്രൈണൈസിങ് കോണിനോ റിങ്ങിനോ തകരാറുണ്ട്.	കേടായ ഘടകങ്ങൾ മാറ്റിയിടുക.
	(c) ക്ലച്ച്ഹബ്ബിലെ സ്പ്രിങ്ങുകൾ മുറിഞ്ഞതോ ശക്തി ക്ഷയിച്ചതോ ആണ്.	ശക്തിക്ഷയിച്ചതും മുറിഞ്ഞതുമായ സ്പ്രിങ്ങുകൾ മാറ്റിയിടുക.
9. ഗിയർ വിട്ടുപോവുന്നു.	(a) ഗിയർ ബോക്സിലെ റോളറുകൾക്കും ബെയറിങ്ങുകൾക്കും തേയ്മാനം വന്നിരിക്കുന്നു.	തേഞ്ഞ ഘടകങ്ങൾ മാറ്റിയിടുക.
	(b) സെലക്റ്റർ മെക്കാനിസത്തിന്റെ ഷാഫ്റ്റ് തേഞ്ഞതാണ്.	തേഞ്ഞ ഘടകങ്ങൾ മാറ്റിയിടുക.
	(c) ഗിയർ ഷാഫ്റ്റിന്റെ ക്രമീകരണം ശരിയല്ല	ഗിയർഷാഫ്റ്റ് ശരിയായി സെറ്റുചെയ്യുക.
	(d) ഗിയർഷാഫ്റ്റ് കൺട്രോൾ വളരെ അധികം തേഞ്ഞിരിക്കുന്നു.	ഗിയർഷാഫ്റ്റ് കൺട്രോൾ മാറ്റിയിടുക.

ബ്രേക്ക്

1. ബ്രേക്ക് പിടുത്തം വിടുന്നില്ല	(a) ബ്രേക്ക്ഷൂവിന്റെ സ്പ്രിങ് അയഞ്ഞതോ പൊട്ടിയതോ ആണ്.	സ്പ്രിങ് മാറ്റിയിടുക.

തകരാറ്		കാരണം	പ്രതിവിധി
		(b) മാസ്റ്റർ സിലിണ്ടറിന്റെ ബൈപാസ് ദ്വാരം അടഞ്ഞിരിക്കുന്നു.	ദ്വാരം വൃത്തിയാക്കുക.
		(c) പെഡൽ സ്പ്രിങ് അയഞ്ഞതോ പൊട്ടിയതോ ആണ്.	മാറ്റിയിടുക.
		(d) വീൽ സിലിണ്ടറിലെ പിസ്റ്റൺ സീസായിരിക്കുന്നു.	വീൽസിലിണ്ടർ വൃത്തിയാക്കുക. കേടായ പിസ്റ്റൺ മാറ്റുക.
2.	ബ്രേക്ക് ഫലപ്രദമാവുന്നില്ല	(a) ലൈനിങ്ങിൽ ഗ്രീസു പുരണ്ടിരിക്കുന്നു.	ലൈനിങ്ങിലെ ഗ്രീസു കളയുക.
		(b) ലൈനിങ് മോശമായിരിക്കുന്നു.	മാറ്റിയിടുക
		(c) തെറ്റായ അളവിലുള്ള ലൈനിങ് ഉപയോഗിച്ചിരിക്കുന്നു.	മാറ്റി ശരിയായത് ഘടിപ്പിക്കുക.
3.	ബ്രേക്ക് പെഡൽ അമർത്തുമ്പോൾ മൃദുത്വം (സ്പോഞ്ചി) അനുഭവപ്പെടുന്നു	(a) ബ്രേക്ക് സിസ്റ്റത്തിൽ വായു കടന്നിരിക്കുന്നു.	സിസ്റ്റം ബ്ലീഡ്ചെയ്ത് വായു നീക്കം ചെയ്യുക.
		(b) മാസ്റ്റർ സിലിണ്ടറിന്റെ സെക്കന്ററി കപ്പ് തേഞ്ഞതാണ്.	കപ്പ് മാറ്റുക
		(c) ഫ്ളൂയിഡ് ചോർച്ചയുണ്ട്.	ചോർച്ച മാറ്റുക.
4.	പെഡൽ കൂടുതൽ അമർത്തേണ്ടി വരുന്നു.	(a) മെയിൻ കപ്പിൽ നിന്ന് മാസ്റ്റർ സിലിണ്ടറിലേക്ക് ലീക്ക്	മെയിൻ കപ്പ് ഊരിയെടുത്ത് വൃത്തിയാക്കുക. ആവശ്യമെങ്കിൽ മാറ്റിയിടുക.
		(b) മാസ്റ്റർ സിലിണ്ടറിന്റെ ഫ്ളൂയിഡ് കുറവാണ്	മാസ്റ്റർ സിലിണ്ടറിൽ വേണ്ടത്ര ഫ്ളൂയിഡ് നിറയ്ക്കുക.
		(c) മാസ്റ്റർ സിലിണ്ടറിന്റെ പുഷ് റോഡ് ക്രമീകരണം തെറ്റിയിരിക്കുന്നു.	പുഷ്റോഡ് ക്രമീകരിക്കുക.
		(d) ബ്രേക്ക്ഷൂവിന്റെ ക്രമീകരണം തെറ്റിയിരിക്കുന്നു.	ബ്രേക്ക്ഷൂ ക്രമീകരിക്കുക. ആവശ്യമെങ്കിൽ പുതിയ ലൈനിങ് ഇടുക.

തകരാറ്	കാരണം	പ്രതിവിധി
ബ്രേക്ക് ഷൂ: ഡ്രം		
1. ബ്രേക്ക് പിടിക്കുന്നില്ല	ബ്രേക്ക്ഡ്രം കൂടുതലായി ചൂടായിട്ടുണ്ട്.	ബ്രേക്ക് ഡ്രമ്മും ലൈനിങ്ങും തണുക്കാൻ അനുവദിക്കുക.
2. ബ്രേക്ക് അമർത്തുമ്പോൾ ഉരയുന്ന ശബ്ദം.	ബ്രേക്ക് ഡ്രമ്മിൽ റിവറ്റ് ഉരയുന്നു.	ബ്രേക്ക് ലൈനിങ് മാറ്റുക
3. ബ്രേക്ക് ഡ്രമ്മിൽ അപശബ്ദങ്ങൾ	(a) ബ്രേക്ക് ലൈനിങ്ങിന് നീളം കൂടുതലാണ്.	അധികമായത് മുറിച്ച് കളയുക.
	(b) മോശമായ ബ്രേക്ക് ക്രമീകരണം	ബ്രേക്ക് ക്രമീകരിക്കുക.
	(c) ബ്രേക്ക് ഡ്രമ്മിന്റെ വൃത്താകൃതി നഷ്ട മായിരിക്കുന്നു.	ഡ്രം റീബോർ ചെയ്യുകയോ മാറ്റുകയോ ചെയ്യുക.
4. ബ്രേക്ക് കടന്നുപിടിക്കുന്നു.	(a) ബ്രേക്ക് ലൈനിങ് കേടായിരിക്കുന്നു, അല്ലെങ്കിൽ പൊട്ടിയിരിക്കുന്നു.	ലൈനിങ് മാറ്റിയിടുക.
	(b) വളരെയധികം പോറലുകൾ വീണ ബ്രേക് ഡ്രം	ബ്രേക്ക് ഡ്രം റീബോർ ചെയ്യുകയോ മാറ്റു കയോ ചെയ്യുക.
5. ബ്രേക്കിന്റെ പിടിത്തം മൂലം ചക്രം തിരിയുന്നില്ല.	(a) ബ്രേക്ക് ഷൂ പൊട്ടിയതാണ്.	ബ്രേക്ക്ഷൂ മാറ്റിയിടുക.
	(b) ലൈനിങ് പൊട്ടിയതാണ്	ലൈനിങ് മാറ്റിയിടുക.
	(c) ലൈനിങ് അയഞ്ഞിരിക്കുന്നു.	ലൈനിങ് മുറുക്കുക.
6. ബ്രേക്ക് ഡ്രം വല്ലാതെ തേയുന്നു.	ഷൂ ഡ്രമ്മിൽ സദാ ഉരസുന്നു.	ബ്രേക്ക് ഡ്രം ട്രൂ ചെയ്യുക; ആവശ്യമെങ്കിൽ മാറ്റിയിടുക.
സ്റ്റിയറിങ്		
1. സ്റ്റിയറിങ് തിരിക്കാൻ പ്രയാസം	(a) കാറ്റ് കുറവ് അല്ലെങ്കിൽ രണ്ട് ടയറുക ളിലും വ്യത്യസ്തമായ മർദം.	ശരിയായ അളവിൽ കാറ്റ് നിറയ്ക്കുക.

	തകരാറ്		കാരണം	പ്രതിവിധി
		(b)	ലൂബ്രിക്കന്റ് ശരിയല്ല	നിർദിഷ്ടമായ ലൂബ്രിക്കന്റ് ഉപയോഗിക്കുക.
		(c)	ലൂബ്രിക്കന്റ് അപര്യാപ്തം ബോക്സ് സിസ്റ്റത്തിൽ ലൂബ്രിക്കന്റ് നിറയ്ക്കുക.	ശരിയായ അളവിൽ സ്റ്റിയറിങ്
		(d)	സ്റ്റിയറിങ് ആമോ നക്കിളോ സസ്പെൻഷൻ ആമോ, ഒടിഞ്ഞതോ വളഞ്ഞതോ ആണ്.	വളഞ്ഞതും ഒടിഞ്ഞതുമായ ഭാഗങ്ങൾ മാറ്റുക.
		(e)	ബോൾ ജോയിന്റുകൾക്ക് കൂടുതൽ മുറുക്കം	മുറുക്കമായത് മാറ്റുക.
2.	സ്റ്റിയറിങ് വീൽ അയഞ്ഞിരിക്കുന്നു അല്ലെങ്കിൽ പ്ലേ അനുഭവപ്പെടുന്നു.	(a)	സ്റ്റിയറിങ് ബന്ധങ്ങൾ കൂടുതൽ അയഞ്ഞതാണ്.	കൂടുതൽ അയഞ്ഞിരിക്കുന്ന സ്ഥലം കണ്ടെത്തി മുറുക്കുക.
		(b)	സ്റ്റിയറിങ് ലിങ്കേജ് തേഞ്ഞിരിക്കുന്നു.	തേഞ്ഞവ മാറ്റുക
		(c)	മുൻചക്രങ്ങളുടെ ബെയറിങ് കൂടുതൽ അയഞ്ഞിരിക്കുന്നു.	അയഞ്ഞവ മുറുക്കുക.
		(d)	മുൻചക്രങ്ങളുടെ ബെയറിങ്ങുകൾക്ക് തേയ്മാനം വന്നിരിക്കുന്നു.	തേഞ്ഞവ മാറ്റിയിടുക.
		(e)	സ്റ്റിയറിങ് ഗിയർ ഫ്ളക്സിബിൾ കപ്ലിങ് അയഞ്ഞതാണ്.	അയഞ്ഞ കപ്ലിങ് മുറുക്കുക.
		(f)	സ്റ്റിയറിങ് ഗിയർ ഫ്ളക്സിബിൾ കപ്ലിങ് തേഞ്ഞിരിക്കുന്നു	തേഞ്ഞ ഭാഗങ്ങൾ മാറ്റിയിടുക.
3.	സ്റ്റിയറിങ് നിയന്ത്രണം ശരിയാവുന്നില്ല. പ്രത്യേകിച്ചും ബ്രേക്ക് ചെയ്യുമ്പോൾ	(a)	തേഞ്ഞ ബ്രേക്ക് ലൈനിങ്	ബ്രേക്ക് ലൈനിങ് മാറ്റുക
		(b)	ബ്രേക്ക് ലൈനിങ്ങിൽ ഓയിൽ കയറിയിരിക്കുന്നു	കാരണം കണ്ടുപിടിച്ച് ഓയിൽ നീക്കം ചെയ്യുക.
		(c)	ബ്രേക്ക് ലൈനിങ്ങിൽ ഫ്ളൂയിഡ് കയറിയിരിക്കുന്നു	കാരണം കണ്ടെത്തി ശരിയാക്കുക
4.	കാറ് റോഡിൽ വളഞ്ഞുപുളഞ്ഞാണ് നീങ്ങുന്നത്	(a)	സ്റ്റിയറിങ് നക്ക്ൾ വളഞ്ഞതാണ്	നക്ക്ൾ മാറ്റുക.
		(b)	കിങ്പിൻ വളഞ്ഞതാണ്	കിങ്പിൻ മാറ്റുക
		(c)	സ്റ്റെബിലൈസർ പ്രവർത്തിക്കുന്നില്ല	സ്റ്റെബിലൈസർ ശരിയാക്കുക.

തകരാറ്	കാരണം	പ്രതിവിധി
പിസ്റ്റൺ റിങ്		
1. പെട്രോൾ വായുമിശ്രം പുറത്തുപോവുന്നു	(a) പിസ്റ്റൺ റിങ് തേഞ്ഞിരിക്കുന്നു	റിങ്ങുകൾ മാറ്റിയിടുക
	(b) പിസ്റ്റൺറിങ്ങിന്റെ വിടവ് വർധിച്ചിരിക്കുന്നു	റിങ്ങുകൾ മാറ്റിയിടുക
	(c) റിങ്ങിന്റെ പുറംഭാഗം നീലയോ കറുപ്പോ ആയിരിക്കുന്നു	റിങ്ങുകൾ മാറ്റിയിടുക
2. ശബ്ദം	(a) റിങ്ങുകൾ അയഞ്ഞിരിക്കുന്നു	റിങ്ങുകൾ മാറ്റിയിടുക
	(b) കംപ്രഷർ പ്രഷർകുറഞ്ഞിരിക്കുന്നു	റിങ്ങുകൾ മാറ്റിയിടുക
3. ഒട്ടിച്ചേർന്ന റിങ്ങുകൾ	(a) പിസ്റ്റൺ തേഞ്ഞിരിക്കുന്നു	പിസ്റ്റൺ മാറ്റുക
	(b) റിങ്ങുകൾക്കുള്ളിൽ പിസ്റ്റന്റെ പൊഴിയിൽ കരി വന്നു കൂടിയിരിക്കുന്നു	പൊഴിയിലെ കരി എടുത്തുകളയുക
4. കൂടുതൽ ഘർഷണം	(a) റിങ്ങുകളുടെ വിടവ് പര്യാപ്തമല്ല	വിടവ് വർധിപ്പിക്കുക.
	(b) കൂടുതൽ കട്ടിയുള്ള റിങ്ങുകൾ	കനംകുറഞ്ഞ റിങ് ഉപയോഗിക്കുക.
5. പിസ്റ്റൺ റിങ് ക്ലിക്	(a) പൊഴിയിൽ റിങ്ങുകൾ ഇടാൻ കഴിയാത്തവിധം മുറുക്കമാണ്	റിങ്ങുകളുടെ വിടവ് വർധിപ്പിക്കുക
	(b) തേയ്മാനം വന്ന പിസ്റ്റൺ	പൊഴിയിൽ പുതിയ റിങ്ങുകൾ ഇട്ടിരിക്കുന്നു. റിങ്ങുകൾ പൂർണമായും പൊഴിയിൽ വീണിരിക്കണം; അതിനുവേണ്ടി റിങ്ങുകൾ തിരിക്കുക
എ.സി. മെക്കാനിക്കൽ പമ്പ്		
1. കുഴലിനു ചോർച്ച	ഫ്യൂൽടാങ്കിനും കാർബറേറ്ററിനും ഇടയ്ക്കുള്ള പൈപ്പ് ബന്ധങ്ങൾ അയഞ്ഞിരിക്കുന്നു	പൈപ്പ് ബന്ധങ്ങൾ മുറുക്കുക; ആവശ്യമെങ്കിൽ കുഴലുകൾ മാറ്റുക.
2. പമ്പിന്റെ മേൽകവർ അയഞ്ഞിരിക്കുന്നു	(a) കോർക്ക് ഗാസ്ക്കറ്റിന്റെ ഇരിപ്പ് ശരിയല്ല	കോർക്ക് ഗാസ്ക്കറ്റിന്റെ ഇരിപ്പ് ശരിയാക്കിയ ശേഷം നട്ട് മുറുക്കുക.

തകരാറ്	കാരണം	പ്രതിവിധി
	(b) കോർക്ക് ഗാസ്ക്കറ്റ് മുറിഞ്ഞതാണ്	കോർക്ക് ഗാസ്ക്കറ്റ് മാറ്റുക
3. സ്ക്രീൻ അഴുക്ക് നിറഞ്ഞിരിക്കുന്നു	(a) സ്ക്രീൻ കാലാകാലങ്ങളിൽ വൃത്തിയാക്കാറില്ല	കവർ അഴിച്ചെടുത്ത് സ്ക്രീൻ വൃത്തിയാക്കുക.
	(b) കോർക്ക് ഗാസ്ക്കറ്റിന്റെ ഇരിപ്പ് ശരിയല്ല	കോർക്ക് ഗാസ്ക്കറ്റ് ശരിയായി വയ്ക്കുക
4. വാൽവ് പ്ലഗ്ഗ് അയഞ്ഞിരിക്കുന്നു	(a) പ്ലഗ്ഗ് ഗാസ്ക്കറ്റ് കേടായതാണ്	പ്ലഗ്ഗ് ഗാസ്ക്കറ്റ് മാറ്റുക
	(b) വാൽവ് പ്ലഗ്ഗ് കാലാകാലങ്ങളിൽ മുറുക്കാറില്ല	വാൽവ് പ്ലഗ്ഗ് മുറുക്കുക
5. വാൽവുകളിലൂടെ പെട്രോൾ ശരിയായി പ്രവഹിക്കുന്നില്ല	(a) വാൽവുകളിൽ അഴുക്ക് നിറഞ്ഞിരിക്കുന്നു	വാൽവുകൾ പെട്രോൾകൊണ്ട് വൃത്തിയായി കഴുകുക.
	(b) കേടുവന്ന വാൽവുകൾ	വാൽവുകൾ മാറ്റുക
6. പെട്രോൾ ശരിയായി വരുന്നില്ല	(a) സ്ക്രീനിൽ അഴുക്ക് നിറഞ്ഞിരിക്കുന്നു	സ്ക്രീൻ വൃത്തിയാക്കുക.
	(b) പൈപ്പ് ലൈനിൽ അഴുക്ക് നിറഞ്ഞിരിക്കുന്നു	പൈപ്പ് ലൈനിലൂടെ ശക്തിയായി കാറ്റ് കടത്തിവിട്ട് വൃത്തിയാക്കുക.
	(c) കാർബറേറ്ററിലെ രണ്ടാം ഫിൽറ്ററിൽ അഴുക്ക് നിറഞ്ഞിരിക്കുന്നു	ഫിൽറ്റർ പെട്രോളിൽ കഴുകുക
	(d) ഡയഫ്രത്തിൽ ചോർച്ചയുണ്ട്	ഡയഫ്രം മാറ്റുക.
7. ബാഷ്പം വന്ന് അടയുന്നു (വേപ്പർ ലോക്ക്)	(a) പെട്രോൾ ബാഷ്പം മൂലം ഫ്യൂൽഫീഡ് സിസ്റ്റത്തിൽ പെട്രോൾ പ്രവാഹം സാധിക്കുന്നില്ല	ഫ്യൂൽ പൈപ്പ് ലൈൻ അഴിച്ചെടുക്കുക അപ്പോൾ ബാഷ്പം അപ്രത്യക്ഷമാവും. പൈപ്പ് ലൈൻ വീണ്ടും ഘടിപ്പിച്ച് ഫ്യൂൽ സിസ്റ്റത്തിൽ പ്രൈമർ അടിക്കുക.
	(b) പൈപ്പ് ലൈൻ ചൂട് പിടിക്കുന്ന സിലിണ്ടർ ബ്ലോക്കിനു സമീപമാണ്	ചൂടുപിടിക്കുന്ന സിലിണ്ടർ ബ്ലോക്കിൽ നിന്നു പൈപ്പ് ലൈൻ അകറ്റുക

തകരാറ്	കാരണം	പ്രതിവിധി
സോളെക്സ് കാർബറേറ്റർ		
1. എൻജിൻ സ്റ്റാർട്ടാവുന്നില്ല	സ്റ്റാർട്ടിങ് മിശ്രം വളരെ നേർത്തതാണ്	സ്റ്റാർട്ടർ പെട്രോൾ ജറ്റ് വേണ്ടതിലും ചെറുതാണോ എന്നു പരിശോധിക്കുക. വായു ചോർച്ചയുണ്ടോ എന്നും പരിശോധിക്കുക. ത്രോട്ടിൽ ഐഡ്ലിങ് സ്ഥാനത്തേക്ക് തിരിച്ചുവന്നോ എന്നും പരിശോധിക്കുക.
2. എൻജിൻ ഐഡിൽ ചെയ്യുന്നില്ല	വായു ചോർച്ചയുണ്ട്	കാർബറേറ്ററും മാനിഫോൾഡും എൻജിനും തമ്മിലുള്ള ബന്ധം പരിശോധിക്കുക. ത്രോട്ടിൻസ്പിൻഡിൽ തേയ്മാനം വന്നതാണോ എന്നും പരിശോധിക്കണം.
3. ഐഡ്ലിങ് വേഗതയിൽ എൻജിന്റെ പ്രവർത്തനം ക്രമം തെറ്റിയാണ്	ഐഡ്ലിങ് ജറ്റ് നിർദിഷ്ട വലിപ്പത്തിലും ചെറുതാണ്	ഐഡ്ലിങ് ജറ്റ് മാറ്റി നിർദിഷ്ട വലിപ്പത്തിലുള്ളത് ഇടുക. ആവശ്യമാംവിധം ഐഡ്ലിങ് സ്പീഡ് അഡ്ജസ്റ്റ്മെന്റ് സ്ക്രൂ ക്രമീകരിക്കുക
4. പെട്രോൾ ചെലവ് വളരെ കൂടുതലാണ്	(a) എയർ ക്ലീനർ അടഞ്ഞതാണ്	എയർക്ലീനർ നന്നായി വൃത്തിയാക്കിയ ശേഷം ഘടിപ്പിക്കുക.
	(b) ബൈ-സ്റ്റാർട്ടർ ഡിസ്ക് വാൽവ് പൂർണമായും അടയുന്നില്ല	ഡാഷ് ബോർഡ് കൺട്രോൾ വയർ വേണ്ടതുപോലെ നീങ്ങുന്നുണ്ടോ എന്നു പരിശോധിക്കുക
	(c) കാർബറേറ്റർ നിറഞ്ഞു കവിയുന്നു	ഫ്ളോട്ടിന് ചോർച്ചയുണ്ടോ എന്ന് പരിശോധിക്കുക. തേയ്മാനം വന്നെങ്കിൽ മാറ്റിയിടുക. എന്തെങ്കിലും ഒട്ടിപ്പിടിക്കുന്നതുകൊണ്ടാണ് അത് നീങ്ങാത്തതെങ്കിൽ മെത്തിലേറ്റഡ് സ്പിരിട്ടിൽ നന്നായി കഴുകണം.

തകരാറ്	കാരണം	പ്രതിവിധി
5. ആക്സിലറേഷൻ തീരെ മോശം	(a) ആക്സിലറേറ്റർ പമ്പ് പ്രവർത്തിക്കുന്നില്ല	വാൽവുകൾ സ്വതന്ത്രമാണോ എന്നു പരിശോധിക്കണം. ഡയഫ്രം സ്പ്രിങ് നല്ലതായിരിക്കണം. വായുവിന്റെയും പെട്രോളിന്റെയും വഴി ശരിയാണോ എന്നും പരിശോധിക്കണം.
	(b) പമ്പ്ജറ്റ് നിർദിഷ്ട വലിപ്പത്തിലും ചെറുതാണ്	നിർദിഷ്ട വലിപ്പത്തിലുള്ള പമ്പ്ജറ്റ് ഘടിപ്പിക്കുക.

കൂളിങ് സിസ്റ്റം

1. എൻജിൻ കൂടുതൽ ചൂടാവുന്നു	(a) വെള്ളം (കൂളന്റ്) കുറവ് ഒഴിക്കുക	റേഡിയേറ്ററിൽ വെള്ളം(കൂളന്റ്)
	(b) തെർമോസ്റ്റാറ്റ് പ്രവർത്തിക്കുന്നില്ല	തെർമോസ്റ്റാറ്റ് മാറ്റുക.
	(c) വാട്ടർപമ്പ് പ്രവർത്തിക്കുന്നില്ല	വാട്ടർപമ്പ് ശരിയാക്കുക. ശരിയാവുന്നില്ലെങ്കിൽ മാറ്റുക.
	(d) തെറ്റായ വാൽവ് ടൈമിങ്	എൻജിന്റെ നിർമാതാക്കൾ നിർദേശിക്കുന്ന രീതിയിൽ ടൈമിങ് ക്രമപ്പെടുത്തുക.
	(e) തെറ്റായ ഇഗ്നീഷൻ ടൈമിങ്	ഇഗ്നീഷൻ ടൈമിങ് ക്രമീകരിക്കുക.
	(f) റേഡിയേറ്റർ അടഞ്ഞിരിക്കുന്നു	റിവേഴ്സ് ഫ്ളഷിങ് രീതിയിൽ റേഡിയേറ്റർ വൃത്തിയാക്കുക.
	(g) ഫാൻ ബെൽറ്റ് പൊട്ടിയിരിക്കുന്നു. ഫാൻ കൺട്രോൾ സ്വിച്ച് പ്രവർത്തിക്കുന്നില്ല	ഫാൻബെൽറ്റ് മാറ്റിയിടുക. ഫാൻ കൺട്രോൾ സ്വിച്ച് മാറ്റിയിടുക.
	(h) റേഡിയേറ്ററിന്റെ കോർ അടഞ്ഞതുമൂലം വായുപ്രവാഹം തടസ്സപ്പെട്ടിരിക്കുന്നു.	വെള്ളവും മർദമുള്ള വായുവും കൊണ്ട് അഴുക്കുകളയുക
	(i) അധികമായ തോതിൽ കരി ഉണ്ടാവുന്നു	അടഞ്ഞുകൂടിയ കരി നീക്കം ചെയ്യുക
	(j) മഫ്ളർ അടഞ്ഞിരിക്കുന്നു	മഫ്ളർ മാറ്റുക
	(k) എക്സ്ഹോസ്റ്റ് പൈപ്പ് വളഞ്ഞിരിക്കുന്നു	എക്സ്ഹോസ്റ്റ് പൈപ്പ് മാറ്റുക

തകരാറ്	കാരണം	പ്രതിവിധി
2. വെള്ളം (കൂളന്റ്) കുറയുന്നു	(a) ഹോസുകൾ തമ്മിലുള്ള ബന്ധം അയഞ്ഞിരിക്കുന്നു	ഹോസ് ബന്ധങ്ങൾ മുറുക്കുക
	(b) ഹോസ് കേടായിരിക്കുന്നു	കേടായ ഹോസ് മാറ്റുക.
	(c) വാട്ടർ പമ്പിന് ലീക്ക് മാറ്റുക	വാട്ടർ പമ്പ് ശരിയാക്കുക അല്ലെങ്കിൽ
	(d) റേഡിയേറ്ററിനു ചോർച്ച ശരിയാക്കുക	റേഡിയേറ്റർ അഴിച്ചെടുത്തു
	(e) സിലിണ്ടർ ഹെഡിൽ ചോർച്ച	സിലിണ്ടർ ഹെഡിലെ ഗാസ്കറ്റ് മാറ്റുക
	(f) സിലിണ്ടർ, ബ്ലോക്കിലോ ഹെഡിലോ വിള്ളൽ വലുതാണെങ്കിൽ വാഹനം വർക്ക്ഷോപ്പിൽ എത്തിക്കണം.	വിള്ളൽ തീരെ ചെറുതാണെങ്കിൽ റേഡിയേറ്റർ സീലർ കൊണ്ട് അടയ്ക്കാം

ഡീസൽപമ്പ്

തകരാറ്	കാരണം	പ്രതിവിധി
1. ഡീസൽപമ്പിലൂടെ ഫ്യൂൽ വരുന്നില്ല	(a) ഫ്യൂൽ ടാങ്ക് കാലിയായി	ടാങ്കിൽ ഫ്യൂൽ നിറയ്ക്കുക.
	(b) ഡീസൽ ഇൻലെറ്റ് പൈപ്പ് അടഞ്ഞിരിക്കുന്നു	ഇൻലെറ്റ് പൈപ്പ് അഴിച്ചെടുത്തു വൃത്തിയാക്കുക.
	(c) ഫിൽറ്റർ എലിമെന്റിൽ അഴുക്കു നിറഞ്ഞിരിക്കുന്നു	ഫിൽറ്റർ എലിമെന്റ് അഴിച്ചെടുത്തു വൃത്തിയാക്കുക.
	(d) പമ്പിൽ വായു കടന്നിരിക്കുന്നു	ഫ്യൂൽ സിസ്റ്റം പ്രൈം ചെയ്യുക.
	(e) പ്ലഞ്ചർ പമ്പിനു തകരാറ് കാണിക്കുക.	പരിശോധനയ്ക്കായി നിർമാതാക്കളെ
	(f) ഡെലിവറി വാൽവിന് തകരാറ്	വാൽവ് അഴിച്ചെടുത്ത് വാൽവ് ഫെയ്സും ഗൈഡും പരിശോധിക്കുക. അവയ്ക്ക് കേടുവന്നിട്ടുണ്ടെങ്കിൽ മാറ്റിയിടുക.
2. ഓരോ സ്ട്രോക്കിലും പര്യാപ്തമായ അളവിൽ ഫ്യൂൽ വരുന്നില്ല	(a) ഡെലിവറി വാൽവിൽ ചോർച്ച	വാൽവും സീറ്റിങ്ങും മാറ്റിയിടുക
	(b) സന്ധികളിൽ ചോർച്ച	സന്ധികൾ മുറുക്കുക

തകരാറ്	കാരണം	പ്രതിവിധി
3. കൺട്രോൾറോഡ് ജാമായിരിക്കുന്നു	പമ്പ് പ്ലഞ്ചർ സീസായതുകൊണ്ടോ, കൺട്രോൾ റോഡിൽ അഴുക്കു വന്ന് അടഞ്ഞതു കൊണ്ടോ	അഴിച്ചെടുത്ത് വൃത്തിയാക്കിയ ശേഷം ഘടിപ്പിക്കുക.
4. ഫ്യൂൽ സപ്ലൈ ഒരേ തോതിലല്ല	(a) പമ്പിൽ വായു കടന്നിരിക്കുന്നു	ഫ്യൂൽ സിസ്റ്റം പ്രൈം ചെയ്യുക.
	(b) ഒടിഞ്ഞ ഡെലിവറി വാൽവ് സ്പ്രിങ്	സ്പ്രിങ് മാറ്റിയിടുക.
	(c) ഒടിഞ്ഞ പ്ലഞ്ചർ സ്പ്രിങ്	സ്പ്രിങ് മാറ്റിയിടുക
	(d) തേഞ്ഞ ടാപ്പറ്റ് റോളർ റോളറും ഇടുക.	പുതിയ ഒരു പ്ലഞ്ചർ ഗൈഡും ടാപ്പറ്റ്
	(e) ഫ്യൂവലിന്റെ ഇൻലെറ്റ് അടഞ്ഞിരിക്കുന്നു	ഇൻലെറ്റ് പൈപ്പ് വൃത്തിയാക്കിയ ശേഷം ഘടിപ്പിക്കുക.
	(f) ഫിൽറ്റർ എലിമെന്റിൽ അഴുക്കുഅടിഞ്ഞിരിക്കുന്നു.	ഫിൽറ്റർ എലിമെന്റ് വൃത്തിയാക്കിയശേഷം ഘടിപ്പിക്കുക.
	(g) ഫ്യൂൽ ഇൻജെക്ഷൻ പമ്പിൽ നിന്ന് വേണ്ടത്ര ഉയരത്തിലല്ല ഡീസൽ ടാങ്ക്	ഡീസൽ ടാങ്ക് കുറേക്കൂടി ഉയർത്തി വെയ്ക്കുകയോ ഫ്യൂൽ ഫീഡ് പമ്പ് ഘടിപ്പിക്കുകയോ ചെയ്യുക.

നോസിൽ

1. ഇൻജെക്ഷൻ മർദം വളരെ കൂടുതൽ	(a) കംപ്രഷൻ സ്ക്രൂ ശരിയായ വിധത്തിലല്ല	കംപ്രഷൻ സ്ക്രൂ ക്രമീകരിക്കുകയും ലോക്ക് ചെയ്യുകയും ചെയ്യുക.
	(b) നോസിൽ വാൽവ് ശരിയല്ല വൃത്തിയാക്കുക. എന്നിട്ട് ശരിയാവുന്നില്ലെങ്കിൽ പുതിയത് ഘടിപ്പിക്കുക.	പെട്രോൾ കൊണ്ട് നോസിൽ വാൽവ്
	(c) നോസിൽ വാൽവ് ബോഡിയിൽ ഉറച്ചു പോയിരിക്കുന്നു	നോസിൽ പൂർണമായും മാറ്റിയിടുക
2. വളരെ കുറഞ്ഞ ഇൻജെക്ഷൻ മർദം	(a) കംപ്രഷൻ സ്ക്രൂവിന്റെ സ്ഥാനം മാറിയിരിക്കുന്നു	കംപ്രഷൻ സ്ക്രൂ ക്രമീകരിച്ച ശേഷം ലോക്ക് ചെയ്യുക.

തകരാറ്	കാരണം	പ്രതിവിധി
	(b) നോസിൽ-ഹോൾഡർ സ്പ്രിങ് ഒടിഞ്ഞിരിക്കുന്നു.	ഒടിഞ്ഞ സ്പ്രിങ് മാറ്റിയിടുക.
	(c) നോസിൽ നീഡിൽ പറ്റിപ്പിടിക്കുന്നു	പെട്രോൾ പാരഫിൻ ഉപയോഗിച്ച് നോസിൽ വൃത്തിയാക്കുക
3. നോസിലിൽ ഫ്യൂൽ ഇറ്റ് വീഴുന്നു	(a) കേടായ നോസിൽ വാൽവ്	നോസിൽ വാൽവ് മാറ്റിയിടുക
	(b) നോസിൽ ദ്വാരം തുറന്നിരിക്കുംവിധം നോസിൽ വാൽവ് പറ്റിപ്പിടിക്കുന്നു	നോസിൽ വാൽവ് വൃത്തിയാക്കുക
4. ലീക്-ഓഫ് ബന്ധത്തിൽ നിന്ന് ഡീസൽ ഫ്യൂൽ ഇറ്റ് വീഴുന്നു	(a) നോസിൽ ബോഡിയിൽ നോസിൽ വാൽവ് അയഞ്ഞിരിക്കുന്നു.	നോസിൽ പൂർണമായും മാറ്റിയിടുക.
	(b) നോസിൽ ക്യാപ്പ്നട്ട് വേണ്ട വിധത്തിൽ മുറുക്കിയിട്ടില്ല	പ്രത്യേക റിങ്സ്പാനർ കൊണ്ട് നട്ട് മുറുക്കുക
	(c) നോസിൽ മുഖം കേടായതാണ്	മാറ്റിയിടുക

അനുബന്ധം-1

അടിയന്തിരഘട്ടത്തിലെ പ്രഥമ ശുശ്രൂഷ

അപകടം സംഭവിച്ചാൽ നൽകേണ്ട പ്രഥമ ശുശ്രൂഷകൾക്ക് വേണ്ട സാധനങ്ങൾ കാറിൽ കരുതണം. അപകടം ഉണ്ടായാൽ ശ്രദ്ധിക്കേണ്ട കാര്യങ്ങൾ

- ❖ സമനില കൈവിടാതിരിക്കുക.
- ❖ പരിക്ക് വർധിക്കാതിരിക്കാൻ വേണ്ടത് ഉടനെ ചെയ്യുക.
- ❖ അപകടത്തിൽ ശ്വാസോച്ഛ്വാസം നിലച്ചിട്ടുണ്ടോ എന്നു പരിശോധിക്കുക.
- ❖ രക്തസ്രാവം നിർത്തുക.
- ❖ അപകടം ഗൗരവമാണെങ്കിൽ, കഴിയുന്നതും രോഗിയെ, സുരക്ഷയ്ക്ക് അനിവാര്യമായ നീക്കങ്ങൾ ഒഴിച്ച് അങ്ങോട്ടുമിങ്ങോട്ടും നീക്കാതിരിക്കുക.
- ❖ വിദഗ്ധ ചികിത്സയ്ക്ക് വേണ്ട ഏർപ്പാട് ചെയ്യുക.
- ❖ പരിക്കു പറ്റിയ ആൾക്ക് യാതൊന്നും തിന്നാനും കുടിക്കാനും നൽകാതിരിക്കുക.

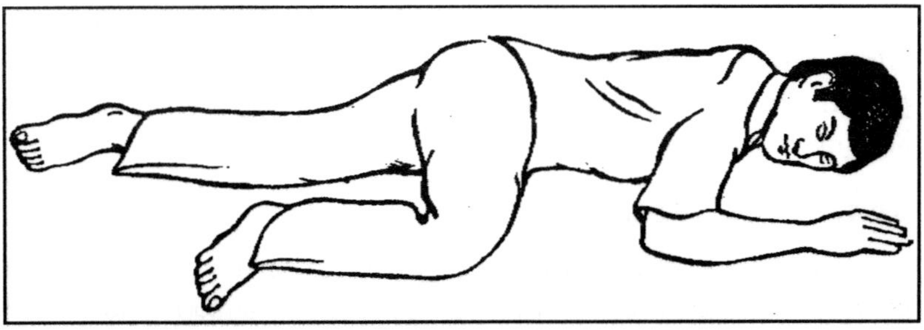

അബോധാവസ്ഥയിൽ രോഗിയെ കിടത്തേണ്ട രീതി

അപകടത്തിൽ ബോധക്ഷയംവന്നവർക്ക് പ്രത്യേക പരിചരണം ആവശ്യമാണ്. ഏതുസമയത്തും ശ്വാസതടസ്സമുണ്ടാകാം. ശ്വാസോച്ഛ്വാസം ശരിയാണോ എന്ന് ആദ്യം ശ്രദ്ധിക്കണം. ആദ്യംതന്നെ ശ്വാസത്തിന് തടസ്സമായവയെ നീക്കം ചെയ്യണം. വായിൽ കൃത്രിമപ്പല്ലുണ്ടെങ്കിൽ അത് മാറ്റുക. ഇറുകിയ വസ്ത്രങ്ങൾ അയയ്ക്കുക. തുടർന്ന് ചിത്രത്തിലെന്നപോലെ കിടത്തുക. ഇങ്ങനെ കിടന്നാൽ നാക്ക് പുറകോട്ട് വീണ് ശ്വാസതടസ്സം സൃഷ്ടിക്കാൻ ഇടവരികയില്ല. കൂടാതെ ഛർദി, രക്തം എന്നിവയുണ്ടെങ്കിൽ വായിലൂടെ ഒഴുകിപ്പോകാനും ഇത് സഹായിക്കുന്നു.

കൃത്രിമ ശ്വാസോച്ഛ്വാസം നിലച്ചിട്ടുണ്ടെങ്കിൽ ഉടനെ കൃത്രിമശ്വാസോച്ഛ്വാസം നൽകണം. മുഖത്തോടുമുഖം രീതിയാണ് ഈ അവസ്ഥയിൽ

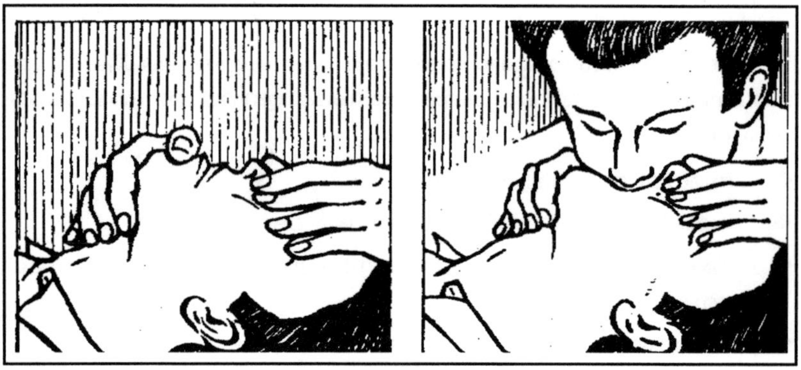

കൃത്രിമ ശ്വാസോച്ഛ്വാസം

ഏറ്റവും ഫലപ്രദം. വായിലുള്ള തടസ്സങ്ങൾ മാറ്റിയശേഷം തല പുറകോട്ട് ചായ്ക്കുക. ഒരു കൈകൊണ്ട് താടി മുകളിലേക്ക് തള്ളുകയും ഒരു കൈകൊണ്ട് മൂക്ക് പൊത്തിപ്പിടിക്കുകയും ചെയ്ത് രോഗിയുടെ വായിലൂടെ അനുക്രമമായി ഊതുക. ഊതുന്നതിനു മുമ്പ് ശക്തിയായി നിങ്ങൾ ശ്വാസം വലിക്കണം. കൊച്ചു കുട്ടിയാണെങ്കിൽ മൂക്കും വായും ചേർത്ത് ഊതുക.

രോഗിയുടെ നെഞ്ച് ഉയരാൻ തുടങ്ങിയാൽ താഴുംവരെ കാത്തിരുന്ന് വീണ്ടും ഊതുക. സ്വാഭാവികമായ ശ്വാസോച്ഛ്വാസം ഉണ്ടാവുന്നതുവരെ ഈ പ്രക്രിയ തുടരുക. ശ്വസിക്കാൻ തുടങ്ങിയാൽ ചിത്രത്തിൽ കാണിച്ചിരിക്കുന്ന പോലെ കിടത്തുക.

രക്തസ്രാവം നിർത്തൽ

രക്തസ്രാവം രോഗിയേയും മറ്റുള്ളവരെയും ഭയപ്പെടുത്തുന്നു. വിചാരിക്കുന്ന അത്ര ആപൽക്കരമാവാറില്ല മുറിവുകൾ. എന്നാൽ പ്രധാന ധമനികൾ മുറിഞ്ഞുള്ള ബ്ലീഡിങ് വളരെ ആപൽക്കരമാണ്.

രക്തസ്രാവം നിർത്താൻ എത്രയും വേഗം ശ്രമിക്കണം. ആദ്യം രോഗിയെ ഇരുത്തുകയോ കിടത്തുകയോ ചെയ്യുക. മുറിവു പറ്റിയ ഭാഗം ഉയർത്തിവയ്ക്കുന്നത് രക്തസ്രാവത്തെ കുറയ്ക്കും. മിക്ക ബ്ലീഡിങ്ങും ഏതാനും സമയത്തിനുള്ളിൽ തനിയെ നിലയ്ക്കും. എങ്കിലും പ്രത്യേക ബാന്റേജിനു കാത്തിരിക്കാതെ കയ്യിലുള്ള കർച്ചീഫുകൊണ്ടു തന്നെ മുറിവ് കെട്ടുക. കെട്ടിയ തുണി രക്തം കൊണ്ട് മൂടിയാൽ അത് എടുത്തു മാറ്റരുത്. അതിനുമുകളിലൂടെ മറ്റൊരു തുണികൊണ്ട് കെട്ടുക.

അനുബന്ധം-2

SYLLABUS FOR IMPARTING INSTRUCTIONS, IN DRIVING OF MOTOR VEHICLES

(1) The syllabus for imparting instruction in driving of motor vehicles of the schools or establishments shall be as follows (see tables below):

(2) The lessons for training drivers of non-transport vehicles shall cover part A,B,C,D,F,G & K of sub-rule (1) and the training period shall not be less than thirty days.

(3) The lessons for training drivers of transport vehicles shall cover E,F,G,H,J & K of sub-rule (1) and the training period shall not be less than sixty days for heavy vehicles and not less than forty-five days for medium or light vehicles.

(4) The actual driving hours for trainees in driving non-transport vehicle shall not be less than twenty-four hours and actual driving hours for training for driving transport vehicles shall not be less than thirty hours.

A. DRIVING THEORY - I

1.	Know your vehicle	Simple introduction to automobile engines and their working
2.	Vehicle control Foot Controls	Foot brake, accelerator, clutch, dipper (not in present models).
	Hand Controls	Steering wheel, hand brake, horn, light, wipers, ignition

		switch, starter, dipper and indicators.
	Other Controls	Rear-view mirror (Right and Left side) Instrument cluster, gauges, dials, windscreen their purpose.
3.	Pre-driving checks.	(i) Before sitting on driver's seat and (ii) After sitting on driver's seat
4.	Beginning to drive	Precautions just before moving, While moving, Bitting point, Moving, Steering control, Changing of gear, Stopping, Braking, Accelerator (gradul/sudden) Traffic sense, road sense, judgement, parking and positioning according to road users, Reversing
5.	Driving on the road	Anticipation, judgement, and road positioning according to other road users
6.	Driving at intersections	Mirror, signal and Manoeuvre (MSM) and Position, Speed and Look (PSL) Zone of vision.
7.	Manoeuvres	Merging and diverging manoeuvres turning manoeuvres to left, right about, 3-point turn 5 point turn and U-turn, overtaking stationery vehicle, moving vehicle in left side and right side.

8.	Reversing	Locating reverse gear in sitting position, speed control, steering in reverse gear, weaving the 'S' bend and common errors.
9.	Parking	Parrallel, angular, perpendicular, Parking facing uphill, parking facing downhill, common errors.
10.	Driver's responsibility on the road	Driving behaviour, consideration for other road users, courtesy and competitiveness, over-confidence, impatience and defensive driving. Distance between cars when driving, Railway crossing.
11.	Priority for certain vehicles	Emergency vehicles, Fire engines and Ambulance.

B. TRAFFIC EDUCATION - 1

1.	Driving Regulations	Road use regulations made under Section 118 of the Motor Vehicles Act, 1988.
2.	Hand signals	
3.	Traffic signs	Schedule to Motor Vehicles Act, 1988
4.	Hand Signals of Traffic Constables/Traffic Warden	
5.	Introduction to automatic light signals	
6.	Introduction to Road markings	
7.	Speed Regulations on Highways and city Roads	
8.	Parking at objectionable places	

9.	Some important provisions of **Motor Vehicle Act, 1988** Sections 122, 123, 125, 126 and 128 of the Motor Vehicles Act, 1988	
10.	Test of competence to Drive sub-rule (3) of Rule 15 of Central Motor Vehicles Rules 1989.	

C. LIGHT VEHICLES DRIVING PRACTICE

1.	Identification of various parts of the vehicles	
2.	Pre-driving checks	(i) Before sitting on Driver's seat, and (ii) After sitting on Driver's seat.
3.	Steering practice	Push and Pull method
4.	Bitting point	
5.	Moving and Gear changing	
6.	Stopping:	- Normal stopping - Emergency stopping
7.	Developing Judgement & anticipation to drive on road	
8.	Reversing	- In straight - In 'S' Bends
9.	Turning about and parking	
10.	Licensing	

D. VEHICLE MECHANISM & REPAIRS

1.	Layout of vehicle	

2.	Function of Diesel and Petrol Engines		
3.	Fuel System	- Fuel lines - Fuel injection pump - Automiser - Air lock - Oil Block	
4.	Cooling System	- Purpose - Radiator - Water pump - Fan Leaf/fan belt - Radiator water boiling - Rectification	
5.	Lubrication System	- Purpose - Engine lubrication - Chassis lubrication - Oil grade numbers unitwise	
6.	Transmission System	(a) Clutch	- Function - Slip - Rising - Linkages
		(b) Gear Box	- Function - Purpose - Parts
		(c) Propeller Shaft Function/ purpose	- Yoke joint - CJ Bearing slip - U Joint - Lubrication
		(d) Differential	- Purpose - Function/ Noise

7.	Suspension system	- Purpose - Springs - Shackle, shackle pin bushes, - Shock absorber and its bushes
8.	Steering system	- Purpose - Steering Geometry - Steering Linkages - Steering Box
9.	Brake system	- Purpose - Hydraulic brake and its know how - Air assisted Hydraulic brake and its know how - Air brake and its know how - Brake adjustment of the entire system
10.	Electrical system	- Battery and its condition - Dynamo/Alternator - Self Motor - Starter Motor - Regulators - Light - knowledge to read the charging rate in the Ampere Meter
11.	Tyres	- Study of tyres - Maintenance - Effect of defective tyres and wheel alignment
12.	Instruments Cluster, Dash Board Meters and their purpose and functions	

E. MEDIUM AND HEAVY VEHICLE DRIVING: DRIVING THEORY II

1.	Qualities of good driver	- Patience, responsibility, self-confidence, anticipation

			concentration, courtesy, defensive driving, knowledge of road rule/regulations, knowledge of road rule/ regulations, knowledge of vehicle controls, maintenance and simple mechanism.
2.	Knowledge of vehicle control	-	Major controls
		-	Minor controls
3.	Response of Controls	-	Accelerator
		-	Brake-Gradual/Sudden/ Sudden fierce
		-	Clutch
4.	Pre-Driving Checks	Steering	
		(i)	Before sitting on Driver's seat, and
		(ii)	After sitting on Driver's seat
5.	Holding steering wheel	-	push and pull method practice
		-	on the move
		-	while gear changing
		-	while turning
		-	while operating dash board switches
		-	while signalling
		-	on emergency
6.	Gear changing	-	Double de-clutching, importance and procedure single clutching
		-	Gear up procedure, shifting to lower gears.
		-	Gear down procedure, shifting to higher gears
7.	Beginning to drive	I gear	
		II gear	

		III gear IV gear V gear Reverse gear Over drive/optional
8.	M.S.M. and P.S.L. Routines	
9.	Manoeuvres	Passing Merging Diverging Overtaking Crossing Turning Cornering Reversing Parking
10.	Stopping	Normal stopping Emergency stopping Use of engine brake/exhaust brake
11.	Stopping distance	Reaction distance Braking distance
12.	Following distance	Meaning Distance method Car length method 2 Second time rule method
13.	Identification, prediction, decision and execution (IPDE) principle	
14.	Defensive driving techniques	Judgement Anticipation Escape route
15.	Night driving	Location of head light switch Procedure Obligation to light the lamps, restriction on lighting the lamps

16.	Hill driving	Starting in hill using the parking brake method Slipping the clutch method driving the up-hill driving in down-hill
17.	Emergency manoeuvers	Prevention is better than cure in case of skidding, horn stuck, Fire, Wheels coming out Brake failure Broken stub, axle Burst of front tyre Steering wobbling, Snapping of steering linkages, Jamming of accelerator pedal Snapping of clutch rod Under special circumstances like chances of collusion with a disabled vehicle Brake failure during down hill Sudden obstruction in front of the vehicle
18.	Driving under special conditions	in wet weather in dawn, dusk and misty roads in dense traffic
19.	Towing (trailer driving)	Procedure on tow board, speed of towing reversing and positioning the vehicle with trailers
20.	Fuel saving methods	
21.	Reports - discussions	

F. TRAFFIC EDUCATION II

1.	Know your road	Functional Classification design speeds road geometrics surface types and characteristics slopes and elevation

2.	Sight distance	At bends At intersections
3.	Road junctions	Principles and types T Junctions Y junctions 4 Arms junctions staggered junction controlled junctions uncontrolled junctions
4.	Traffic islands	Types of round abouts channelisers, Median
5.	Bye-Pass, sub-way, over bridge and flyovers	purpose driving procedures.
6.	Bus stop, bus terminus, bus stand	Ingress Egress Method
7.	Road markings	White line: continuous and broken yellow line, lane marking zebra crossing, stop line, parking markings, sense of road signals.
8.	Lane selection and lane discipline	
9.	Automatic light signals	
10.	Road users characteristics	Pedestrian, drunkard, children and blind, deaf and dumb youth, aged, women with children slow moving vehicles Mopeds and motor cycles Autos, tempos, vans, Buses and trucks, VIP, ambulance, fire engine, Animals.
11.	Accidents	Types of accidents Causes of accidents Preventive methods Driver's duties and responsibilities on the occurrence of accidents

12.	Important provisions in Motor Vehicles Act, 1988 (59 of 1988) Central Motor Vehicles Rules 1989 and the State Motor Vehicles Rules.	Certain definitions Driving licence and its renewal, carrying driving licence, Certificates of registration, fitness and insurance permit taxation card or tax token and production of such document on demand by checking officers Traffic offences and penalties stipulated under the Act and Rules. Relevant Extracts of Petroleum Act, 1934. City Police Act. Indian Penal Code, 1860

G. PUBLIC RELATIONS FOR DRIVERS

Some basic aspects about ethical and courteous behaviour with other road users.

H. HEAVY VEHICLE DRIVING PRACTICE

1.	Introduction of various instruments	Dial gauges and controls
2.	Pre-driving checks	(i) Before sitting on Driver's seat and (ii) After sitting on Driver's seat
3.	Beginning to Drive	Bitting point, moving, changing, gear including Double declutch steering, stopping, hand signals.
4.	Rural Road Driving	Application of IBDE - Principle
5.	Development of judgement	Passing, overtaking, Merging, Driving, M.S.M., and P.S.L., Routine method of practice, Defensive Driving technique. Proper following.
6.	Development of Anticipation	Turning, meeting, entering and emerging in junctions, Lane selection and Lane discipline, intersection observation.

7.	Developing skill to drive in crowded streets
8.	Night Driving
9.	Cross Country Practice and Hill Driving
10.	Internal trade test
11.	Reversing and packing practice
12.	Licensing

I. FIRE HAZARDS

Fire fighting and prevention method on vehicle

J. VEHICLE MAINTENANCE

1. Factors affecting the vehicle parts due to bad and negligent driving
2. General day-to-day maintenance and periodical maintenance
3. Battery maintenance
4. Tyre maintenance and tube vulcanising
5. Engine tune up
6. Checking wheel alignment
7. Brake adjustment
8. Accelerator, Brake, Clutch pedal adjustment
9. Fan Belt adjustments
10. Observation of Dash Board Metres
11. Lubrication
12. Removal of Air Lock and Oil Block

K. First Aid

അനുബന്ധം-3

List of Traffic Fines in Kerala

Following is an illustration of the traffic fines as implemented under the Motor Vehicle Act

Violations	Penalty (Rs.)
Driving without helmet	₹1,000/-
Triple riding on two-wheeler	₹1,000/-
Drunk driving	₹10,000/-
Minor driving vehicle	₹25,000/-
Driving without a seatbelt	₹1,000/-
Driving without insurance	₹2,000/-
Driving uninsured vehicle	₹2,000/-
Violation of road regulations	₹1,000/-
Driving without a valid driving licence	₹5,000/-
Carrying excess luggage	For the first offence : ₹500/- For repeat offence : ₹1,500/-
Driving without a number plate	For the first offence : ₹500 For repeat offence : ₹1,500/-
Over speeding	For light motor vehicle (LMV) : ₹1,000/- For medium passenger goods vehicle : ₹2,000/-
Parking in no parking area	For the first offence : ₹500/- For repeat offence : ₹1,500/-

Disregarding the traffic signals	For first offence : ₹5,000/- For repeat offence : ₹0,000/-
Dangerous / Rash driving	For the first offence : ₹5,000/- For repeat offence : ₹10,000/-
Using a mobile phone while driving	For the first offence : ₹5,000/- For repeat offence : ₹10,000/-
Driving vehicle without registration	₹2,000/-
Carrying explosive / Inflammable substances	₹10,000/-
Not giving pass to emergency vehicles	₹10,000/-
Driving when mentally or physically Unfit to drive	For the first offence : ₹1,000/- For repeat offence : ₹2,000/-
Racing	For the first offence : ₹2,000/- For repeat offence : ₹10,000/-
Disqualified person driving a vehicle	₹10,000/-
Driving a vehicle registered in another State for more than 12 months	For the first offence : ₹500/- For repeat offence : ₹1,500/-
Failure to intimate change of the address of vehicle owner	For the First offence : ₹500/- For repeat offence : ₹1,500/-
Overloading	₹2,000/-

അനുബന്ധം-4

ലേണേഴ്സ് ഡ്രൈവിങ് ലൈസൻസ് ലഭിക്കാനുള്ള ചോദ്യങ്ങൾ ഉത്തരങ്ങൾ

1. ഡ്രൈവർ റോഡിന്റെ ഏതുവശം ചേർന്നു വാഹനം ഓടിക്കണം?
   - ഇടതുവശം

2. റോഡിൽ കൂടി ഓടിക്കൊണ്ടിരിക്കുന്ന ഒരു വാഹനം ഇടതുവശത്തേക്കുള്ള റോഡിലേക്ക് തിരിഞ്ഞുകയറേണ്ടതെങ്ങനെ?
   - ഓടിക്കൊണ്ടിരിക്കുന്ന റോഡിന്റെ ഇടതുവശം ചേർന്ന് സിഗ്നൽ കാണിച്ച് തിരിഞ്ഞ് പ്രവേശിക്കുന്ന റോഡിന്റെ ഇടതുവശത്തേക്ക് കയറണം.

3. റോഡിൽക്കൂടി ഓടിക്കൊണ്ടിരിക്കുന്ന ഒരു വാഹനം വലതുവശത്തേക്കുള്ള റോഡിലേക്ക് തിരിഞ്ഞ് കയറേണ്ടതെങ്ങനെ?
   - വലതുവശത്തേക്ക് തിരിയുന്ന സിഗ്നൽ കാണിച്ച് റോഡിന്റെ മധ്യഭാഗത്തുകൂടി, പ്രവേശിക്കുന്ന റോഡിന്റെ ഇടതുഭാഗത്തേക്ക് കയറണം.

4. കാൽനടയാത്രക്കാർ സീബ്രാ ക്രോസിങ്ങിലൂടെ റോഡ് മുറിച്ച് കടക്കാൻ ശ്രമിക്കുമ്പോൾ വാഹനം ഓടിച്ചെത്തുന്ന ഡ്രൈവർ അനുവർത്തിക്കേണ്ട നിയമങ്ങൾ എന്തെല്ലാം?
   - വാഹനം നിർത്തി കാൽനടയാത്രക്കാർ കടന്നുപോയ ശേഷം മുന്നോട്ടു പോവുക. മുൻഗണന കാൽനടയാത്രക്കാർക്ക്.

5. റോഡിനു നടുവിൽ തുടർച്ചയായി മഞ്ഞവര ഇട്ടിരിക്കുന്നതിന്റെ ഉദ്ദേശ്യം എന്തെല്ലാം?
   - മഞ്ഞവര തൊടാനോ, മുറിച്ചുകടക്കാനോ പാടില്ല.

6. മുന്നിൽ പോകുന്ന വാഹനത്തെ ഓവർടേക്ക് ചെയ്യുമ്പോൾ പാലിക്കേണ്ട നിയമങ്ങൾ എന്തെല്ലാം?
   - മുന്നിലെ വാഹനത്തിന്റെ ഡ്രൈവറിൽനിന്നും സിഗ്നൽ കിട്ടിയ ശേഷം മാത്രം ഓവർടേക്ക് ചെയ്യുക.

7. മുന്നിൽപോകുന്ന വാഹനത്തെ ഓവർടേക്ക് ചെയ്യാൻ പാടില്ലാത്ത സാഹചര്യങ്ങൾ ഏതെല്ലാം?
   - ഇടുങ്ങിയ പാലം, വളവ്, തിരിവ്, ജങ്ഷൻ, മുൻവശം കാണാൻ പാടില്ലാത്ത കയറ്റം, മറ്റൊരു വാഹനം തന്റെ വാഹനത്തെ ഓവർടേക്ക് ചെയ്യാൻ തുടങ്ങിക്കഴിഞ്ഞാൽ, മുന്നിലെ വാഹനത്തിൽ നിന്ന് സിഗ്നൽ കിട്ടിയില്ലെങ്കിൽ.

8. ഓവർടേക്കിങ് നിരോധിച്ചിട്ടുള്ള സ്ഥലങ്ങൾ ഏതെല്ലാം?
   - ഇടുങ്ങിയ പാലം, വളവ്, തിരിവ്, ജങ്ഷൻ, മുൻവശം കാണാൻപാടില്ലാത്ത കയറ്റം.

9. തന്റെ വാഹനത്തെ മറ്റൊരു വാഹനം ഓവർടേക്കു ചെയ്യുമ്പോൾ പാലിക്കേണ്ട നിയമങ്ങൾ എന്തെല്ലാം?
   - വേഗം കുറച്ച് ഇടത്തേക്ക് മാറ്റി സുഗമമായി കടന്നുപോകാൻ അനുവദിക്കണം. വേഗം കൂട്ടിയോ വലത്തേക്ക് വണ്ടി നീക്കിയോ തടസപ്പെടുത്താൻ പാടില്ല.

10. മുന്നിൽ പോകുന്ന വാഹനത്തിന്റെ ഇടതുവശത്തുകൂടി ഓവർടേക്ക് ചെയ്യാവുന്നത് എപ്പോഴെല്ലാമാണ്?
    - വലതുവശത്തേക്കു തിരിയുന്ന വാഹനം സിഗ്നൽ കാണിച്ച് റോഡിന്റെ മധ്യഭാഗത്ത് എത്തിയാൽ. നിശ്ചിത ലെയിനിൽകൂടി മാത്രം ഓടുന്ന ട്രാം, ട്രോളി, ട്രെയിലർ തുടങ്ങിയവയുടെ ഇടതുഭാഗത്തുകൂടി ഓവർടേക്ക് ചെയ്യാം.

11. ഒരു വാഹനത്തിന്റെ ഡ്രൈവർ എതിർദിശയിൽ നിന്നുവരുന്ന വാഹനങ്ങളെ ഏതുവശത്തുകൂടി കടന്നുപോകാൻ അനുവദിക്കണം.
    - വലതുവശത്തുകൂടെ.

12. ജങ്ഷനിൽ എത്തുമ്പോൾ ഡ്രൈവർ അനുവർത്തിക്കേണ്ടത് എന്തെല്ലാം?
    - വേഗം കുറയ്ക്കണം, പ്രധാന റോഡുകൾ കൂടിച്ചേരുന്നിടത്ത് വലതുവശത്തുനിന്നു വരുന്ന വാഹനത്തെ കടത്തിവിടണം. ശാഖാറോഡിൽ നിന്ന് പ്രധാന റോഡിലേക്ക് കടക്കുന്നത് പ്രധാന റോഡിലെ എല്ലാ വാഹനങ്ങളും കടന്നുപോയശേഷം മാത്രം.

13. ശാഖാറോഡിൽനിന്ന് പ്രധാനറോഡിലേക്ക് പ്രവേശിക്കുമ്പോൾ ഡ്രൈവർ പാലിക്കേണ്ട തത്വങ്ങൾ എന്തെല്ലാം?
    - വേഗം കുറയ്ക്കണം. പ്രധാന റോഡിലേക്ക് കയറുമ്പോൾ വലതുവശത്തുനിന്നുവരുന്ന വാഹനത്തെ കടത്തിവിടണം. ശാഖാ റോഡിൽ നിന്ന് പ്രധാനറോഡിലേക്ക് കടക്കുന്നത് പ്രധാന റോഡിലെ എല്ലാവാഹനങ്ങളും കടന്നുപോയശേഷം മാത്രം.

14. നിങ്ങൾ ഓടിക്കുന്ന വാഹനം ഒരിടുങ്ങിയ പാലത്തെ സമീപിക്കുമ്പോൾ എതിർദിശയിൽ മറ്റൊരു വാഹനം പാലത്തിനടുത്തെത്തിയാൽ എങ്ങനെ കടന്നുപോകണം?
    - നിർത്തി എതിരെ വരുന്നവാഹനം കടന്നുപോയ ശേഷം

15. യു-ടേൺ തിരിയുവാൻ പാടില്ലാത്ത സാഹചര്യങ്ങൾ എന്തെല്ലാം?
    - തിരക്കുള്ള റോഡുകൾ, നിരോധിച്ചിട്ടുള്ള സ്ഥലങ്ങൾ.

16. യു-ടേൺ തിരിയാവുന്ന സ്ഥലങ്ങൾ ഏതെല്ലാം?
    - അനുവദിച്ചിട്ടുള്ള സ്ഥലങ്ങൾ, നിയന്ത്രണം ഏർപ്പെടുത്താത്ത തിരക്കില്ലാത്ത സ്ഥലങ്ങൾ.

17. യു-ടേൺ തിരിയുമ്പോൾ പാലിക്കേണ്ട നിയമങ്ങൾ ഏതെല്ലാം?
    - റിയർവ്യൂ മിററിൽ നോക്കി പിന്നിൽ നിന്ന് വാഹനം ഇല്ലെന്ന് ഉറപ്പുവരുത്തണം. വലതുവശത്തേക്ക് സിഗ്നൽ നൽകി എതിർ ദിശയിൽ നിന്നുവരുന്ന വാഹനങ്ങളെ തടസപ്പെടുത്താതിരിക്കണം.

18. യു-ടേൺ തിരിയുമ്പോൾ കാണിക്കേണ്ട സിഗ്നൽ ഏത്?
    - വലത്തുവശത്തേക്ക് തിരിയുന്ന സിഗ്നൽ

19. നിങ്ങൾ ഓടിക്കുന്ന വാഹനം ട്രാഫിക് പോലീസോ സിഗ്നലോ ഇല്ലാത്ത രണ്ട് പ്രധാന റോഡുകൾ യോജിക്കുന്ന ജങ്ഷനിൽ എത്തുമ്പോൾ ഏത് വാഹനങ്ങൾക്ക് മുൻഗണന കൊടുക്കും.
    - വലതുവശത്തേക്ക് വരുന്ന വാഹനങ്ങൾക്ക്

20. വൺവെ നിയന്ത്രണമുള്ള റോഡിൽ പാലിക്കേണ്ട നിയമങ്ങൾ എന്തെല്ലാം.
    - നിർദിഷ്ടദിശയിൽ മാത്രം ഓടിക്കുക. പുറകോട്ട് ഓടിക്കരുത്.

21. നിങ്ങളുടെ വാഹനം ഒരു ട്രാഫിക് ഐലന്റിനെ സമീപിക്കുമ്പോൾ മഞ്ഞലൈറ്റ് തെളിയുകയും, കെടുകയും ചെയ്തു കൊണ്ടിരുന്നാൽ എങ്ങനെ കടന്നുപോകണം.
    - വേഗം കുറച്ച് ഇരുവശത്തുനിന്നും വാഹനം വരുന്നില്ലെന്ന് ഉറപ്പുവരുത്തിയശേഷം.

22. നിങ്ങളോടിക്കുന്ന വാഹനം ഒരപകടത്തിൽ പെട്ട് ആർക്കെങ്കിലും പരിക്കുപറ്റിയാൽ നിങ്ങൾ എന്താണ് ചെയ്യേണ്ടത്?
- വൈദ്യസഹായം ഏർപ്പെടുത്തണം. അടുത്തുള്ള പോലീസ് സ്റ്റേഷനിൽ 24 മണിക്കൂറിനകം വിവരമറിയിക്കണം.

23. മലമ്പാതകളിൽ ഇറക്കമിറങ്ങി വരുന്നവാഹനം ഏത് ഗിയറിൽ ഓടിക്കണം?
- വാഹനം ഏതു ഗിയറിൽ കയറ്റം കയറുമോ ആ ഗിയറിൽ.

24. മലമ്പാതകളിൽ ഇറക്കമിറങ്ങി വരുന്നവാഹനം കയറ്റം കയറി വരുന്ന വാഹനങ്ങളോട് ഏത് സമീപനം ആണ് കൈക്കൊള്ളേണ്ടത്?
- കയറ്റം കയറിവരുന്ന വാഹനങ്ങൾക്ക് മുൻഗണന നൽകണം.

25. വാഹനം ഓടിക്കുന്ന ഡ്രൈവർ കൈകൊണ്ടു കാണിക്കേണ്ട സിഗ്നലുകൾ എത്ര?
- അഞ്ച്-ഇടത്തേക്കും വലത്തേക്കും തിരിയാൻ, ഓവർടേക്കുചെയ്യാൻ അനുവാദം കൊടുക്കാൻ, വേഗം കുറയ്ക്കാൻ, വാഹനം നിർത്തുമ്പോൾ.

26. വാഹനം ഓടിക്കുന്ന ഡ്രൈവർ ഇടത്തോട്ട് തിരിയുന്നതിന് കൈകൊണ്ടുകാണിക്കേണ്ട സിഗ്നൽ എങ്ങനെ?
- വലതുകൈ വെളിയിൽ നേരെ നീട്ടി ഇടതുവശത്തേക്കു കറക്കണം.

27. വലത്തോട്ട് തിരിയുന്നതിന് കാണിക്കേണ്ട സിഗ്നൽ എങ്ങനെ?
- വലതു കൈപ്പത്തി നിവർത്തി കൈ പുറത്തുകാണിക്കണം.

28. വേഗത കുറയ്ക്കുമ്പോൾ കാണിക്കേണ്ട സിഗ്നൽ എങ്ങനെ?
- വലതുകൈ പുറത്തേക്കു നീട്ടി, കൈപ്പത്തി കമഴ്ത്തി പിന്നിൽ നിന്നുവരുന്ന ഡ്രൈവർക്കു കാണാൻ കഴിയും വിധം പലതവണ ഉയർത്തുകയും താഴ്ത്തുകയും ചെയ്യണം.

29. നിർത്തുമ്പോൾ കാണിക്കേണ്ട സിഗ്നൽ എങ്ങനെ?
- വലതുകൈനീട്ടി കൈമുട്ടുവരെയുള്ള ഭാഗം മുകളിലേക്ക് ഉയർത്തി കാട്ടണം.

30. ഓവർടേക്കു ചെയ്യാൻ അനുവദിക്കുന്ന സിഗ്നൽ എങ്ങനെ?
- വലതുകൈനീട്ടി അർധവൃത്താകൃതിയിൽ മുമ്പോട്ടും പുറകോട്ടും ചലിപ്പിക്കണം. (സിഗ്നലുകൾ കൈകൊണ്ട്: പേജ് 18-22 കാണുക)

31. വാഹനത്തിലെ ഇലക്ട്രിക് ലൈറ്റുകൊണ്ട് (ഇന്റിക്കേറ്റർ കൊണ്ട്) കാണിക്കാൻ കഴിയാത്ത സിഗ്നലുകൾ ഏവ?

- വേഗം കുറയ്ക്കുന്നു, നിർത്തുന്നു, ഓവർടേക്ക് ചെയ്യാൻ അനുവാദം നൽകുന്നു എന്നിവ.

32. ഇരുചക്രവാഹനം ഓടിക്കുന്ന ഡ്രൈവർ സിഗ്നൽ കാണിക്കേണ്ടത് ഏതുകൈകൊണ്ട്?
    - വലതുകൈകൊണ്ട്
33. രാത്രിയിൽ എതിരെ വാഹനം വന്നാൽ കൈക്കൊള്ളേണ്ട നടപടി എന്ത്?
    - ഹെഡ്ലൈറ്റ് ഡിം ചെയ്യുക
34. രാത്രിയിൽ എതിരേ വാഹനം വന്നാൽ ഡിം ചെയ്യുന്ന ഹെഡ്ലൈറ്റ് എപ്പോഴാണ് ബ്രൈറ്റ് ആക്കേണ്ടത്?
    - എതിരേവന്ന വാഹനം കടന്നുപോയശേഷം
35. രാത്രിയിൽ ബ്രൈറ്റ്ലൈറ്റ് (ഹൈബീം) ഉപയോഗിക്കാൻ പാടില്ലാത്ത സ്ഥലങ്ങൾ ഏത്?
    - നഗരങ്ങൾ, മുൻസിപ്പാലിറ്റികൾ, തെരുവ് വിളക്കുകൾ ഉള്ള സ്ഥലങ്ങൾ.
36. കാവൽക്കാരനും ഗേറ്റും ഇല്ലാത്ത ലെവൽ ക്രോസിങ്ങിൽ ഡ്രൈവർ സ്വീകരിക്കേണ്ട മുൻകരുതലുകൾ എന്തെല്ലാം?
    - വാഹനം നിർത്തി, പുറത്തിറങ്ങി ട്രെയിൻ വരുന്നില്ലെന്നു ഉറപ്പുവരുത്തണം. അറ്റൻ്ററോ ക്ലീനറോ ഉണ്ടെങ്കിൽ അദ്ദേഹം ട്രാക്കിനു സമീപം ചെന്നുനിന്ന് സിഗ്നൽ കാണിക്കണം.
37. മുമ്പിൽ സ്കൂൾ ഉണ്ടെന്നുള്ള ട്രാഫിക് ചിഹ്നം കാണുമ്പോൾ ഡ്രൈവർ എന്തു ചെയ്യണം?
    - വേഗം കുറയ്ക്കണം. അപകടമുണ്ടാവില്ലെന്ന് ഉറപ്പുവരുത്തണം.
38. മുമ്പിൽ തെന്നുന്ന (സ്കിഡ് ചെയ്യുന്ന) റോഡുണ്ടെന്ന ട്രാഫിക് ചിഹ്നം കാണുമ്പോൾ ഡ്രൈവർ എങ്ങനെ വാഹനം ഓടിക്കണം?
    - വേഗം കുറയ്ക്കണം, ബ്രേക്കു ചെയ്യുന്നത് ഒഴിവാക്കണം.
39. കാൽനട യാത്രക്കാർ റോഡിന്റെ ഏതുവശത്തുകൂടിയാണ് നടക്കേണ്ടത്?
    - വലതുവശത്തുകൂടെ
40. റോഡിൽ മുൻഗണന നൽകേണ്ട വാഹനങ്ങൾ ഏതെല്ലാം?
    - ആംബുലൻസ്, ഫയർ എൻജിൻ
41. ഹോൺ മുഴക്കുവാൻ പാടില്ലാത്ത സ്ഥലങ്ങൾ ഏതെല്ലാം?
    - കോടതി, ആശുപത്രി എന്നിവയ്ക്കു സമീപവും നിരോധിച്ചിട്ടുള്ള മറ്റിടങ്ങളിലും

42. നിരോധിച്ചിട്ടുള്ള ഒരുതരം ഹോൺ ഏത്?
- എയർ ഹോൺ

43. വാഹനം പാർക്ക് ചെയ്യുവാൻ പാടില്ലാത്ത സ്ഥലങ്ങൾ ഏതെല്ലാം?
- ജങ്ഷൻ, വളവ്, മലമുകൾ, പാലം, ഫുട്പാത്ത്, കാൽനടയാത്രക്കാർ ക്രോസ് ചെയ്യുന്നിടം, ട്രാഫിക് ലൈറ്റിനടുത്ത്, പ്രധാന റോഡുകൾ, തിരക്കുള്ള റോഡുകൾ, പാർക്ക് ചെയ്തിരിക്കുന്ന വാഹനത്തിനെതിരേ, തുടർച്ചയായി വെള്ളവര ഇട്ട സ്ഥലം, ഇട വിട്ട് വെള്ളവര ഇട്ടസ്ഥലം, ബസ് സ്റ്റോപ്പിനടുത്ത്, സ്കൂൾ ആശുപത്രി എന്നിവയുടെ പ്രവേശന കവാടത്തിനടുത്ത്, ട്രാഫിക് ചിഹ്നങ്ങൾ ഫയർ എൻജിന് ഉപയോഗിക്കാനുള്ള പൈപ്പ് എന്നിവ മറയ്ക്കും വിധം. എവിടെ ആയാലും മറ്റുള്ള വർക്ക് അപകടമോ അസൗകര്യമോ ഉണ്ടാവുന്ന വിധത്തിൽ പാർക്ക് ചെയ്യാൻ പാടില്ല.

44. ഫുട്പാത്തിൽ കൂടെ വാഹനം ഓടിക്കുന്നത് എപ്പോഴെല്ലാം?
- യൂണിഫോമിലുള്ള പോലീസുകാരോ ട്രാഫിക് നിയന്ത്രിക്കുന്നവരോ ആവശ്യപ്പെട്ടാൽ മാത്രം.

45. സ്റ്റോപ്പ് ലൈൻവരച്ച് STOP എന്നെഴുതുന്ന സ്ഥലങ്ങൾ ഏവ?
- ജങ്ഷൻ, കാൽനടയാത്രക്കാർക്കുള്ള സീബ്രാ ക്രോസിങ്.

46. മോട്ടോർസൈക്കിളിൽ ഓടിക്കാൻ അനുവദിച്ചിട്ടുള്ള പരമാവധി വേഗം?
- നഗരറോഡുകളിൽ മണിക്കൂറിൽ 50 കിലോമീറ്ററും മറ്റെല്ലായിടങ്ങളിലും മണിക്കൂറിൽ 60 കിലോമീറ്ററുമാണ്.

47. സ്വകാര്യ മോട്ടോർ കാറുകൾക്ക് കേരളത്തിലെ നിരത്തുകളിൽ അനുവദിച്ചിട്ടുള്ള പരമാവധി വേഗം?
- മണിക്കൂറിൽ 70 കിലോമീറ്റർ (6 വരിപ്പാത - 95Km/hr; 4 വരിപ്പാത - 90Km/hr; നഗരങ്ങൾ - 50Km/hr)

48. ഓട്ടോറിക്ഷക്കനുവദിച്ചിട്ടുള്ള പരമാവധി വേഗം?
- മണിക്കൂറിൽ 40 കിലോമീറ്റർ

49. മീഡിയം/ഹെവി പാസഞ്ചർ വാഹനങ്ങൾക്ക് അനുവദിച്ചിട്ടുള്ള പരമാവധി വേഗം?
- മണിക്കൂറിൽ 60 കിലോമീറ്റർ

50. മീഡിയം/ ഹെവി ചരക്ക് വാഹനങ്ങൾക്ക് അനുവദിച്ചിട്ടുള്ള പരമാവധി വേഗം?
- മണിക്കൂറിൽ 60 കിലോമീറ്റർ (6 വരിപ്പാത / 4 വരിപ്പാത - 80 Km/hr, മറ്റ് സംസ്ഥാനപാതകൾ - 65 Km/hr, നഗരറോഡുകൾ - 50 Km/hr)

51. ഡ്രൈവിങ് ലൈസൻസ് ലഭിക്കുന്നതിനുള്ള കുറഞ്ഞപ്രായം?
- അമ്പതു സി.സി.യിൽ താഴെയുള്ള ഇരുചക്രവാഹനങ്ങൾക്ക് 16. മറ്റുള്ളവയ്ക്ക് 18 വയസ്സ്.

52. പതിനെട്ടു വയസ്സു തികയാത്ത ഒരാൾക്ക് ലഭിക്കാവുന്ന ലൈസൻസ് ഉപയോഗിച്ച് ഓടിക്കാവുന്ന വാഹനങ്ങൾ ഏതെല്ലാം?
- അമ്പതു സി.സി.യിൽ താഴെയുള്ള ഇരുചക്ര വാഹനങ്ങൾ.

53. ഒരു വാഹനത്തിൽ കയറ്റാവുന്ന പരമാവധി ആളുകളുടെ എണ്ണം രേഖപ്പെടുത്തിയിട്ടുള്ള രേഖകൾ ഏതെല്ലാം?
- രജിസ്ട്രേഷൻ സർട്ടിഫിക്കറ്റ്, പെർമിറ്റ്.

54. ഒരു ചരക്കുവാഹനത്തിൽ കയറ്റാവുന്ന ഭാരം രേഖപ്പെടുത്തിയിരിക്കുന്ന രേഖകൾ ഏതെല്ലാം?
- രജിസ്ട്രേഷൻ സർട്ടിഫിക്കറ്റ്, പെർമിറ്റ്.

55. ട്രാക്ടറിൽ കയറാവുന്ന ആളുകളുടെ എണ്ണം?
- ഒരു ഡ്രൈവർമാത്രം.

56. ലോറിയിൽ ചരക്കുകയറ്റുമ്പോൾ തറനിരപ്പിൽനിന്നു ചരക്കിന്റെ മുകൾ വരെ അനുവദിച്ചിരിക്കുന്ന പരമാവധി ഉയരം എത്ര?
- 3.8 മീറ്റർ

57. വാഹനത്തിൽ ചരക്കുകയറ്റുമ്പോൾ പാലിച്ചിരിക്കേണ്ട നിബന്ധനകൾ ഏതെല്ലാം?
- അമിതഭാരം പാടില്ല. നമ്പർ പ്ലേറ്റ് പാർക്ക്ലൈറ്റ് തുടങ്ങിയവ മറയാൻ പാടില്ല, ട്രാഫിക് ശല്യമുണ്ടാകും വിധം സാധനങ്ങൾ കയറ്റാൻ പാടില്ല. പുറകിലേക്കും വശങ്ങളിലേക്കും തള്ളി നിൽക്കരുത്. നന്നായി പായ്ക്ക് ചെയ്തിരിക്കണം.

58. വാഹനത്തിന്റെ രേഖകൾ പരിശോധിക്കാൻ അധികാരമുള്ള ഉദ്യോഗസ്ഥർ ആരെല്ലാം?
- എ.എം.വി.ഐ. മുതൽ മുകളിലേക്ക്, എസ്.ഐ. മുതൽ മുകളിലേക്കുള്ള ഉദ്യോഗസ്ഥർ.

59. സ്വകാര്യവാഹനത്തിലുണ്ടായിരിക്കേണ്ട രേഖകൾ ഏതെല്ലാം?
- രജിസ്ട്രേഷൻ സർട്ടിഫിക്കറ്റ്, ഇൻഷുറൻസ് സർട്ടിഫിക്കറ്റ്, ടാക്സ്ടോക്കൺ, മലിനീകരണ നിയന്ത്രണ സർട്ടിഫിക്കറ്റ്.

60. ചരക്കു വാഹനത്തിലുണ്ടായിരിക്കേണ്ട രേഖകൾ ഏതെല്ലാം?
- 59-ൽ പറഞ്ഞവയ്ക്കു പുറമെ പെർമിറ്റ്, ഫിറ്റ്നസ് സർട്ടിഫിക്കറ്റ്.

61. ഒരു സ്വകാര്യവാഹനത്തിൽ പരിശോധന ഉദ്യോഗസ്ഥർ ആവശ്യപ്പെടുന്ന സമയത്തു രേഖകൾ ഒന്നുമില്ലെങ്കിൽ എത്ര ദിവസത്തിനുള്ളിൽ അവ ഹാജരക്കണം?
   - 15 ദിവസത്തിനുള്ളിൽ

62. ലേണേഴ്സ് ലൈസൻസിന്റെ കാലാവധി എത്ര?
   - ആറുമാസം

63. ഇൻഷുറൻസ് ഇല്ലാത്ത വാഹനം പൊതുനിരത്തിൽ ഉപയോഗിക്കാമോ?
   - പാടില്ല.

64. കെട്ടിവലിക്കുന്നതും വലിക്കപ്പെടുന്നതുമായ വാഹനങ്ങൾ തമ്മിൽ ഉണ്ടാകാവുന്ന പരമാവധി അകലം എത്ര?
   - അഞ്ചുമീറ്റർ

65. വാഹനം കെട്ടിവലിക്കാൻ അനുവദിച്ചിട്ടുള്ള സാഹചര്യങ്ങൾ ഏതെല്ലാം?
   - കേടുവന്ന വാഹനങ്ങൾ, ഇരുചക്രവാഹനങ്ങളുടെ സൈഡ് കാർ, ട്രെയിലർ.

66. വാഹനം കെട്ടിവലിക്കുമ്പോൾ പാലിക്കേണ്ട നിബന്ധനകൾ എന്തെല്ലാം?
   - വാഹനങ്ങൾ തമ്മിൽ അഞ്ചുമീറ്ററിൽ കൂടുതൽ അകലം പാടില്ല. കെട്ടാൻ ഉപയോഗിക്കുന്ന കയറോ ബാറോ കാണാൻ കഴിയണം. മണിക്കൂറിൽ 24 കിലോമീറ്ററിലധികം വേഗം പാടില്ല, കെട്ടിവലിക്കപ്പെടുന്ന വാഹനത്തിന്റെ സീറ്റിൽ അതോടിക്കാൻ ലൈസൻസുള്ള ഡ്രൈവർ ഉണ്ടാകണം. മുന്നിലും പിന്നിലും ON TOW എന്നെഴുതിയിരിക്കണം.

67. മുമ്പേ പോകുന്ന വാഹനവുമായി പാലിക്കേണ്ട ദൂരം?
   - റോഡ്, വാഹനം, ബ്രേക്കിന്റെ പ്രവർത്തനക്ഷമത എന്നിവയനുസരിച്ച് സുരക്ഷിതമായ ദൂരം

68. ഒരു ഘോഷയാത്ര, പോലീസിന്റെയോ പട്ടാളക്കാരുടെയോ മാർച്ച് എന്നിവയെ കടന്നുപോകുമ്പോൾ അനുവദിച്ചിട്ടുള്ള പരമാവധി വേഗത?
   - മണിക്കൂറിൽ 25 കിലോമീറ്റർ

69. സഡൻബ്രേക്ക് ചെയ്യുന്നതിന് അനുവദിച്ചിട്ടുള്ള സന്ദർഭം ഏത്?
   - അത്യാവശ്യമായ സാഹചര്യത്തിൽ അപകടം ഒഴിവാക്കാൻ മാത്രം.

70. വാടകയ്ക്കോ കൂലിക്കോ യാത്രക്കാരെ കയറ്റുന്ന വാഹനങ്ങളിൽ (പബ്ലിക് സർവീസ് വാഹനങ്ങൾ) കയറ്റാൻ പാടില്ലാത്ത സാധന ങ്ങൾ എന്തെല്ലാം?
   - അപകടകരമായ സാധനങ്ങൾ, വാഹനം ഓടാനുള്ള ഇന്ധ നവും ഓയിലും ഒഴികെയുള്ള കത്താവുന്നതോ പൊട്ടുന്നതോ ആയ വസ്തുക്കൾ എന്നിവ.

71. വാഹന ഇൻഷുറൻസ് സർട്ടിഫിക്കറ്റിന്റെ കാലാവധി എത്ര?
   - ഒരു വർഷം

72. മോട്ടോർ വാഹനനിയമത്തിലെ 112-ാം വകുപ്പ് അനുശാസിക്കുന്ന തെന്ത്?
   - അനുവദിച്ചിട്ടുള്ളതിൽ കൂടുതൽ വേഗം പാടില്ല.

73. വാഹന പുകമലിനീകരണ നിയന്ത്രണ സർട്ടിഫിക്കറ്റിന്റെ കാലാ വധി എത്ര?
   - ആറുമാസം

74. രാത്രികാലങ്ങളിൽ വാഹനം റോഡരുകിൽ പാർക്കുചെയ്യുമ്പോൾ പാലിക്കേണ്ട മുൻകരുതലുകൾ എന്തെല്ലാം?
   - പാർക്കിങ് ലൈറ്റ് ഇടണം. പാർക്കിങ് ബ്രേക്ക് (ഹാൻഡ് ബ്രേക്ക്) ഇടണം.

75. വാഹനം പുറകോട്ട് ഓടിക്കാൻ അനുവദിച്ചിട്ടുള്ള സന്ദർഭം ഏത്?
   - വാഹനത്തിന്റെ ദിശ മാറ്റാൻ (തിരിക്കാൻ) മാത്രം.

76. വാഹനം പുറകോട്ട് ഓടിക്കുന്നതിന് മുൻപ് ശ്രദ്ധിക്കേണ്ടത് എന്ത്?
   - പുറകിൽ ഒരു വാഹനം വരുന്നില്ല, മറ്റുള്ളവർക്ക് അപകടമില്ല, തടസ്സമില്ല എന്നിവ ഉറപ്പാക്കണം.

77. മോട്ടോർ വാഹനനിയമം 113-ാം വകുപ്പു നിഷ്കർഷിക്കുന്നത് എന്ത്?
   - അമിതഭാരം കയറ്റാൻ പാടില്ല

78. മദ്യപിച്ച് വാഹനമോടിച്ചാൽ ശിക്ഷ എന്ത്?
   - ആറുമാസം വെറും തടവ്, 10,000 രൂപ പിഴ. ഇതിൽ ഏതെ ങ്കിലും അല്ലെങ്കിൽ രണ്ടും കൂടി.

79. ഡ്രൈവർ തന്റെ വാഹനം നിർബന്ധമായും നിർത്തിയിടേണ്ട സന്ദർഭ ങ്ങൾ ഏതെല്ലാം?
   - നിയന്ത്രിക്കാൻ കഴിയാത്ത മൃഗങ്ങളെ തെളിച്ചു കൊണ്ടുപോ കുന്ന ആൾ ആവശ്യപ്പെട്ടാൽ, വാഹനം അപകടത്തിൽപെടു മ്പോൾ, യൂണിഫോമിട്ട ഉദ്യോഗസ്ഥൻ ആവശ്യപ്പെട്ടാൽ.

80. വാഹനത്തിൽ അനുവദിച്ചിട്ടുള്ളതിലും കൂടുതൽ ഭാരം കയറ്റിയാൽ ലഭിക്കാവുന്ന ശിക്ഷ എന്ത്?
- കുറഞ്ഞത് 2000 രൂപ പിഴ. അധികമുള്ള ഓരോ ടണ്ണിനും 1000 രൂപാ വീതം. അധികമുള്ള ഭാരം ഇറക്കാനുള്ള കൂലി.

81. അധികാരപ്പെടുത്തിയിട്ടുള്ള ഉദ്യോഗസ്ഥർക്ക് ഏതെല്ലാം കാരണങ്ങളാൽ ഒരു വാഹനം പിടിച്ചെടുക്കാം?
- പെർമിറ്റ്, രജിസ്ട്രേഷൻ രേഖ എന്നിവ ഇല്ലെങ്കിൽ, പെർമിറ്റ് നിബന്ധന ലംഘിക്കുമ്പോൾ, ടാക്സ് അടച്ച രേഖ ഇല്ലെങ്കിൽ

82. അപകടകരമായ വേഗതയിലോ, വിധത്തിലോ വാഹനമോടിക്കുന്നത് കണ്ടുപിടിക്കപ്പെട്ടാൽ ഡ്രൈവർക്കു ലഭിക്കാവുന്ന ശിക്ഷ എന്ത്?
- ആറുമാസം വെറും തടവ് 10,000 രൂപ പിഴ എന്നിവയിൽ ഏതെങ്കിലും അല്ലെങ്കിൽ രണ്ടും കൂടി.

83. മാനസികമായോ ശാരീരികമായോ സുഖമില്ലാത്ത അവസ്ഥയിൽ വാഹനമോടിക്കുന്നത് പിടിക്കപ്പെട്ടാൽ ലഭിക്കാവുന്ന ശിക്ഷ എന്ത്?
- 1000/2000 രൂപ പിഴ.

84. ഒറ്റതവണ നികുതിയുടെ കാലാവധി എത്ര?
- 15 വർഷം

85. ലേണേഴ്സ് ലൈസൻസ് ഉപയോഗിച്ച് വാഹനമോടിക്കുമ്പോൾ പാലിക്കേണ്ട നിയമങ്ങൾ എന്തെല്ലാം?
- വാഹനം ഓടിക്കാൻ ലൈസൻസുള്ള ആൾ വാഹനം നിയന്ത്രിക്കാൻ കഴിയുംവിധം വാഹനത്തിൽ ഉണ്ടാവണം. രാവിലെ 10 മുതൽ വൈകിട്ട് 5 വരെ മാത്രമേ വാഹനം ഓടിക്കാവൂ. മുന്നിലും പിന്നിലും L ബോർഡ് ഉണ്ടാവണം.

86. സിഗ്നൽ ലൈറ്റുള്ള ജങ്ഷനിൽ നിർത്തിയിട്ടിരിക്കുന്ന വാഹനത്തിന്റെ ഡ്രൈവർ–
- (എ) മഞ്ഞ ലൈറ്റ് തെളിയുമ്പോൾ ചെയ്യേണ്ടത് എന്ത്?
  പോകാൻ തയ്യാറാകണം

  (ബി) പച്ച ലൈറ്റ് തെളിയുമ്പോൾ ചെയ്യേണ്ടതെന്ത്?
  മറ്റുവാഹനങ്ങളെ തടസ്സപ്പെടുത്താതെ മെല്ലെ മുന്നോട്ടു നീങ്ങണം.

87. സ്വകാര്യവാഹനം ഓടിക്കുന്നതിന് നൽകുന്ന ഡ്രൈവിങ് ലൈസൻസിന്റെ കാലാവധി എത്ര?
- ഇരുപത് വർഷം അല്ലെങ്കിൽ ഡ്രൈവർക്ക് 40 വയസ് തികയുന്നതുവരെ (ഏതാണോ നേരത്തേ അത്).

88. വാഹന അപകടത്തിൽ വ്യക്തിയെ സ്വകാര്യ ആശുപത്രിയിലെ ഡോക്ടർ ചികിൽസിക്കാൻ ബാധ്യസ്ഥനാണോ?

- ആണ്.

89. വാഹനം അപകടത്തിൽപെട്ടാൽ ഇൻഷുറൻസ് കമ്പനിയെ അറിയിക്കേണ്ട വിവരങ്ങൾ എന്തെല്ലാം?

- അപകടമുണ്ടായ സാഹചര്യം, പോളിസി നമ്പരും കാലാവധിയും, അപകടമുണ്ടായ തീയതി, സമയം സ്ഥലം ആരെങ്കിലും കൊല്ലപ്പെട്ടെങ്കിൽ ആ വിവരം, ഡ്രൈവറുടെ പേര് വിലാസം ലൈസൻസിന്റെ വിശദവിവരം.

90. ഒരു കൊടുംവളവിൽ ചെല്ലുമ്പോൾ ഡ്രൈവർ എന്തെല്ലാം ചെയ്യണം?

- ഗിയർ ഡൗൺ ചെയ്ത് വേഗം കുറച്ച് ഹോൺ മുഴക്കി ഇടതുവശം ചേർന്നുപോകണം.

91. വാഹനം അപകടത്തിൽപെട്ടാൽ പോലീസ് സ്റ്റേഷനിൽ അറിയിക്കേണ്ട വിവരങ്ങൾ എന്തെല്ലാം?

- അപകടമുണ്ടായ സാഹചര്യം, പരിക്കേറ്റവർക്ക് വൈദ്യസഹായം.

92. ലേണേഴ്സ് ലൈസൻസ് ലഭിച്ചുകഴിഞ്ഞ് എത്രകാലത്തിനുശേഷമാണ് ഡ്രൈവർ ടെസ്റ്റിന് ഹാജരാകുന്നത്?

- ഒരു മാസം.

93. പിന്നിലിരിക്കുന്ന യാത്രക്കാരന്റെ സുരക്ഷിതത്വത്തിനു വേണ്ടി മോട്ടോർ സൈക്കിളിൽ ഘടിപ്പിക്കേണ്ട ഉപകരണങ്ങൾ എന്തെല്ലാം?

- സാരിഗാർഡ്, റിയർവീൽ കവർ, ഫുട്ട് റെസ്റ്റ്, കൈപ്പിടി (ഹാൻഡ് ഗ്രിപ്പ്).

94. സുരക്ഷിതത്വം മുൻനിർത്തി വാഹനം പുറപ്പെടുന്നതിനുമുമ്പ് പരിശോധിച്ച് ഉറപ്പുവരുത്തേണ്ട കാര്യങ്ങൾ എന്തെല്ലാം?

- ബ്രേക്ക്, ലൈറ്റ്, ടയർ, വൈപ്പർ എന്നിവയുടെ കാര്യക്ഷമതയും വിൻഡ് സ്ക്രീൻ വൃത്തിയുണ്ടോ എന്നും.

95. ലയിൻ ട്രാഫിക് ഏർപ്പെടുത്തിയിട്ടുള്ള റോഡുകളിൽ ഒന്നിൽ നിന്ന് മറ്റൊന്നിലേക്ക് മാറുമ്പോൾ ശ്രദ്ധിക്കേണ്ട കാര്യങ്ങൾ എന്തെല്ലാം?

- നിശ്ചിത സിഗ്നൽ കൊടുത്ത് മറ്റുവാഹനങ്ങൾക്ക് തടസ്സവും അപകടവും കൂടാതെ മാറണം.

96. ലൈറ്റ് മോട്ടോർ വാഹനം എന്നതുകൊണ്ട് ഉദ്ദേശിക്കുന്നത് എന്താണ്? സാധാരണ കാണുന്ന വാഹനങ്ങളിൽ ഏതെല്ലാം ലൈറ്റ് മോട്ടോർ വാഹനങ്ങളാണ്?

- 7,500 കിലോഗ്രാമിൽ കുറവു ഭാരമുള്ള വാഹനങ്ങൾ, കാറുകൾ, പിക് അപ്പ് വാനുകൾ, ജീപ്പുകൾ, ഓംനി തുടങ്ങിയവ.

97. സ്വകാര്യവാഹനങ്ങളുടെയും ട്രാൻസ്പോർട്ട് (ടാക്സി, ബസ്, ചരക്കു വാഹനം മുതലായവ) വാഹനങ്ങളുടെയും നമ്പർ പ്ലേയിറ്റുകൾ ഏതു വിധത്തിലായിരിക്കണം?
    - സ്വകാര്യവാഹനങ്ങൾക്ക് വെളുത്ത പ്രതലത്തിൽ കറുത്ത അക്ഷരങ്ങൾ, ട്രാൻസ്പോർട്ട് വാഹനങ്ങൾക്ക് മഞ്ഞ പ്രതലത്തിൽ കറുത്ത അക്ഷരങ്ങൾ, ഇലക്ട്രിക് വാഹനങ്ങൾക്ക് പച്ച പ്രതലത്തിൽ വെള്ള അക്ഷരങ്ങൾ, ഇലക്ട്രിക് ടാക്സി വാഹനങ്ങൾക്ക് പച്ചയിൽ മഞ്ഞ അക്ഷരങ്ങൾ എന്നിവ ആയിരിക്കണം.
98. മാൻഡേറ്റ് ട്രാഫിക് സൈൻസ് (നിർബന്ധമായും അനുസരിക്കേണ്ട ട്രാഫിക് ചിഹ്നങ്ങൾ) ഏതൊക്കെ?
    - വട്ടത്തിനുള്ളിൽ കൊടുത്തിരിക്കുന്ന ചിഹ്നങ്ങൾ.
99. കോഷനറി ട്രാഫിക് സൈൻസ് (മുന്നറിയിപ്പ് നൽകുന്ന ട്രാഫിക് ചിഹ്നങ്ങൾ) ഏതൊക്കെ?
    - ത്രികോണത്തിനുള്ളിൽ കൊടുത്തിരിക്കുന്നവ.
100. ഇൻഫർമേറ്ററി ട്രാഫിക് സൈൻസ് (അറിവിനായി നൽകുന്ന ട്രാഫിക് ചിഹ്നങ്ങൾ) ഏതൊക്കെ?
    - ചതുരത്തിനുള്ളിൽ കൊടുത്തിരിക്കുന്നവ.

ഓൺലൈൻ ഡ്രൈവിങ് പരീക്ഷ

കൂടുതൽ ചോദ്യോത്തരങ്ങൾ പരിശീലിക്കാൻ ഗൂഗിളിൽ `Driving Licence test for Kerala' എന്ന് അന്വേഷിച്ചാൽ ലഭിക്കും. ഇംഗ്ലീഷിലും മലയാളത്തിലും ഇത് ലഭ്യമാണ്. 3 ഓപ്ഷനുകൾ നൽകുന്ന 20 ചോദ്യങ്ങളുടെ ഓരോ സെറ്റുകളായാണ് ഇവ ഉണ്ടാവുക. 20-ന്റെ ഒരു സെറ്റ് കഴിഞ്ഞാൽ മറ്റൊരു സെറ്റ് വരും. ഇതിൽ ട്രാഫിക് ചിഹ്നങ്ങളെക്കുറിച്ചും നിയമങ്ങളെക്കുറിച്ചുമുള്ള ചോദ്യങ്ങൾ ഉണ്ടാവും. ഇവ പലപ്രാവശ്യം പരിശീലിക്കുക.

ടാക്സി ബാഡ്ജ് ഹെവി ടെസ്റ്റ് ചോദ്യോത്തരങ്ങൾ

1. ടാക്സി സ്റ്റാന്റ് നിയമങ്ങൾ എന്തെല്ലാം?
    a. വാഹനങ്ങൾ സ്റ്റാന്റിൽ ക്യൂ സിസ്റ്റം പാലിക്കണം.
    b. ആദ്യത്തെ രണ്ടു വാഹനത്തിലെ ഡ്രൈവർമാർ യൂണിഫോം ധരിച്ച് സവാരി പോകുവാൻ തയ്യാറായി നിൽക്കണം.

c. ആദ്യത്തെ വാഹനം സവാരി പോയതിനുശേഷം മാത്രമേ രണ്ടാമത്തെ വാഹനം പോകുവാൻ പാടുള്ളൂ.

d. സവാരി കഴിഞ്ഞ് തിരികെ വരുന്ന വാഹനം പുറകിൽ പാർക്ക് ചെയ്യണം.

e. വാഹനങ്ങൾ സ്റ്റാന്റിൽ ഇട്ടു കഴുകാനോ, റിപ്പയർ നടത്താനോ പാടില്ല.

f. യാത്രയ്ക്ക് അനുയോജ്യമല്ലാത്ത വാഹനങ്ങൾ സ്റ്റാന്റിൽ ഇടുവാൻ പാടില്ല.

g. ഡ്യൂട്ടിസമയത്ത് ഡ്രൈവർമാർ ലഹരിസാധനങ്ങൾ ഉപയോഗിക്കാൻ പാടില്ല.

h. മദ്യപിച്ച് അബോധാവസ്ഥയിൽ ആയവരേയും, പകർച്ചവ്യാധിക്കാരെയും (അതിനായി ആംബുലൻസ് ഉപോയോഗിക്കുക) മൃഗങ്ങളേയും വാഹനത്തിൽ കയറ്റുവാൻ പാടില്ല.

2. ടാക്സികൾ എത്രതരം? അവ ഏതെല്ലാം?

- ടാക്സികൾ നാലുതരം (1) ഹെവി ടാക്സി (2) മീഡിയം ടാക്സി (3) ബേബി ടാക്സി (4) ഓട്ടോറിക്ഷ.

3. ടാക്സിയിൽ എത്രപേരെ കയറ്റാം.?

- പെർമിറ്റിൽ അനുവദിച്ചിട്ടുള്ളവരെ മാത്രമേ കയറ്റുവാൻ പാടുള്ളൂ.

4. ടൂറിസ്റ്റ് ടാക്സി എന്നാൽ എന്ത്?

- വിനോദസഞ്ചാരികൾക്കായി പ്രത്യേക കളർ അടിക്കാതെ ഓടുന്ന വാഹനങ്ങളെ ടൂറിസ്റ്റ് ടാക്സി എന്നു പറയുന്നു.

5. ടാക്സിവാഹനങ്ങളെ എങ്ങനെ തിരിച്ചറിയാം?

- രജിസ്ട്രേഷൻ നമ്പർ ബോർഡുകണ്ടാൽ തിരിച്ചറിയാം. വെളുത്ത ബോർഡിൽ കറുത്ത അക്ഷരത്തിൽ രജിസ്ട്രേഷൻ നമ്പർ എഴുതിയിരുന്നാൽ നോൺ-ട്രാൻസ്പോർട്ട് വാഹനവും മഞ്ഞബോർഡിൽ കറുത്ത അക്ഷരം കൊണ്ട് രജിസ്ട്രേഷൻ നമ്പർ എഴുതിയിരുന്നാൽ ട്രാൻസ്പോർട്ട് വാഹനവും എന്ന് തിരിച്ചറിയാം.

6. ബാഡ്ജ് എന്നാലെന്ത്?

- ഡ്രൈവർക്ക് ടാക്സിവാഹനങ്ങൾ ഓടിക്കുവാനുള്ള അനുവാദം ആണ് ബാഡ്ജ്.

7. പെർമിറ്റ് എന്നാലെന്ത്?

- വാഹനത്തിന് ടാക്സിയായി ഓടാൻ കിട്ടുന്ന അനുവാദം ആണ് പെർമിറ്റ്.

8. ഫിറ്റ്നസ് സർട്ടിഫിക്കറ്റ്/ബ്രേക്ക് സർട്ടിഫിക്കറ്റ് എന്നാൽ എന്ത്?

- ഒരു പുതിയ വാഹനം ടാക്സിയായി റോഡിലിറങ്ങി ഓടിക്കാൻ ആദ്യത്തെ 2 വർഷത്തേക്കും അതിനുശേഷം ഓരോ വർഷം വീതം 8 പ്രാവശ്യവും അതിനുശേഷം 6 മാസം കൂടുമ്പോഴും കൊടുക്കുന്ന സർട്ടിഫിക്കറ്റിനെ ഫിറ്റ്നസ് സർട്ടിഫിക്കറ്റ് എന്നു പറയുന്നു.

9. ട്രിപ്പ് ഷീറ്റ് എന്നാലെന്ത്?

- ടാക്സി വാഹനങ്ങളിൽ വാഹനം പുറപ്പെടുന്ന സ്ഥലം, എത്തിച്ചേരുന്ന സ്ഥലം, സമയം, മൊത്തം സഞ്ചരിച്ച ദൂരം എന്നിവയെക്കുറിച്ച് ഡ്രൈവർ സൂക്ഷിക്കുന്ന രേഖയാണ് ട്രിപ്പ് ഷീറ്റ്.

10. T.T.F.R എന്നാലെന്ത്?

- T.T.F.R - ടൂറിസ്റ്റ് ടാക്സി ഫെയർ റസീപ്റ്റ്. ടൂറിസ്റ്റ് ടാക്സികളിൽ സഞ്ചരിക്കുന്ന യാത്രക്കാരിൽ നിന്നും ഈടാക്കുന്ന ചാർജിന് ഡ്രൈവർ കൊടുക്കുന്ന രസീതാണ് T.T.F.R.